பூனைகள் நகரம்

ஹாருகி முரகாமி

தமிழில் : ஜி. குப்புசாமி

பூனைகள் நகரம்	:	சிறுகதைகள்
ஆசிரியர்	:	ஹாருகி முரகாமி
தமிழில்	:	ஜி. குப்புசாமி
	:	© ஆசிரியருக்கு
முதற்பதிப்பு	:	டிசம்பர் 2016
வெளியீடு	:	வம்சி புக்ஸ்
		19, டி.எம்.சாரோன்,
		திருவண்ணாமலை - 606 601
		9445870995, 04175 - 235806
அச்சாக்கம்	:	மணி ஆப்செட், சென்னை-600077
விலை	:	₹ 350/-
ISBN	:	978-93-84598-34-1

Poonaigal Nagaram	:	Short Stories
Author	:	Haruki Murakami
In Tamil	:	G. Kuppusamy
	:	© Author
Frist Edition	:	Dec 2016
Published by	:	Vamsi books
		19.D.M.Saron,
		Tiruvannamalai - 606 601
		9445870995, 04175 - 235806
Printed by	:	Mani Offset, Chennai-600 077
Price	:	₹ 350/-
ISBN	:	978-93-84598-34-1

www.vamsibooks.com - e-mail: kvshylajatvm@gmail.com

உள்ளே...

ஆளுண்ணும் பூனைகள் 7

என் தலைமுறைக்காக ஒரு நாட்டார் இலக்கியம் : பிற்கால முதலாளித்துவத்தின் ஒரு முன் சரித்திரம் 41

தேடுதல் 80

ஷினாகவா குரங்கு 115

பூனைகள் நகரம் 155

விநோத நூலகம் 192

ஸாம்ஸாவின் காதல் 232

குஷிரோவுக்கு வந்த பறக்கும் தட்டு 266

முரகாமி - நவீன ஜப்பானியனின் அகக்குரல்

ஹாருகி முரகாமியின் பெயர் தமிழ் இலக்கியச் சூழலுக்குப் பரிச்சயமாகிப் பதினைந்து வருடங்களாகி விட்டன. இக்காலகட்டத்தில் தமிழில் மிக அதிகமாக வாசிக்கப்பட்ட அயல் எழுத்தாளர்களில் அவரே முதன்மையானவரும் கூட. இதற்குக் காரணங்கள் எளிமையானவை. கீழைத்தேய ஆன்மாக்களிடையே காணும் ஒற்றுமைகள். ஆசிய இதயத்தோடு மேற்குலகச் சிறகுகளையும் பொருத்திக் கொண்டிருக்கும் விநோதம் மற்றொரு காரணம். இந்தியப் புராணக் கதைகளின் கவர்ச்சிக்குத் தென்னமெரிக்க மாய யதார்த்தப் புனிதங்கள் மற்றொரு பரிமாணத்தைத் தந்ததென்றால், முரகாமியின் புனைவுகளில் வெளிப்படும் மாயங்கள், ஜப்பானிய கிமானோக்களோடு அமெரிக்க - ஐரோப்பிய சிறகுகளையும் பொருத்திக்கொண்டு உலகமயமாக்கலில் எல்லைகளைத்தாண்டி வேர்பதித்துக்கொண்ட நவீன மனிதனின் அகச்சிக்கல்களுக்கு நெருக்கமாகியிருக்கின்றன.

இவை இன்றைய தமிழ் மனதுக்கு அளிக்கும் விசாலப்பார்வை அலாதியானது. கிட்டத்தட்ட போதையூட்டக் கூடியது. அதனால்தான் முரகாமியை முதன்முதலாக வாசித்த வாசகன் மேலும் மேலும் அவரைத் தேடித்தேடி வாசிக்கிறான். இந்தக் கவர்ச்சிதான் உலகின் வேறெந்த தீவிர இலக்கியவாதிக்கும் இருப்பதைவிட அதிகமான வாசகர் கூட்டத்தை முரகாமிக்குச் சேர்த்துக் கொடுத்திருக்கிறது.

இப்பெரும் வாசகப்பரப்பைக் கண்டு முரகாமியை வாசிக்காமலேயே அவரைக் கேளிக்கை எழுத்தாளர் என்று முத்திரை குத்திவிடுகிற விமரிசனங்களையும் தமிழ் உலகம் கண்டு கொண்டிருக்கிறது.

கடந்த பத்தாண்டுகளாக ஒவ்வொரு வருட நோபல் அறிவிப்புக்கு முன்பும் முரகாமியின் பெயரை எதிர்பார்த்துக் காத்திருக்கும் தமிழ் வாசகர்கள் எண்ணிக்கையும் வியப்பூட்டுமளவுக்கு அதிகமாகிக் கொண்டுவருவதைப் பார்க்கிறோம். இவர்களில் பெரும்பாலோர் அவரது சிறுகதைகளை மட்டுமே வாசித்தவர்களாக இருப்பார்கள்.

ஆனால் முரகாமியின் மேதமையை அவருடைய நாவல்களில்தான் முழுமையாகக் காணமுடியும். நான்கு வருடங்களுக்கு முன் வெளிவந்த அவரது மகத்தான நாவலான 1Q84 ன் சிறு பகுதியே இத்தொகுப்பின் தலைப்புக் கதையான 'பூனைகள் நகரம்' இச்சிறுகதைக்கு வெளியே பல்வேறு அடுக்குகளில் பின்னப்பட்ட அந்நாவலையும், அவரது நாவல்களில் மிகச்சிறந்ததாக நான் கருதும் Wind - Up Bird Chronicle ஐயும் வாசிப்பவர்களுக்கு முரகாமியின் 'விஸ்வரூப' தரிசனம் கிடைக்கப்பெறும்.

ஹாருகி முரகாமியின் முதல் சிறுகதைத் தொகுப்பை தமிழில் கொண்டுவந்ததற்காக வம்சி பதிப்பகமும், நானும், செழியனும், ராஜகோபாலும் பெருமிதம் கொள்வது முற்றிலும் நியாயமானதேயாகும். 'நூறுசதவீதம் பொருத்தமான யுவதியை ஓர் அழகிய ஏப்ரல் காலையில் பார்த்தபோது' என்ற அந்த விநோதமான தலைப்பே அத்தொகுப்புக்குப் பரவலான கவனத்தை ஈர்ப்பதாக இருந்தது.

அதன்பிறகு நான் மொழிபெயர்த்த முரகாமியின் சிறுகதைகளைத் தொகுப்பாகக் கொண்டு வருவதற்கு இவ்வளவு வருடங்கள் தாமதமானதற்கு எனது சோம்பலே காரணம். அசாத்திய பொறுமையோடு என்னைச் சகித்துக்கொண்டு தொகுப்பைக்

கொண்டுவரும் என் குடும்ப உறுப்பினர்களான பவா - ஷைலஜாவுக்கு என் அன்பு. பெரியப்பாவுக்காக மிக அற்புதமாக அட்டைப்படத்தை வடிவமைத்துக் கொடுத்த என் செல்லம் வம்சிக்கு முத்தங்கள்.

மெய்ப்புத் திருத்திய உத்தரகுமாரனுக்கும் கிருஷ்ணபிரபு அவர்களுக்கும்,

நூல் உருவாக்கத்தில் பங்கெடுத்த வம்சி பதிப்பகச் சகோதரிகள் மோகனா, சிந்துபாரதி ஆகியோருக்கும்,

இக்கதைகளை வெளியிட்ட காலச்சுவடு, உயிர்மை, கல்குதிரை, உயிர்எழுத்து, மீள்சிறகு இதழ்களுக்கும் இதழாசிரியர்களுக்கும் என் வந்தனங்கள்.

21.12.2016
ஜி.குப்புசாமி
gkuppuswamy62@yahoo.com
9791561654

ஆளுண்ணும் பூனைகள்

துறைமுகத்தில் நான் வாங்கிய செய்தித்தாளில் கிழவி ஒருத்தியை பூனைகள் சாப்பிட்டதைப் பற்றிய ஒரு செய்தி இருந்தது. அவளுக்கு எழுபது வயது. ஏதென்ஸின் ஒரு சிறிய புறநகர் பகுதியில் தனியாக வாழ்ந்து வந்தவள். ஒரு சின்ன ஒற்றை அபார்ட்மெண்டில் அவளுடைய மூன்று பூனைகளோடு ஓர் அமைதியான வாழ்க்கையை வாழ்ந்து வந்திருக்கிறாள். ஒரு நாள் திடீரென சோபாவில் தலைகுப்புறச் சாய்ந்து விழுந்திருக்கிறாள். அநேகமாக மாரடைப்பாகத்தான் இருக்க வேண்டும். அப்படி விழுந்த பிறகு எவ்வளவு நேரம் அவஸ்தைப்பட்டு இறந்திருக்கிறாள் என்பது யாருக்கும் தெரிந்திருக்கவில்லை. அடிக்கடி வந்து சந்தித்துப் போகும் உறவினர்களோ நண்பர்களோ அவளுக்கு இருக்கவும் இல்லை. ஒரு வாரம் கழித்துதான் அவளது உடல் கண்டுபிடிக்கப்பட்டது. சன்னல்களும், கதவுகளும் தாழிடப்பட்டிருந்ததால் பூனைகள் உள்ளே சிக்கிக் கொண்டிருந்தன. அந்த அப்பார்ட்மெண்டில் உணவு எதுவும் இருந்திருக்கவில்லை. ஃப்ரிட்ஜில் இருந்திருக்கலாம்தான், ஆனால் ரெஃப்ரிஜிரேட்டரைத் திறந்து பார்ப்பதற்கு அந்தப் பூனைகளுக்கு எந்த வழியும் தெரிந்திருக்கப் போவதில்லை. கொலைபட்டினியில் வேறு வழியில்லாமல் அந்தப்

பூனைகள் தம்மை வளத்த சொந்தக்காரியின் சதையைப் பிய்த்துத் தின்றிருக்கின்றன.

என்னெதிரே உட்கார்ந்திருந்த இசுமிக்கு இந்தச் செய்தியைப் படித்துக் காட்டினேன். வெயிலார்ந்த நாட்களில் துறைமுகம் வரை நடந்து செல்வதுண்டு. ஏதென்ஸின் ஆங்கிலச் செய்தித்தாள் ஒன்றை வாங்கிக்கொண்டு வரி அலுவலகத்தின் பக்கத்தில் அமைந்திருந்த கஃபேவில் காபி ஆர்டர் செய்துவிட்டு செய்தித்தாளில் சுவாரஸ்யமாக இருப்பதை அவளுக்குப் படித்துக் காட்டுவேன். அந்தத் தீவில் எங்களது தினசரிச் சுற்று இதுவரைக்கும் மட்டும்தான். ஏதேனும் ஒரு குறிப்பிட்ட செய்தி எங்கள் கவனத்தை ஈர்க்குமானால் அதைப் பற்றிக் கொஞ்ச நேரம் எங்கள் அபிப்பிராயங்களைப் பகிர்ந்துகொள்வோம். இசுமியின் ஆங்கிலம் சரளமாகவே இருக்கும். அந்தச் செய்திக் கட்டுரைகளை அவளேகூட எளிதாகப் படித்துவிடலாம். ஆனால், அவள் செய்தித்தாளைக் கையில் எடுத்து நான் பார்த்ததேயில்லை.

“யாராவது படித்துக்காட்டுவதுதான் எனக்குப் பிடிக்கும்” என்றாள். “சின்ன வயதிலிருந்தே இதுதான் என் கனவாக இருந்திருக்கிறது. ஒரு வெயில் பிரதேசத்தில் உட்கார்ந்துகொண்டு வானத்தையோ கடலையோ நான் வெறித்துக் கொண்டிருக்க, யாராவது எனக்கு உரத்து வாசித்துக் காட்ட வேண்டும். அவர்கள் வாசித்துக் காட்டுவது ஒரு செய்தித்தாளோ, பாடப்புத்தகமோ, ஒரு நாவலோ - அது எதுவாக இருந்தாலும் எனக்கு அக்கறையில்லை. ஆனால், இதுவரை யாரும் எனக்காக வாசித்துக் காட்டியதில்லை. ஆகவே, நான் இழந்த சந்தர்ப்பங்களையெல்லாம் நீ இப்போது ஈடுசெய்கிறாய் எனலாம். அதுவுமில்லாமல் உன் குரல் எனக்குப் பிடித்திருக்கிறது”.

இங்கே வானமும் கடலும் எங்களுக்கு இருக்கிறது. அது மட்டும் நிச்சயம். உரக்க வாசித்துக் காட்டுவதும் எனக்குப் பிடித்திருக்கிறது. ஜப்பானில் வசித்து வந்தபோது என் மகனுக்காக சித்திரப் புத்தகங்களை

வாசித்துக் காட்டியிருக்கிறேன். உரக்க வாசிப்பது என்பது கண்களால் வாக்கியங்களைப் பின்தொடர்ந்து செல்வதிலிருந்து வேறுபட்ட ஒன்று. கொஞ்சமும் எதிர்பாராத ஏதோவொன்று மனதுக்குள் நிரம்புகிறது. என்னால் தடுத்து நிறுத்த முடியாத, அதை எப்படியென்று விளக்க முடியாத ஒருவித ஒலியதிர்வு.

அந்தக் கசப்புக் காப்பியை அவ்வப்போது உறிஞ்சிக்கொண்டே அச்செய்தியை மெதுவாக வாசித்தேன். சில வரிகளை எனக்குள் வாசித்துப் பார்த்துக்கொண்டு, அதை ஜப்பானிய மொழியில் எப்படிச் சொல்வது என்று குழம்பி, பின் உரக்க மொழி பெயர்த்தேன். எங்கிருந்தோ வந்த சில தேனீக்கள் எங்களுக்கு முன் இங்கு அமர்ந்திருந்த வாடிக்கையாளர் மேஜையில் சிந்தி விட்டுச் சென்றிருந்த பழக்கூழ் துளிகளை மொய்த்தன. படபடப்போடு ஒரு கணம் அந்த இனிப்பை நக்கிவிட்டு, வேறெதோ திடீரென ஞாபகத்துக்கு வந்ததைப்போல எழுந்து, ஓர் அடங்கிய ரீங்காரத்தோடு மேசையைச் சிலமுறை வட்டமடித்துவிட்டு, மீண்டும் ஏதோ நினைவுக்குத் தட்டுப்பட்டதைப்போல மேசை மீது மறுபடியும் வந்தமர்ந்தன. அந்த செய்திக்கட்டுரை மொத்தத்தையும் படித்து முடித்ததும் இசுமி அதே இடத்தில் அசையாமல் மேஜை மேல் முழங்கைகளை ஊன்றியபடி உட்கார்ந்திருந்தாள். வலது கை விரல்களைக் கூடாரம் போல ஆக்கி இடதுகை விரல் நுனிகளோடு சேர்த்துக் கொண்டாள். செய்தித்தாளை மடி மீது வைத்துக்கொண்டு அவளுடைய மெல்லிய விரல்களை உற்றுப்பார்த்தபடி இருந்தேன். விரலிடுக்குகளின் வழியே என் மீது பார்வையைத் திருப்பினாள்.

“அப்புறம் என்ன நடந்தது?” என்றாள்.

“அவ்வளவுதான்” என்றபடி பேப்பரை மடித்தேன். பாக்கெட்டிலிருந்து கைக்குட்டையை உருவி உதட்டின் மேல் படிந்திருந்த காபி துகள்களைத் துடைத்தேன். “இதற்கு மேல் வேறு எதுவும் போட்டிருக்கவில்லை.”

“அந்தப் பூனைகளுக்கு என்ன ஆனது?”

கைக்குட்டையை பாக்கெட்டுக்குள் செருகினேன். “ம்ஹூம். அதைப் பற்றித் தெரியவில்லை.”

இசுமி அவள் உதடுகளை ஒரு பக்கமாகச் சுருக்கினாள். இது அவளுக்கான ஒரு சின்ன சேஷ்டை. எப்போதெல்லாம் ஓர் அபிப்ராயத்தை அவள் சொல்ல முற்படுகிறாளோ - அது எப்போதுமே ஒரு குட்டிப் பிரகடனமாகத்தான் இருக்கும் - இப்படித்தான் உதடுகளைச் சுருக்கி வைத்துக்கொள்வாள், ஏதோ படுக்கை விரிப்புகளின் சுருக்கங்களை நீவிவிடுவதைப்போல. அவளை முதல்முறை சந்தித்தபோது இந்த முகசேஷ்டை எனக்கு மிகவும் ரசமாகத் தெரிந்தது.

“எந்த நாட்டுக்குப் போனாலும் செய்தித்தாள்கள் ஒரே மாதிரியாகத்தான் இருக்கின்றன,” என்று இறுதியாகப் பிரகடனம் செய்தாள். “நீங்கள் எதைத் தெரிந்துகொள்ள வேண்டுமென்று விரும்புவீர்களோ, அதை அவை சொல்வதில்லை.”

ஸேலம் சிகரெட் பாக்கெட்டிலிருந்து ஒன்றை எடுத்து உதடுகளில் பொருத்திக்கொண்டு பற்றவைத்தாள். ஒவ்வொரு நாளும் ஒரு பாக்கெட் ஸேலம், அதற்கு ஒன்று கூட அதிகமாகவோ குறைவாகவோ கிடையாது. காலையில் ஒரு பாக்கெட்டைத் திறப்பாள். அதன் கடைசி சிகரெட்டை இரவில் பிடித்து முடித்துவிடுவாள். நான் புகைப்பதில்லை. ஐந்து வருடங்களுக்கு முன் என் மனைவி கர்ப்பமாக இருந்தபோது என்னை நிறுத்தச் செய்துவிட்டாள்.

“எனக்குத் தெரியவேண்டியது என்னவென்றால், அப்புறம் அந்தப் பூனைகளுக்கு என்ன ஆனது? மனித மாமிசத்தைப் சாப்பிட்டனவென்பதால் அதிகாரிகள் அந்தப் பூனைகளைக் கொன்றுவிட்டார்களா? அல்லது பாவம், நீங்கள் பசியில் ரொம்பத்தான் துடித்துப் போய்விட்டீர்கள் என்று பரிதாபத்தோடு அவற்றின் தலையை வருடிக்கொடுத்து, போக விட்டுவிட்டார்களா? உனக்கு என்ன

தோன்றுகிறது?'' அவள் சிகரெட்டிலிருந்து புகை தப்பித்து மௌனமாகக் காற்றில் சுருண்டது. மேசையின் மேல் வட்டமிடுகின்ற தேனீக்களை வெறித்தேன். அவற்றைப் பற்றி யோசித்தேன். ஒரு கண்ணிமைக்கும் கணத்தில் பழக்கூழை நக்கிக் கொண்டிருக்கும் இந்த அமைதியற்ற குட்டித் தேனீக்களும், ஒரு கிழட்டுப் பெண்மணியின் சதையைக் கடித்துத் தின்ற மூன்று பூனைகளும் என் மனதில் ஒன்றாகக் கலந்தன. தூரத்துக் கடற்பறவை ஒன்றின் கிறீச்சிடும் கத்தல் தேனீக்களின் ரீங்கரிப்பை அமிழ்த்த, ஒன்றிரண்டு விநாடிகளுக்கு என் பிரக்ஞை நிஜத்திற்கும் நிஜமற்றதற்கும் இடையே விளிம்பில் தடுமாறியது. எங்கே இருக்கிறேன் நான்? இங்கே என்ன செய்து கொண்டிருக்கிறேன்? இந்தச் சூழ்நிலையிலிருந்து எதுவும் விளங்கவில்லை. ஆழமாக மூச்சை இழுத்துக்கொண்டு வானத்தை நிமிர்ந்து வெறித்தேன். இசுமியின் பக்கம் திரும்பினேன்.

‘‘எனக்கு எதுவும் தோன்றவில்லை.''

‘‘யோசித்துப்பார். நீ இந்த நகரத்தின் மேயராகவோ, காவல்துறைத் தலைமை அதிகாரியாகவோ இருந்தால் அந்தப் பூனைகளை நீ என்ன செய்திருப்பாய்?''

‘‘மனநலக் காப்பகத்தில் வைத்திருக்கலாம்'' என்றேன். ‘‘அவற்றை சைவமாக மாற்றியிருக்கலாம்.''

இசுமி சிரிக்கவில்லை. சிகரெட்டை நீளமாக இழுத்து, மிகமிக மெதுவாகப் புகையை வெளியேற்றினாள். ‘‘இந்தக் கதை நான் கத்தோலிக்க உயர்நிலைப் பள்ளியில் சேர்ந்தபோது கேட்ட சொற்பொழிவு ஒன்றை ஞாபகப்படுத்துகிறது,'' என்றாள். ‘‘நான் மிகக் கண்டிப்பான ஒரு கத்தோலிக்கப் பள்ளியில் படித்தேன் என்று சொல்லியிருக்கிறேன் அல்லவா? நுழைவு நிகழ்ச்சிக்குப் பிறகு தலைமை கன்னியாஸ்திரிகளில் ஒருவர் எங்களை அரங்கம் ஒன்றில் கூட்டிவைத்து கத்தோலிக்கக் கோட்பாடு பற்றி மேடையில் பேசினார். அவர் எவ்வளவோ விஷயங்களைப் பேசினாலும் எனக்குத்

தெளிவாக ஞாபகமிருப்பது ஒரேயொரு விஷயம்தான். நாங்கள் சென்ற கப்பல் மூழ்கி, ஆளரவமற்ற ஒரு தீவில் ஒரேயொரு பூனையோடு மட்டும் ஒதுங்க நேர்ந்தால் நாங்கள் என்ன செய்ய வேண்டுமென்ற ஒரு கதை.''

''கேட்பதற்கு சுவாரஸ்யமாக இருக்கிறதே,'' என்றேன்.

''நீங்கள் சென்ற கப்பல் மூழ்கிவிடுகிறது என்று வைத்துக் கொள்ளலாம்'' என்றார் எங்களிடம். ''உயிர்காப்புப் படகில் நீயும் ஒரேயொரு பூனையும் மட்டும்தான் ஏறி தப்பிக்க முடிகிறது. நீங்கள் ஏதோ ஒரு பெயரில்லாத, ஆளரவமற்ற தீவில் ஒதுங்குகிறீர்கள். அங்கே சாப்பிடக்கூட எதுவுமில்லை. உங்களிடம் இருப்பதெல்லாம் பத்து நாட்களுக்கு சமாளிக்கக்கூடிய தண்ணீரும், கொஞ்சம் உலர்ந்த பிஸ்கெட்டுகளும்தான்'' என்றாள். ''சரி, அப்படிப்பட்ட ஒரு சூழ்நிலையில் இருப்பதாக நீங்கள் ஒவ்வொருவரும் கற்பனை செய்து கொள்ளுங்கள். இந்த வறண்ட தீவில் நீங்களும் பூனையும் மட்டும்தான். உணவே இல்லை. உங்களுக்குப் புரிகிறதா? உங்களுக்குப் பசிக்கிறது. தாகம் எடுக்கிறது. சீக்கிரத்தில் செத்துப்போகப் போகிறீர்கள், நீங்கள் என்ன செய்ய வேண்டும்? உங்களிடம் இருக்கும் சொற்பமான உணவைப் பூனையோடு பகிர்ந்துகொள்ள வேண்டுமா? இல்லை. நீங்கள் அப்படிச் செய்யவே கூடாது. அது தவறாக இருக்கும். நீங்கள் அனைவரும் கடவுளால் தேர்ந்தெடுக்கப்பட்ட, பெருமதிப்பு வாய்ந்த பிறவிகள். ஆனால் பூனை அப்படிப்பட்டதல்ல. அதனால்தான், உங்கள் கையிலிருக்கும் எல்லா உணவையும் நீங்களேதான் சாப்பிட வேண்டும்'' அந்த கன்னியாஸ்திரி எங்களைப் படுசீரியஸான பாவனையில் பார்த்துச் சொன்னார். எனக்குக் கொஞ்சம் அதிர்ச்சியாக இருந்தது. பள்ளியில் அப்போதுதான் சேர்ந்திருக்கும் குழந்தைகளிடம் சொல்கிற கதையா இது? ஐயோ, என்ன மாதிரியான இடத்துக்கு வந்து சேர்ந்திருக்கிறேன் என்று நினைத்துக்கொண்டேன்''

■

இசுமியும் நானும் ஒரு சிறிய கிரேக்கத் தீவில் ஒரு சிக்கன அப்பார்ட்மென்டில் குடியிருந்தோம். அது சுற்றுலா சீஸனல்ல, அந்தத் தீவும் அப்படியொன்றும் சிறப்பான சுற்றுலா தளமும் அல்லவென்பதால் வாடகை குறைவாகத்தான் இருந்தது. அங்கே செல்வதற்கு முன் அந்தத் தீவைப் பற்றி நாங்களிருவருமே கேள்விப்பட்டதில்லை. துருக்கியின் எல்லைக்கு அருகில் அமைந்திருந்தது. தெளிவான தினங்களில் பச்சைநிற துருக்கிய மலைகளை மங்கலாகப் பார்க்க முடியும். காற்று அதிகமாக வீசுகின்ற நாட்களில் கெபாப் வாசனைகூட அங்கிருந்து வரும் என்று உள்ளூர் வாசிகள் ஜோக்கடிப்பார்கள். ஜோக்குகளைத் தவிர்த்துவிட்டு பார்த்தாலும்கூட, அந்தத்தீவு அதற்கருகில் இருந்த இன்னொரு கிரேக்கத் தீவைவிட துருக்கியின் கடற்கரைக்கு அருகில் இருந்தது. ஆசியா மைனர் எங்கள் கண்ணெதிரே பிரசன்னமாகியிருந்தது என்று சொல்லலாம்.

அந்த நகரத்தின் சதுக்கத்தில் ஒரு கிரேக்கச் சுதந்திரப் போராளியின் சிலை ஒன்றிருந்தது. அந்தத் தீவை அப்போது ஆக்கிரமித்திருந்த துருக்கியர்களுக்கெதிராக எழுந்த புரட்சியைத் தலைமையேற்று நடத்தியவன் அவன். ஆனால் துருக்கியர்கள் அவனைச் சிறைபிடித்து மரண தண்டனை வழங்கினர். துறைமுகத்தை அடுத்த அந்தச் சதுக்கத்தில் கூராகக் கொழுகொம்பு ஒன்றை நட்டு உதவிக்கு யாருமற்ற அந்தப் பரிதாபகரமான வீரனின் உடைகளைக் களைந்து அதன்மேல் அவனைச் செருகியிருக்கின்றனர். மலவாய் வழியாகச் செருகப்பட்ட கொழுகொம்பு, அவன் உடம்பின் எடையில் மெதுவாக இறங்கி வாய்வழியாக வந்தபோது கோரமான முறையில் உயிரை விட்டிருந்தான். எப்படிப்பட்ட பயங்கரமான, அணுஅணுவாகச் சித்திரவதைத்து மெதுவாக உயிரைப் பிடுங்கும் கொலைமுறை! இது நடந்ததாகச் சொல்லப்படும் இடத்தில் சிலை நிறுவப்பட்டிருந்தது. சிலை நிறுவப்பட்ட சமயத்தில் பார்ப்பதற்கு அது கவர்ச்சியாக

இருந்திருக்கலாம். ஆனால் இப்போது கடற்காற்றிலும், புழுதியிலும், கடற்பறவைகளின் எச்சத்திலும் அம்மனிதனின் முகமே தெளிவில்லாமல் மாறியிருந்தது. கடந்து செல்லும் உள்ளூர்வாசிகள் அச்சிலையைத் திரும்பிக்கூடப் பார்ப்பதில்லை. அந்த வீரனும் தன் பங்குக்கு அந்த மனிதர்களுக்கும், அந்தத் தீவுக்கும், உலகத்துக்கும் தன் முதுகைத் திருப்பிக் கொண்டிருந்தான்.

இசுமியும் நானும் காபியோ, பீரோ அருந்தியபடி துறைமுகத்தின் படகுகளை, கடற்பறவைகளை, தூரத்துத் துருக்கிய மலைகளை வெறித்துக்கொண்டு எங்கள் அவுட்டோர் கஃபேவில் அமரும்போது ஐரோப்பாவின் விளிம்பில் உட்கார்ந்திருப்போம். அடிக்கின்ற காற்று உலகத்தின் விளிம்பில் அடிக்கும் காற்று. தப்பிக்க முடியாத ஒரு புராதன நிறம் அந்த இடத்தை நிரப்பியிருந்தது. அயலானதும், கைக்கு எட்டமுடியாததும், தெளிவின்றி ஆனால் வினோதமாக மென்மையாகவும் இருக்கின்ற ஓர் அந்நிய மெய்மையால் நான் சப்தமின்றி விழுங்கப்படுவதைப்போல அது உணரவைக்கும். அந்தப் பொருளின் நிழல், துறைமுகத்தில் குழுமியிருந்த மனிதர்களின் முகங்களை, கண்களை, சருமங்களை நிறமேற்றும்.

சில நேரங்களில், இந்தச் சூழலின் ஒரு பகுதியாக நான் இருக்கிறேன் என்ற யதார்த்தத்தை என்னால் உள்வாங்கிக் கொள்ள முடிவதில்லை. என்னைச் சுற்றியிருக்கும் காட்சிகளை நான் எவ்வளவுதான் கிரகித்துக்கொண்டாலும், அந்தக் காற்றை எவ்வளவுதான் ஆழமாக உள்ளிழுத்துக் கொண்டாலும், எனக்கும் இந்த எல்லாவற்றிற்கும் இடையே எந்த விதமான உயிர்மத் தொடர்பும் இருப்பதில்லை.

இரண்டு மாதங்களுக்கு முன்பு டோக்கியோவில், உனோகியிலிருந்த ஒரு மூன்று பெட்ரூம் அபார்ட்மென்டில் என் மனைவியோடும் எங்கள் நான்கு வயது மகனோடும் வாழ்ந்து வந்தேன். அது ஒன்றும் விசாலமான இடமல்ல, வெறும் அடிப்படைத் தேவைகளுக்கு மட்டும் போதுமான ஒரு கச்சிதமான அபார்ட்மென்ட். எனக்கும் என்

மனைவிக்கும் ஒரு படுக்கையறை. என் மகனுக்கு ஒன்று. இன்னோர் அறையை என் பணியறையாகப் பயன்படுத்தி வந்தேன். நல்ல அமைதியான அபார்ட்மென்ட். ஜன்னலுக்கு வெளியே ரம்யமான காட்சி உண்டு. வாரக் கடைசிகளில் நாங்கள் மூவரும் டாமா ஆற்றங்கரை ஓரமாக நடந்து செல்வோம். வசந்த காலங்களில் ஆற்றங்கரையிலிருக்கும் செர்ரி மரங்கள் பூக்கத் தொடங்கும். எனது மோட்டார் சைக்கிளில் என் பையனைப் பின்னால் உட்காரவைத்துக் கொண்டு ஜெயன்ட்ஸ் ட்ரிபிள் ஏ அணியினர் பயிற்சி எடுப்பதைப் பார்க்கச் செல்வேன்.

நான் புத்தகங்களுக்கும் பத்திரிகைகளுக்கும் லே அவுட் செய்யும் ஓரளவு பெரிதான ஒரு வடிவமைப்பு கம்பெனியில் பணியாற்றி வந்தேன். அதற்காக என்னை ஒரு வடிவமைப்பாளர் என்று அழைப்பது கொஞ்சம் மிகையாகத்தான் இருக்கும். நாங்கள் செய்கின்ற வேலை ஏற்கனவே பேசி முடிவெடுத்து தீர்மானிக்கப்பட்டதாகத்தான் இருக்கும். கற்பனைக்கோ புதுமைக்கோ இடமே கிடையாது. பெரும்பாலான நேரங்களில் எங்கள் பணி அட்டவணை ரொம்பவுமே மும்முரமாகத்தான் இருக்கும். ஒரு மாதத்தில் பல நாட்கள் இரவுநேரங்களில் கூட நான் அலுவலகத்தில் வேலை பார்க்க வேண்டியிருக்கும். நான் பார்த்த வேலைகளில் சில என்னை அளவுக்கு மீறிச் சலிப்படைய வைத்து அழவைப்பதாக இருக்கும். எப்படி இருந்தாலும் அந்த வேலையைச் சகித்துக்கொண்டுதான் இருந்தேன். கம்பெனியில் சாவகாசமாக இருக்கலாம். எனக்கு சீனியாரிட்டி இருந்ததால் எனக்கான வேலைகளைத் தேர்ந்தெடுத்து பொறுக்கிக்கொள்ளும் உரிமையும், என்ன சொல்ல விரும்புகிறேனோ அதைச் சொல்லும் அதிகாரமும் இருந்தது. என்னுடைய அலுவலகத் தலைவர் கூடப் பரவாயில்லை. என் கூடப் பணியாற்றும் சகாக்களோடு நன்றாகவே உறவு முறை இருந்தது. ஊதியம் ஓரளவுக்கு சுமார் என்றுதான் சொல்ல வேண்டும். எனக்கு எதுவும்

நேர்ந்திருக்காவிட்டால் இதே கம்பெனியில் அடுத்த பல வருடங்களுக்குத் தொடர்ந்திருப்பேன். என் வாழ்க்கையும் மோல்டாவு நதியைப்போல - மோல்டாவு நதியை உண்டாக்கியிருக்கும் அந்தப் பெயரற்ற தண்ணீரைப்போல என்று சொல்வது பொருத்தமாக இருக்கும் - தொடர்ந்து பெருக்கெடுத்தோடிக் கடலில் கலந்து போயிருக்கும்.

ஆனால் இதற்கிடையில் நான் இசுமியைச் சந்தித்தேன்.

■

இசுமி என்னைவிட பத்துவயது இளையவள். ஒரு வியாபாரக் கூட்டத்தில் நாங்கள் சந்தித்தோம். ஒருவரை ஒருவர் பார்த்துக்கொண்டபோது ஏதோவொன்று எங்களுக்கிடையே பற்றிக்கொண்டது. அடிக்கடி நிகழ்கிற விஷயமாக அது இருக்கவில்லை. அதற்குப்பின் ஓரிருமுறை நாங்கள் சந்தித்து எங்கள் கூட்டுத்திட்டத்தின் விவரங்களை விவாதித்திருக் கிறோம். அவள் அலுவலகத்திற்கு நான் செல்வேன் அல்லது அவள் எனது அலுவலகத்திற்கு வருவாள். எங்கள் சந்திப்பு எப்பொழுதுமே சுருக்கமாகத்தான் இருந்தது. மற்றவர்களும் கூட இருப்பார்கள். பேச்சு வியாபாரத்தைப் பற்றியதாகவே இருக்கும். எங்கள் ப்ராஜெக்ட் நிறைவடைந்ததும் ஒரு பயங்கரமான தனிமை என்னை மூழ்கடித்தது. என்னுடைய பிடியிலிருந்து ஜீவ ஆதாரத்தையே வலுக்கட்டாயமாகப் பிடுங்கிக்கொண்டதைப் போல. இத்தனை வருடங்களில் இப்படி நான் உணர்ந்ததே இல்லை. அவளுக்கும் அப்படித்தான் இருந்திருக்கும் என்று நினைக்கிறேன்.

ஒரு வாரம் கழித்து ஏதோ சில்லரை விஷயத்தைப் பற்றிப் பேச எங்கள் அலுவலகத்திற்கு போன் செய்தாள். நாங்கள் கொஞ்ச நேரம் பேசினோம். நான் அவளிடம் ஒரு ஜோக் சொன்னேன். அவள் வாய்விட்டுச் சிரித்தாள். “எங்கேயாவது வெளியில் அருந்தப்போகலாமா?” என்று கேட்டேன். ஒரு சிறிய பாருக்குச் சென்று

கொஞ்சம் பானங்கள் அருந்தினோம். நாங்கள் என்ன பேசினோம் என்று குறிப்பாக ஞாபகத்தில் இல்லை. ஆனால் நாங்கள் பேசுவதற்கு லட்சக்கணக்கான விஷயங்கள் இருந்தன. முடிவே இல்லாமல் பேசிக்கொண்டிருந்தோம். அவள் சொல்ல விரும்புவதை லேசரைப் போன்ற தெளிவுடன் என்னால் கிரகித்துக்கொள்ள முடிந்தது. வேறு யாரிடமும் என்னால் சரிவர விளக்கிச் சொல்லமுடியாத விஷயங்களை அவளிடம் பேசும்போது நானே ஆச்சரியப்படும் அளவுக்குத் துல்லியமாகச் சொல்ல முடிந்தது. எங்கள் இருவருக்கும் மணமாகி இருந்தது. எங்கள் மணவாழ்க்கை குறித்து பெரிய புகார்கள் எதுவும் எங்களிடம் இல்லை. எங்கள் இல்வாழ்க்கைத் துணைகளை நாங்கள் நேசித்தோம். அவர்களை மதித்தோம். இருந்தாலும் உங்கள் உணர்வுகளை மிகத்தெளிவாக, மிகப்பூரணமாக வெளிப்படுத்த முடிகிற ஒருவரின் ஊடாக நிகழ்கிற ஒரு சிறிய அற்புதத்தின் கட்டளையாக இது இருந்தது. பெரும்பாலான மனிதர்களுக்கு அப்படிப்பட்ட ஒருவரைச் சந்திக்காமலேயே மொத்த வாழ்க்கையும் முடிந்துவிடும். இதைக் காதல் என்று முத்திரை குத்துவது தவறாக இருக்கும். முழுமையான ஒன்றுணர்ச்சி என்று சொல்லலாம்.

நாங்கள் அடிக்கடி வெளியே செல்லத் தொடங்கினோம். அவள் கணவன் வேலையிலிருந்து வருவதற்கு மிகவும் தாமதமாகுமென்பதால் அவள் விருப்பப்படி வந்து போக முடிந்தது. நாங்கள் இருவரும் ஒன்றாக இருக்கும்போது நேரம் பறந்து போய்க்கொண்டிருந்தது. கடைசி ரயிலைத் தவறவிட்டுவிடக் கூடாதென்பதற்காகக் கடிகாரங்களை அவ்வப்போது பார்த்துக் கொள்வோம். குட்பை சொல்வதற்கு எனக்கு எப்போதுமே பெரும் துக்கமாக இருந்தது. ஒருவருக்கொருவர் பேசிக்கொள்ள எவ்வளவோ இருந்து வந்தது.

எங்களில் யாரும் மற்றவரை படுக்கைக்குக் கவர்ந்து இழுக்கவில்லையென்றாலும் நாங்கள் ஒன்றாகப் படுக்கத்

தொடங்கிவிட்டோம். அந்தக் காலகட்டம்வரை எங்கள் வாழ்க்கைத் துணைகளுக்கு விசுவாசமாகவேதான் இருந்து வந்திருக்கிறோம். ஆனாலும் அது எங்களுக்கு நிகழ்ந்தாக வேண்டுமென்பதால் எங்களுக்குக் குற்றவுணர்வாக இருக்கவில்லை. அவள் உடைகளைக் களைவதும், அவள் சருமத்தை வருடுவதும், அவளை இறுக்கமாக அணைப்பதும், அவளுக்குள் புகுவதும், வருவதும் இவையெல்லாமே எங்கள் உரையாடல்களின் இயல்பான நீட்சியாகவே இருந்து வந்தன. எந்தளவுக்கு இயல்பாக இருந்ததென்றால், எங்கள் சம்போகமே இதயத்தை உருக்கும் உடல்ரீதியான வேட்கையின் ஆதாரமாக இருக்காமல், எந்தப் பாசாங்கும் இல்லாத ஓர் அமைதியான, இனிமையான செயலாக இருந்தது. எல்லாவற்றையும்விட மிக அழகானது எதுவென்றால், செக்ஸுக்குப் பிறகு அவள் நிர்வாண உடம்பை என்னோடு சேர்த்து இறுக்கிக்கொள்ள, அவள் என் கரங்களுக்குள் சுருண்டு கொண்டு எங்களுக்கே சொந்தமான ஒரு தனிப்பட்ட மொழியில் ரகசியங்களைக் கிசுகிசுத்துக்கொண்டு படுக்கையில் கிடக்கின்ற நேரம்தான்.

எப்போதெல்லாம் முடியுமோ நாங்கள் சந்தித்து வந்தோம். விநோதமாக, அல்லது இது அவ்வளவு விநோதமாக இல்லையென்றுகூடச் சொல்லலாம். எங்கள் உறவு என்றென்றைக்கும் நிலையாக நீடித்திருக்கும் என்று பரிபூரணமாக நம்பிவந்தோம். இந்தச் சமன்பாட்டின் ஒரு பக்கத்தில் எங்கள் மணவாழ்க்கைகளும், மறுபக்கத்தில் எங்கள் இருவருக்குமான உறவும் எந்தப்பிரச்சனையும் எழாமல் தன்பாட்டுக்குப் போய்க் கொண்டிருக்குமென்று ஒரு நம்பிக்கை. எங்கள் விவகாரம் ஒரு போதும் வெளியே வராது என்று நம்பியிருந்தோம். எங்களுக்கிடையே உடல்ரீதியாக உறவு இருந்ததுதான். ஆனால் அது வேறுயாரையாவது காயப்படுத்தியிருக்கப்போகிறதா? இசுமியோடு தூங்க நேர்ந்த இரவுகளில் வீட்டுக்குத் தாமதமாகச் சென்று என் மனைவியிடம் ஏதோ

ஒரு பொய்யைத் தயாரித்துச் சொல்ல நேர்கிறபோது மனசாட்சியின் நகங்கள் என்னைக் கீறும்தான் என்றாலும் அதுவொன்றும் துரோகச் செயலாக எப்போதுமே எனக்குத் தோன்றியதில்லை. இசுமிக்கும் எனக்கும் கறாராகப் பகுக்கப்பட்ட ஆனால் முற்றிலும் உள்ளார்ந்த ஓர் உறவு இருந்தது.

வேறு எதுவும் நிகழ்ந்திருக்காவிட்டால், நாங்கள் வோட்காவும் டானிக்கும் அருந்திவிட்டு, எப்போதெல்லாம் முடியுமோ அப்போதெல்லாம் போர்வைக்குள் நுழைந்து எங்கள் உறவைத் தொடர்ந்து கொண்டேயிருந்திருப்போம். அல்லது எங்கள் வாழ்க்கைத் துணைகளிடம் தொடர்ந்து பொய் சொல்லிக்கொண்டிருப்பதில் சலிப்படைந்து, எங்களுடைய பழைய, சௌகரியமான, சிக்கலற்ற வாழ்க்கை முறைகளுக்குத் திரும்பி வந்துவிடுவதற்காக எங்கள் உறவை இயல்பாக மரித்துப் போக விட்டிருக்கலாம். இந்த இரண்டு வழிகளிலுமே விஷயங்கள் நாராசமாக மாறியிருக்கக்கூடுமென்று நான் நினைக்கவில்லை. இதை என்னால் நிரூபிக்க முடியாது. அந்த உணர்வு மட்டும் எனக்கிருந்தது. ஆனால் விதி தலைகுப்புறத் திரும்பியது. பிற்பாடு அதை நினைத்துப் பார்க்கையில், தவிர்க்க முடியாதது என்றுகூடத் தோன்றியது. இசுமியின் கணவனுக்கு விஷயம் தெரிந்துவிட்டது. அவளைத் துருவித் துருவி விசாரணை செய்து முடித்துவிட்டு, கட்டுப்பாடு இழந்து என் வீட்டுக்குள் திடுமென பிரவேசித்தான். அதிருஷ்டத்தைப் பாருங்கள், என் மனைவி மட்டும் வீட்டில் தனியாக இருந்திருக்கிறாள். அப்புறம் மொத்தமும் அசிங்கமாக மாறியது. நான் வீடு திரும்பியதும், என்ன நடந்து கொண்டிருக்கிறது என்று விளக்கச் சொல்லி அதட்டினாள். இசுமி ஏற்கனவே எல்லாவற்றையும் ஒப்புக்கொண்டிருக்கிறாள். அதனால் வேறு எந்தக் கதையையும் என்னால் சிருஷ்டிக்க முடியவில்லை. என்ன நடந்ததென்று அப்படியே என் மனைவியிடம் சொன்னேன். "நான் ஏதோ காதலில் விழுந்துவிட்டேன் என்றெல்லாம் அர்த்தமில்லை"

என்று விளக்கினேன். “அது ஒரு விசேஷமான உறவு. உன்னோடு எனக்கு இருப்பதிலிருந்து முற்றிலும் வேறுபட்டதாக இருப்பது அது. இரவும் பகலும் போல. சந்தேகப்படும்படியாக எதையும் நீ கண்டுபிடிக்கவில்லைதானே? நீ நினைக்கிற மாதிரியான கள்ளத்தொடர்பு ஒன்றும் கிடையாது என்பதைத்தான் அது காட்டுகிறது இல்லையா?”

ஆனால் என் மனைவி காது கொடுத்துக் கேட்க மறுத்தாள். அது அவளுக்குப் பெரிய அதிர்ச்சியாக இருந்தது. உறைந்து போயிருந்தாள். அதற்கப்புறம் ஒரு வார்த்தை என்னிடம் பேசவில்லை. அடுத்த நாள் அவள் பொருட்கள் எல்லாவற்றையும் பெட்டியில் போட்டு காரில் ஏற்றிக்கொண்டு சிகாஸாகியில் அவளுடைய பெற்றோர் வீட்டுக்கு எங்கள் மகனையும் கூட்டிக்கொண்டு போய்விட்டாள். நான் இரண்டு முறை அவளைத் தொலைபேசியில் கூப்பிட்டேன். அவள் லைனுக்கே வரவில்லை. பதிலாக அவளுடைய அப்பா வந்தார். “உன் பொய் சமாதானங்கள் எதையும் கேட்க விரும்பவில்லை” என்று எச்சரித்தார். “உன்னைப் போன்ற ஒரு வேசி மகனோடு என் மகளை அனுப்பவே மாட்டேன்” என்றார். முதலிலிருந்தே எங்கள் கல்யாணத்திற்கு எதிர்ப்பு தெரிவித்துக் கொண்டிருந்தவர் அவர். அவர் நினைத்தது கடைசியில் சரியாகப் போய்விட்டது என்பதை அவர் குரலிலிருந்த தொனி உணர்த்தியது.

திகைத்துப்போய், சில நாட்கள் விடுப்பு எடுத்துக்கொண்டு, நம்பிக்கையிழந்து தன்னந்தனியாக, கட்டிலில் படுத்துக் கொண்டிருந்தேன். இசுமி தொலைபேசியில் அழைத்தாள். அவளும் தனியாக இருந்தாள். அவள் கணவனும் அவளை விட்டுப் போய்விட்டிருக்கிறான். போவதற்கு முன் அவளை அடித்துத் துவைத்துவிட்டுத்தான் போயிருக்கிறான். அவள் வைத்திருந்த உடைகள் எல்லாவற்றையும் கத்திரிக்கோலை எடுத்துக் கன்னாபின்னா என்று வெட்டிப்போட்டுவிட்டானாம். அவள் ஓவர் கோட்டிலிருந்து

அண்டர்வேர் வரை எல்லாமே கந்தல் கந்தலாகக் கிடக்கிறதாம். அவன் எங்கே போனான் என்று அவளுக்குத் தெரியவில்லை. ''நான் முற்றிலுமாக நொறுங்கிப் போயிருக்கிறேன்'' என்றாள். ''எனக்கு என்ன செய்வதென்றே தெரியவில்லை, எல்லாமே நாசமாகிவிட்டது. எதுவும் பழையபடி ஆகப்போவதில்லை. அவர் திரும்பியும் வரப் போவதில்லை'' அவள் போனில் தேம்பித் தேம்பி அழுதாள். அவளும் அவள் கணவனும் பள்ளி நாட்களிலிருந்தே காதலர்களாக இருந்தவர்கள். அவளுக்கு ஆறுதல் சொல்ல விரும்பினேன். ஆனால் நான் சொல்ல என்ன இருக்கிறது?

''நாம் எங்காவது அருந்தச் செல்லலாம்'' என்று கடைசியில் யோசனை சொன்னாள். நாங்கள் ஜீபூயாவுக்குச் சென்று அங்கிருந்த ஓர் இரவு நேர அருந்தகத்தில் விடியும்வரை அருந்திக் கொண்டிருந்தோம். எனக்கு வோட்கா, அவளுக்கு ரம்மும் எலுமிச்சம் சாறும் கலந்த டைகிரி காக்டெய்ல். எந்தளவுக்குக் குடித்தோம் என்ற கணக்கே எனக்கு விட்டுப்போனது.

நாங்கள் சந்தித்ததிலிருந்து முதல் முறையாகப் பேசுவதற்கு எதுவுமில்லாமல் இருந்தது. விடிந்ததும் ஹரஜாகு வரை நடந்து சென்றதில் உடம்பிலிருந்த ஆல்கஹால் வற்றியது. டென்னிஸ் உணவகத்தில் காலை உணவும் காபியும் எடுத்துக்கொண்டோம். அப்போதுதான் அவள் நாங்கள் இருவரும் கிரீஸ் நாட்டுக்குப் போய்விடலாம் என்ற எண்ணத்தை வெளிப்படுத்தினாள்.

''கிரீஸா?'' என்றேன்.

என் கண்களுக்குள் ஆழமாகப் பார்த்துக்கொண்டு, ''நாம் ஜப்பானில் இனி தங்கியிருக்க முடியாது,'' என்றாள்.

இந்தத் திட்டத்தை என் மனதுக்குள் புரட்டிப்போட்டுப் பார்த்தேன். கிரீஸ்? ஆல்கஹாலில் ஊறியிருந்த என் மூளை தருக்கரீதியாகச் சிந்திக்க இயலாதிருந்தது.

“கிரீஸுக்குப் போகவேண்டுமென்றுதான் நான் எப்போதுமே ஆசைப்பட்டு வந்திருக்கிறேன்,” என்றாள். “அதுதான் என் கனவாக இருந்தது. என் தேநிலவுக்கு அங்கேதான் போக விரும்பினேன். ஆனால் எங்களிடம் போதுமான பணம் இல்லை. அதனால் நாம் போவோம், நாம் இருவரும் எதைப் பற்றியும் கவலைகள் இல்லாமல் அங்கே வசிக்கலாம். ஜப்பானிலேயே இருந்தால் விரக்திதான் நம்மை மூழ்கடிக்கும், எதுவும் நல்லதாக நடக்கப்போவதில்லை.”

கிரீஸைப் பற்றி விசேஷமான ஆர்வம் எதுவும் எனக்கு இல்லை. ஆனால் அவளுக்கு நான் உடன்பட்டாக வேண்டும். எங்கள் இருவரிடம் எவ்வளவு பணம் இருக்கிறதென்று கணக்கிட்டோம். அவளிடம் சேமிப்பாக இரண்டரை மில்லியன் யென் இருந்தது. என்னிடம் ஒன்றரை மில்லியன் இருக்கும். ஆகமொத்தம் நான்கு மில்லியன் யென். சுமார் இருபத்தைந்தாயிரம் பவுண்டுகள்.

“இருபத்தைந்தாயிரம் பவுண்டுகளை வைத்துக்கொண்டு கிரேக்க கிராமப் பகுதியில் சில வருடங்கள் காலம் தள்ளலாம்,” என்றாள் இசுமி. “மலிவான விமானங்களில் இரண்டரை ஆயிரத்தில் நாம் போய்விடலாம். அது போனால் மிச்சமிருப்பது சுமார் இருபத்தி மூன்று. ஒரு மாதத்துக்கு அறுநூற்றைம்பது செலவாகுமென்று வைத்துக் கொண்டால் மூன்று வருடங்களுக்குப் போதும். அதிகபட்சமாகக் கணக்கிட்டால் இரண்டரை வருடங்கள். என்ன சொல்கிறாய்? நாம் போய்விடுவோம். பிற்பாடு மற்ற விஷயங்களைத் தீர்த்துக் கொள்ளலாம்”

நான் என்னைச் சுற்றிலும் பார்த்தேன். டென்னிஸ்ஸின் அதிகாலைக் கூட்டம் இளம் ஜோடிகளாக இருந்தது. முப்பது வயதுக்கு மேற்பட்ட ஜோடி நாங்கள் மட்டும்தான். அதுவும் பெரும் அவலம் ஒன்றுக்குப் பிறகு, கையிலிருக்கும் எல்லா பணத்தையும் போட்டு கிரீஸுக்குத் தப்பிச் செல்வதைப் பற்றிப் பேசிக்கொண்டிருந்த ஒரே ஜோடி நாங்கள் மட்டும்தான். என்ன ஒரு குழப்பம் என்று தோன்றியது. என்

உள்ளங்கையை வெகுநேரம் உற்றுப்பார்த்துக் கொண்டிருந்தேன். இப்படிப்பட்ட நிலைக்குத்தான் உண்மையில் என் வாழ்க்கை வந்துவிட்டதா?

இறுதியாக "ஆல்ரைட்," என்றேன், "அப்படியே செய்வோம்."

அடுத்த நாள் அலுவலகத்தில் எனது ராஜினாமா கடிதத்தைக் கொடுத்தேன். என் முதலாளி என்னைப் பற்றிய வதந்திகளைக் கேட்டிருந்தார். தற்சமயத்திற்கு என்னை ஒரு நீண்ட விடுப்பில் வைத்திருப்பதுதான் சரியாக இருக்குமென்று முடிவெடுத்தார். நான் வேலையை விடுகிறேன் என்பதைக் கேள்விப்பட்டு என் சகாக்கள் திகைத்துப் போயிருந்தனர். ஆனால் என் மனதை மாற்றிக்கொள்ளும்படி ஒருவரும் தீவிரமாக முயற்சி செய்யவில்லை. வேலையைத் துறப்பது என்பது ஒன்றும் அவ்வளவு கஷ்டமான காரியமல்லவென்று தெரிந்தது. எதையாவது விட்டுத்தொலைப்பது என்று தீர்மானித்துவிட்டீர்களென்றால் உங்களால் துறக்க முடியாதது மிகச் சொற்பமானவைதான். இல்லை - மிகச் சொற்பமானவையல்ல. உங்கள் மனதில் தீர்மானித்துவிட்டீர்களென்றால் உங்களால் விட்டுத் தொலைக்கமுடியாதது எதுவுமேயில்லை. ஒவ்வொன்றாக உங்களிடமிருந்து எடுத்து எறியத் தொடங்கி விட்டால், எல்லாவற்றையும் விட்டுத்தொலைக்கத்தான் விரும்புகிறீர்கள் என்பதைக் கண்டுகொள்வீர்கள். இது எப்படியென்றால், உங்கள் பணம் மொத்தத்தையும் சூதாட்டத்தில் வைத்துவிட்டு, அட என்னதான் ஆகட்டுமே, மிச்சமிருக்கிற எல்லாவற்றையும் பணயம் வைக்கிறேன் என்பதைப்போல. மிச்சம் இருப்பதைப் பிடித்துத் தொங்கிக் கொண்டிருப்பதில் பெரும் கஷ்டம்தான்.

எனக்குத் தேவையென்று நினைத்தவை எல்லாவற்றையும் ஒரு நடுத்தர அளவு நீலநிற ஸாம்ஸோனைட் சூட்கேஸில் அடைத்தேன். இசுமியும் அதேயளவு லக்கேஜ் எடுத்துக் கொண்டாள்.

எகிப்தின் மீது பறந்து கொண்டிருக்கும்போது, என்னை ஒரு பயங்கரமான பயம் பீடித்தது. எனது பெட்டியைத் தவறுதலாக யாரோ எடுத்துக்கொண்டு போய்விடுவதாக ஒரு பயம். உலகத்தில் பல்லாயிரக்கணக்கான நீலநிற ஸாம்ஸோனைட் சூட்கேஸ்கள் இதே மாதிரி இருக்கும். கிரீஸுக்குப் போய்ச் சேர்ந்ததும், சூட்கேஸைத் திறந்து பார்க்கும்போது, வேறு யாருடைய பொருட்களோ அதில் இருந்தால்? கடுமையான கவலை என்னைத் தாக்கியது. சூட்கேஸ் தொலைந்துவிட்டால், என்னை என் சொந்த வாழ்க்கையோடு பிணைத்துக்கொள்ள எதுவுமே மிச்சமிருக்காது, இசுமியைத்தவிர. திடீரென நான் மாயமாக மறைந்ததைப்போல உணர்ந்தேன். விசித்திரமான உணர்வு. விமானத்தில் அமர்ந்திருக்கும் மனிதன் நானே அல்ல. என்னைப்போலவே காணப்பட்ட ஒரு பொருத்தமான, சௌகரியமான ஸ்தூலத்துக்குள் என் மூளை தப்பாக மாட்டிக்கொண்டு விட்டது. என் மனம் அதீதமான கலவரத்தில் இருந்தது. நான் ஜப்பானுக்குத் திரும்பிச் சென்று என் உண்மையான உடம்புக்குள் புகுந்து கொள்ள வேண்டும். ஆனால் நான் இங்கே எகிப்தின் மேல் பறந்து கொண்டிருக்கிறேன், திரும்பிச் செல்லவே முடியாது. நான் தற்காலிகமாகக் கைக்கொண்டிருக்கும் இந்தத் தசைப்பிண்டம் சாந்துக் கலவையால் ஆனது போல இருந்தது. என்னை நான் சொறிந்து கொண்டால் விள்ளல், விள்ளலாகக் கழன்று விழுந்துவிடும். அடக்கமுடியாமல் நான் நடுங்கத் தொடங்கினேன். இந்த விள்ளல்கள் தொடர்ந்து விழுந்துகொண்டிருந்ததால் நானிருக்கும் இந்த உடம்பு துண்டுதுண்டாக உடைந்து மண்ணாகிப் போகும். விமானத்தின் குளிர்சாதனங்களையும் மீறி எனக்கு வியர்வை துளிர்த்தது. என் சட்டை தோலோடு ஒட்டிக்கொண்டது. சகிக்கமுடியாத ஒரு நாற்றம் என்னிடமிருந்து எழுந்தது. எனக்குள் இந்தப் பிரளயம் நிகழ்ந்து கொண்டிருந்தபோது, வெளியே இசுமி என் கையை இறுக்கமாகப் பிடித்துக்கொண்டிருந்தாள். அவ்வப்போது ஆதுரத்துடன் அணைத்துக்

கொண்டாள். ஒரு வார்த்தைகூடப் பேசாவிட்டாலும் நான் என்ன நிலையில் இருக்கிறேன் என்பது அவளுக்குத் தெரிந்திருந்தது. அடுத்த அரை மணி நேரத்திற்கு இந்த நடுக்கம் இருந்து கொண்டிருந்தது. எனக்குச் செத்துப்போக வேண்டும் போலிருந்தது. துப்பாக்கிக் குழலை என் காதுக்குள் செருகி விசையை அழுத்த வேண்டும். என் மனம், என் தசைப்பிண்டம், இரண்டுமே வெடித்துச் சிதறி மண்ணாகிப்போக வேண்டும்.

நடுக்கம் குறையத்தொடங்கியதும், திடீரென இலேசாக உணர்ந்தேன். இருக்கமாக இருந்த என் தோள்களைத் தளர்த்திக்கொண்டு கால ஓட்டத்துக்கு என்னை ஒப்புவித்தேன். ஆழமான தூக்கம் என்னைப் போர்த்தியது. கண்களைத் திறந்தபோது எனக்குக் கீழே ஈஜியனின் வெளிர்நீல நீர்ப்பரப்பு பரந்து விரிந்திருந்தது.

■

அந்தத்தீவில் எங்களை எதிர்நோக்கியிருந்த மிகப்பெரிய பிரச்சனை, செய்வதற்கு எந்த விஷயமுமே இல்லாதிருந்ததுதான். நாங்கள் வேலைக்குச் செல்லவில்லை. எங்களுக்கு நண்பர்களும் இல்லை. அந்தத் தீவில் திரைப்பட அரங்குகளோ டென்னிஸ் கோர்ட்டுகளோ அல்லது படிப்பதற்குப் புத்தகங்களோ இல்லை. ஜப்பானை விட்டு நாங்கள் திடீரென்று கிளம்பிவிட்டதால் கையில் எந்தப் புத்தகத்தையும் நான் எடுத்துக்கொள்ளவில்லை. விமானநிலையத்தில் நான் வாங்கிய இரண்டு நாவல்களையும் இசுமி கொண்டு வந்திருந்த ஈஸ்கிலஸ்ஸின் சோக நாடகங்களின் ஒரு பிரதியையும் இரண்டு முறை படித்து முடித்துவிட்டேன். சுற்றுலாவாசிகளைக் கவருவதற்காக, துறைமுகத்தில் இருந்த பெட்டிக் கடையில் சில ஆங்கில பேப்பர்பேக் புத்தகங்களை வைத்திருந்தனர். அவற்றில் எதுவும் என்னைக் கவரவில்லை. புத்தகம் வாசிப்பதில் எனக்குப் பேரார்வம். எனக்கு மட்டும் போதிய நேரம்

கிடைத்தால், புத்தகங்களின் மேல் விழுந்து புரண்டு கொண்டிருப்பேன் என்று நினைப்பேன். ஆனால் இப்போது அளவில்லாத நேரம் கையில் இருக்கும்போது படிக்க ஒரு புத்தகமும் இல்லை.

இசுமி கிரேக்கமொழி கற்றுக்கொள்ளத் தொடங்கினாள். கிரேக்க மொழிப் பாடப்புத்தகம் ஒன்றை அவள் வாங்கிக்கொண்டு வினைத்தொடர்புச் சொற்றொடர்களின் பட்டியலைத் தயார் செய்து கொண்டாள். வாய்விட்டு வினைச்சொற்களை ஒப்பித்துக் கொண்டேயிருந்தாள். இப்படியாக, கடைக்காரர்களிடமும் உணவகங்களில் வெயிட்டர்களிடமும் அவளது உடைந்த கிரேக்கத்தில் அவளால் பேச முடிந்தது. சில நண்பர்கள்கூட இதனால் கிடைத்தனர். ஏட்டிக்குப் போட்டியாக நானும் எனது பிரெஞ்ச்சைத் தூசிதட்டி எடுத்தேன். என்றாவது ஒரு நாள் உதவியாக இருக்குமென்று நினைத்தால், இந்தக் குட்டித்தீவில் பிரெஞ்சு பேசுகிற ஒரு ஆத்மாவைக்கூட என்னால் சந்திக்க முடியவில்லை. நகரத்தில் ஆங்கிலத்தை வைத்துக்கொண்டு சமாளித்துவிட முடிந்தது. சில வயதானவர்களுக்கு இத்தாலியனோ ஜெர்மனோ தெரிந்திருந்தது. ஆனால் பிரெஞ்சு? ம்ஹூம்.

செய்வதற்கு எதுவும் இல்லாமல், எல்லா இடங்களிலும் நடந்து திரிந்தோம். துறைமுகத்தில் மீன் பிடிக்க முயற்சித்தோம். ஒன்றும் அகப்படவில்லை. மீன்கள் இல்லாமலில்லை. பிரச்சனை தண்ணீர் மிகத் தெளிவாக இருந்ததுதான். மீனுக்கு, தூண்டிலிலிருந்து அதைப் பிடிக்க முயற்சித்துக் கொண்டிருக்கும் மனிதனின் முகம் வரை தண்ணீருக்குள்ளிருந்து தெளிவாகத் தெரியும் போலிருக்கிறது. சரியான தத்தி மீனாக இருந்தால்தான் மாட்டியிருக்கும் போல. நான் ஒரு ஸ்கெட்ச் புத்தகத்தையும், வாட்டர் கலர் ஒரு செட்டும் உள்ளூர் கடை ஒன்றில் வாங்கினேன். அந்தத் தீவெங்கிலும் சுற்றி நிலக்காட்சிகளையும் மனிதர்களையும் வரைந்தேன். இசுமி என் பக்கத்தில் உட்கார்ந்துகொண்டு, அவளது கிரேக்கச் சொற்றொடர்களை மனனம்

செய்துகொண்டே நான் வரைவதைப் பார்த்துக்கொண்டிருப்பாள். உள்ளூர்வாசிகள் நான் வரைவதை நின்று கவனிப்பார்கள். பொழுதைப் போக்குவதற்காக நான் அவர்களின் உருவப் படங்களையும் வரையத் தொடங்க, அது மிகவும் பிரபலமாகி விட்டது. அவர்களுக்கு வரைந்த படத்தைக் கொடுத்தால், பதிலுக்கு பீர் வாங்கிக்கொடுத்தனர். ஒருமுறை மீனவன் ஒருவன் ஒரு முழு ஆக்டோபஸ்ஸைக் கொடுத்தான்.

"உருவப்படங்கள் வரைவதை நீ தொழிலாகவே வைத்துக் கொள்ளலாம்," என்றாள் இசுமி. "நீ நன்றாக வரைகிறாய். இதை வைத்து நீ கொஞ்சம் காசு பார்க்கலாம். நீ ஒரு புகழ்பெற்ற ஜப்பானிய ஓவியன் என்று அளந்துவிடு. இங்கே ஜப்பானியர்கள் அதிகம் பேர் இருக்கமாட்டார்கள்."

நான் வாய்விட்டுச் சிரித்தேன். ஆனால் அவள் முகபாவம் தீவிரமாகத்தான் இருந்தது. கிரேக்கத் தீவுகள் ஒவ்வொன்றுக்கும் சென்று மலையேறி, மனிதர்களை வரைந்து கொஞ்சம் காசும், அவ்வப்போது ஓசியில் பீரும் பெற்றுக்கொள்வதைக் கற்பனை செய்துபார்த்தேன். இது ஒன்றும் மோசமான திட்டமாக இல்லையே என்று தோன்றியது.

"ஜப்பானிய சுற்றுலாவாசிகளுக்கு நான் ஒருங்கமைப்பாளராக இருப்பேன்," அவள் தொடர்ந்தாள், "நாளாக ஆக, ஜப்பானியர்கள் நிறையபேர் வருவார்கள். நமக்கு வருமானம் அதிகரிக்கும். ஆனால் அதற்குள் கிரேக்க மொழியை நான் சீரியஸாகக் கற்றுக்கொள்ள வேண்டும்."

"எந்த வேலைக்கும் போகாமல் இரண்டரை வருடங்களைக் கடத்த முடியுமென்று நினைக்கிறாயா?" என்று கேட்டேன்.

"கொள்ளையடிக்கப்பட்டோ, நோய்வாய்ப்பட்டு பெரிதாக மருத்துவச் செலவோ, அல்லது விபத்தாக ஏதாவதோ நமக்கு நிகழாதவரையில், சமாளித்துவிடலாம். அசம்பாவிதம் எதுவும் நடக்கக்கூடாது. ஆனால் எதிர்பாராத சிக்கல்களுக்காக நாம் தயாராகத்தான் இருக்க வேண்டும்."

"இதுவரை மருத்துவரிடம் நான் சென்றதேயில்லை" என்றேன். இசுமி என்னை நேராகப் பார்த்தாள். உதட்டை இறுக்கி ஒரு பக்கமாக சுருக்கிக்கொண்டாள்.

"சரி, நான் கர்ப்பம் தரித்துவிட்டேன் என்றால், என்ன செய்வாய்?" என்றாள். "முடிந்த அளவுக்கு ஜாக்கிரதையாகத்தான் இருக்கிறாய். ஆனால் தவறுகள் நடப்பது சகஜம். அப்படி நிகழ்ந்துவிட்டால் நம்முடைய பணம் சடுதியில் கரைந்துவிடும்.

அப்படி ஒரு நிலைமை வந்தால், நாம் ஜப்பானுக்குத் திரும்பிப்போக வேண்டியிருக்கலாம்," என்றேன்.

"அது நடக்கவே நடக்காது, புரிகிறதா?" என்றாள் அமைதியாக. "நம்மால் ஜப்பானுக்கு ஒருபோதும் திரும்பவே முடியாது."

இசுமி தனது கிரேக்க மொழிப் பாடத்தைத் தொடர்ந்து வந்தாள்; நான் எனது சித்திரம் வரைதலை.

என் வாழ்க்கையிலேயே மிக அமைதியான காலகட்டம் இதுதான். எளிமையாக உணவு உண்டு, மலிவான ஒயின்களை அருந்திக்கொண்டிருந்தோம். ஒவ்வொரு நாளும் அருகிலிருந்த ஒரு குன்றின் மீதேறிச்செல்வோம். உச்சியில் ஒரு சிறிய கிராமம் இருந்தது. அங்கிருந்து தொலைவிலிருக்கும் மற்ற தீவுகள் தெரியும். சுத்தமான காற்றாலும் நல்ல உடற்பயிற்சியாலும் நான் நல்ல உடற்தகுதியோடு இருந்தேன். தீவில் சூரியன் மறைந்ததும் சின்ன சத்தம் கூடக் கேட்காது. அந்த அமைதியில் இசுமியும் நானும் காதல் புரிவோம். எல்லாவிதமான விஷயங்களையும் பேசிக்கொண்டிருப்போம். கடைசி ரயிலைப் பிடிக்க வேண்டிய கவலை, எங்கள் வாழ்க்கைத் துணைகளிடம் சொல்ல வேண்டிய பொய்களைப் பற்றிய விசனம், எதுவுமில்லாத வாழ்க்கை. நம்ப முடியாதபடிக்கு அற்புதமான வாழ்க்கை. இலையுதிர் காலம் சிறிது சிறிதாக மாறி முன்பனிக்காலம் தொடங்கியது. காற்றின் வேகம் கூடி, கடலில் வெள்ளை தொப்பிப் பறவைகள் தென்படத் தொடங்கின.

இந்த நேரத்தில்தான் ஆள் உண்ணும் பூனைகளைப் பற்றிய செய்தியை பேப்பரில் படித்தோம். அதே செய்தித்தாளில் ஜப்பானிய பேரரசரின் உடல்நிலை சீர்குலையத் தொடங்கியிருந்த செய்தியும் வெளியாகியிருந்தது. ஆனால் நாங்கள் பேப்பர் வாங்கியது பணமாற்ற விகிதங்களைத் தெரிந்து கொள்வதற்காகத்தான். திராக்மாவுக்கு ஈடான யென் மதிப்பு தொடர்ந்து கூடிக்கொண்டிருந்தது. இது எங்களுக்கு முக்கியமான நல்ல செய்தி. யென் ஆரோக்கியமாக இருக்கும்வரை எங்களுக்குப் பணமும் அதிகம் கிடைக்கும்.

"பூனைகளைப் பற்றிப் பேசும்போது என் சின்ன வயதில் எங்கள் வீட்டுப்பூனை விநோதமான வகையில் காணாமற்போனது ஞாபகத்திற்கு வருகிறது." அந்தச் செய்தியைப் படித்த சில தினங்கள் கழித்து இசுமியிடம் சொன்னேன்.

இசுமிக்கு ஆர்வம் ஏற்பட்டு மேலும் கேட்பதற்குத் தயாரானாள். அவளது கிரேக்கச் சொற்றொடர் அட்டவணையிலிருந்து தலையை உயர்த்தி என்னைப் பார்த்தாள். "எப்படி?"

"எனக்கு ஏழு வயதிருக்கும், ஒருவேளை எட்டாக இருக்கலாம். நாங்கள் ஒரு கம்பெனி வீட்டில் வசித்து வந்தோம். அந்த வீட்டில் ஒரு பெரியதோட்டம் இருக்கும். அங்கே ஒரு புராதானமான பைன் மரம் இருந்தது. மிகப்பெரிய மரம். உச்சி கண்ணுக்கே தெரியாது. ஒருநாள் நான் பின் வாசலில் உட்கார்ந்து புத்தகம் படித்துக் கொண்டிருந்தேன். ஆமை ஓட்டு நிறத்திலிருந்த எங்கள் பூனை தோட்டத்தில் விளையாடிக்கொண்டிருந்தது. பூனைகள் சில நேரங்களில் அர்த்தமில்லாமல் தாவிக்குதித்துக் கொண்டிருக்குமே அப்படி குதித்துக்கொண்டிருந்தது. எதனாலோ அது அளவுக்கு மீறி கிளர்ச்சியடைந்திருந்தது. நான் அதைக் கவனித்துக் கொண்டிருக்கிறேன் என்ற பிரக்ஞைகூட இல்லாமல் அது குதியாட்டம் போட்டுக் கொண்டிருந்தது. அதைப் பார்க்கப் பார்க்க எனக்கு பயம் அதிகரித்தது. அந்தப் பூனைக்கு பேய் பிடித்துவிட்டதைப்

போலிருந்தது. அப்புறம் அந்த பைன் மரத்தைப் படுவேகமாகச் சுற்றிவரத் தொடங்கியது. 'லிட்டில் பிளாக் ஸாம்போ'வில் அந்தப்புலி சுற்றுமே, அதைப்போல. திடீரென்று சுற்றுவதை நிறுத்திவிட்டு, விடுவிடுவென்று மரத்தின் மேல் ஏறத்தொடங்கியது. உச்சிக் கிளைகளை நோக்கி அது ஏறிக்கொண்டேயிருக்க, அதன் சின்ன முகம் கிளைகளுக்கு மத்தியில் என் பார்வையிலிருந்து கொஞ்சம் கொஞ்சமாக மறைந்து வந்தது. பயங்கரமான டென்ஷனில் பதற்றத்தோடு மரமேறிய அந்தப்பூனை கிளைகளுக்குப் பின்னால் கடைசியில் காணாமற்போனது. எதையோ அது வெறித்துக் கொண்டிருக்க வேண்டுமென்று தோன்றியது. நான் அதன் பேரைச் சொல்லிக் கூப்பிட்டேன். காதிலேயே விழாதமாதிரி அது வெளியே வரவில்லை."

"அந்தப் பூனையின் பெயர் என்ன?" என்று கேட்டாள் இசுமி.

"மறந்துவிட்டேன். மாலை வந்தது. மெதுவாக இருட்டியது. நான் கவலையோடு அந்தப் பூனை கீழே இறங்கி வரும் என்று வெகுநேரம் காத்திருந்தேன். கடைசியில் கும்மிருட்டானது. அந்தப் பூனையை நாங்கள் பிறகு பார்க்கவேயில்லை."

"அது ஒன்றும் அசாதாரணமல்ல," என்றாள் இசுமி. "பூனைகள் அடிக்கடி இதுபோல மறைந்து போவதுண்டு. குறிப்பாக வெயில் அதிகமாக இருக்கும்போது படபடப்பு அதிகமாகி, வீட்டுக்குத் திரும்பும் வழியை மறந்துவிடும். நீ கவனிக்காமல் இருக்கும் போது அந்தப் பூனை பைன் மரத்திலிருந்து இறங்கி எங்காவது போய்விட்டிருக்கும்."

"அப்படித்தான் நானும் நினைக்கிறேன்," என்றேன். "ஆனால் அப்போது நான் சின்னப்பையன். அந்தப் பூனை மரத்தின் உச்சியிலேயே வசிக்க முடிவெடுத்து விட்டது என்று உறுதியாக நம்பினேன். அதனால் கீழே வரமுடியாததற்கு ஏதோ காரணம் இருக்கவேண்டும். ஒவ்வொரு நாளும் வாசலில் உட்கார்ந்துகொண்டு,

அந்தப் பூனை கிளைகளுக்கு நடுவிலிருந்து எட்டிப் பார்க்கும் என்று | ®¤ Uö Põs i ¸ ¢÷uß .”

இசுமிக்கு இந்தக் கதையில் ஆர்வம் போய்விட்டது தெரிந்தது. அவளது இரண்டாவது ஸேலம்மைப் பற்ற வைத்துக்கொண்டு தலையை உயர்த்தி என்னைப் பார்த்தாள்.

“உன் குழந்தையின் ஞாபகம் எப்போதாவது உனக்கு வருகிறதா?” அவள் கேட்டாள்.

இதற்கு என்ன பதில் சொல்வது என்று தெரியவில்லை. நேர்மையாக, “சில நேரங்களில்,” என்றேன். “ஆனால் எப்போதும் அல்ல. அபூர்வமாக ஏதாவது ஒரு விஷயம் ஞாபகப்படுத்திவிடும்.”

“அவனைப் பார்க்க வேண்டுமென்று தோன்றுகிறதா?”

“சிலநேரங்களில் தோன்றும்,” என்றேன். ஆனால் அது பொய். அப்படித்தான் நான் உணர்ந்தாக வேண்டுமென்று எனக்குத் தோன்றியது. என் மகனோடு நான் வாழும்போது, நான் பார்த்ததிலேயே மிக அழகான அற்புதம் அவன்தானென்று நினைத்துவந்தேன். வீட்டுக்குத் தாமதமாக வரும்போதெல்லாம், என் மகனின் அறைக்குத்தான் முதலில் செல்வேன், அவனுடைய தூங்கும் முகத்தைக் காண்பதற்காக. சில நேரங்களில் அவனை நொறுக்கிவிடுமளவுக்கு இறுக்கமாக அழுத்திக் கசக்க வேண்டும்போல ஆசை வரும். இப்போது அவனைப் பற்றிய எல்லாமே-அவன் முகம், அவன் குரல், அவன் செய்கைகள்-ஒரு தூர தேசத்தில் இருக்கின்றன. என்னால் தெளிவாக ஞாபகப்படுத்திக்கொள்ள முடிவதெல்லாம், அவனுக்குப் பயன்படுத்தும் சோப்பின் வாசனை. நான் குளிக்கும்போது அவனையும் தூக்கிச்சென்று, அவன் மென்மையான உடலைத் தேய்த்துக் குளிப்பாட்டுவேன். அவனுக்கு ரொம்பவும் சென்ஸிட்டிவான சருமம். எனவே அவனுக்காகவென்றே ஒரு விசேஷமான சோப்புக் கட்டியை என் மனைவி வாங்கி

வைத்திருப்பாள். என் மகனைப் பற்றி என்னால் ஞாபகப்படுத்திக்கொள்ள முடிவதெல்லாம் சோப்பின் வாசனையைத்தான்.

"உனக்கு ஜப்பான் போகவேண்டுமென்றிருந்தால் உன்னை நான் தடுப்பேன் என்று நினைக்காதே," என்றாள் இசுமி. "என்னைப் பற்றிக் கவலைப்பட வேண்டாம், நான் எப்படியாவது சமாளித்துக் கொள்வேன்."

நான் தலையை ஆட்டினேன். அது நடக்கப்போவதில்லை என்பதை அறிந்திருந்தேன்.

"உன் மகன் வளர்ந்து பெரியவன் ஆனதும், அந்த பைன் மரத்தில் ஏறி மறைந்து போன பூனையைப் போலவே உன்னையும் நினைத்துக்கொள்வானோ என்று யோசிக்கிறேன்," என்றாள்.

நான் சிரித்தேன். "ஒருவேளை அப்படியும் நடக்கலாம்," என்றேன்.

இசுமி சிகரெட்டைச் சாம்பல் குடுவையில் திணித்துவிட்டு பெருமூச்செறிந்தாள். "சரி வீட்டுக்குப் போய் காதல் புரியலாம். சரியா?" என்றாள்.

"இன்னும் பகல் முடியவில்லை," என்றேன்.

"அதனால் என்ன? எதாவது தப்பா?"

"அப்படியொன்றும் இல்லை."

■

நள்ளிரவில் எழுந்தபோது இசுமி பக்கத்தில் இல்லை. கட்டிலுக்குப் பக்கத்திலிருந்த கடிகாரத்தைப் பார்த்தேன். பனிரெண்டு முப்பது. விளக்குக்காகத் தடுமாறி, ஸ்விட்ச்சைப்போட்டு அறையைச் சுற்றிலும் பார்வையைச் செலுத்தினேன். தூங்கிக்கொண்டிருந்தபோது யாரோ

வந்து எல்லாவற்றையும் திருடி எடுத்துக்கொண்டு, சுற்றிலும் நிசப்தப்பொடியைத் தூவிவிட்டுப் போய் விட்டதைப்போல எல்லாமே நிச்சலமான அமைதியில் சமைந்திருந்தது. சாம்பல் குடுவையில் நசுங்கிய ஸேலம் சிகரெட் துண்டுகள் இரண்டும், பக்கத்தில் மூடி திறந்த காலி சிகரெட் பெட்டியும் கிடந்தன. கட்டிலிலிருந்து இறங்கி வசிப்பறைக்குச் சென்றேன். இசுமி அங்கேயும் இல்லை. சமையலறையிலோ குளியலறையிலோ கூட இல்லை. கதவைத் திறந்து முன் வாசலுக்கு வெளியே பார்த்தேன். பிரகாசமான நிலா வெளிச்சத்தில் இரண்டு வினைல் நாற்காலிகள் நனைந்து கொண்டிருந்தன. இசுமி என்று மெல்லிய குரலில் கூப்பிட்டேன். ஒன்றும் நிகழவில்லை. இந்த முறை சற்று உரக்கக் கூப்பிட்டேன். என் இதயம் திடுக்கிட்டது. இது என் குரலா? குரல் மிகவும் கனமாக, இயல்புக்கு மாறாக இருந்தது. இன்னும் பதிலே இல்லை. கடலிலிருந்து மெல்லிய காற்று வந்து பேம்பாஸ் புற்களைச் சலசலக்க வைத்தது. கதவை மூடிவிட்டுச் சமையலறைக்குச் சென்று, என்னை நிதானப்படுத்திக்கொள்வதற்காக அரை கிளாஸ் ஒயின் ஊற்றிக் கொண்டேன்.

சந்திரகிரணங்கள் சமையலறை ஜன்னல் வழியே நுழைந்து, சுவரிலும் தரையிலும் விநோத நிகழ்வுகளைச் சிருஷ்டித்தது. அந்தச் சூழலே ஏதோ நவீன நாடகம் ஒன்றின் குறியீட்டு அரங்கம் போல இருந்தது. திடீரென்று அது என் நினைவுக்கு வந்தது. பைன் மரத்தில் அந்தப் பூனை ஏறி மறைந்த இரவு இதைப்போலவேதான் இருந்தது. ஒரு சின்ன மேகத்தீற்றல்கூட இல்லாத பௌர்ணமி. அன்றிரவு உணவுக்குப்பின், பூனையைப் பார்ப்பதற்காக மீண்டும் தோட்டத்து வாசலுக்கு வந்து உட்கார்ந்தேன். இரவு செல்லச்செல்ல, சந்திர வெளிச்சத்தின் பிரகாசம் கூடியது. பைன் மரத்திலிருந்து என் கண்களை அகற்றவே முடியவில்லை.

மரக்கிளைகளுக்கு நடுவே பூனைகளின் கண்கள் மினுமினுப்பது தெரிவதாகவே அவ்வப்போது தோன்றிக்கொண்டிருந்தது. ஆனால் அது வெறும் பிரமை.

கனமான ஸ்வெட்டரும் ஜீன்சும் அணிந்துகொண்டு, மேஜையிலிருந்த காசுகளை எடுத்து பாக்கெட்டில் போட்டுக் கொண்டு வெளியே சென்றேன். இசுமிக்கு தூக்கம் வந்திருக்காது. அதனால் எழுந்து வெளியே உலாவச் சென்றிருப்பாள். அப்படித்தான் இருக்கும். காற்று அடங்கிவிட்டிருந்தது. மிகையான சினிமா பின்னணி சப்தங்கள் போல எனது டென்னிஸ் காலணிகள் தெருவின் சரளைக்கற்களை அரைக்கும் சப்தம் மட்டும்தான் எழுந்து கொண்டிருந்தது. இசுமி துறைமுகம் பக்கம்தான் சென்றிருப்பாள் என்று முடிவுசெய்தேன். அவள் செல்வதற்கு வேறு எந்த இடமும் இல்லை. துறைமுகத்துக்குச் செல்ல ஒரே ஒரு வழிதான் உண்டு. எனவே அவளைத் தவறவிடமுடியாது. தெருவில் எந்த வீட்டிலும் விளக்கு வெளிச்சமே இல்லை. நிலாவெளிச்சம் தரைக்கு வெள்ளிமுலாம் பூசியிருந்தது. அதைப் பார்ப்பதற்கு சமுத்திரத்தின் அடிப்பரப்பைப் போலிருந்தது.

துறைமுகத்துக்குச் செல்லும் பாதி வழியில் மெலிதான இசை காதில் விழுந்தது. நின்றேன். முதலில் அதை மனப்பிரமை என்று நினைத்தேன். காற்றழுத்தம் குறையும்போது காதுக்குள் ஒருவித ரீங்காரம் சில நேரங்களில் ஏற்படும். ஆனால் உற்றுக்கேட்டபோது அது ஒரு இன்னிசைதான் என்பது புலப்பட்டது. மூச்சையடக்கிக்கொண்டு எவ்வளவு முடியுமோ அவ்வளவு உன்னிப்பாகக் காதைத் தீட்டிக்கொண்டு கேட்டேன். என் உடம்புக்குள்ளிருக்கும் இருட்டில் என் மனதைத் தோய்த்து ஊற வைப்பதைப்போல. சந்தேகமே இல்லை. அது இசைதான். யாரோ சங்கீத வாத்தியம் இசைக்கின்றனர். ஒலிப்பெருக்கியில் வாசிக்காத நேரடியான சங்கீதம். ஆனால் அது என்ன வாத்தியமாக இருக்கக்கூடும்? Zorba the Greek படத்தில்

ஆண்டனி க்வின் மாண்டலின் போன்ற ஒரு கருவியை வாசிப்பாரே, அதுவா? பூஸூகியா? ஆனால் அர்த்த ராத்திரியில் யார் பூஸூகி வாசித்துக்கொண்டிருக்கப் போகிறார்கள்? அதுவும் எங்கே?

■

நடைப்பயிற்சிக்காக நாங்கள் தினமும் செல்வோமே, அந்தக் குன்றின் மேலிருக்கும் கிராமத்திலிருந்துதான் சங்கீதம் வந்து கொண்டிருப்பதைப் போலிருந்தது. என்ன செய்வதென்றும் எந்தத் திசையில் திரும்புவதென்றும் தெரியாமல் அந்த நாற்சந்தியில் நின்றேன். இதே இடத்திலிருந்து இசுமியும் இதே சங்கீதத்தைக் கேட்டிருப்பாள். அதை நோக்கித்தான் அவள் சென்றிருப்பாள் என்று சர்வநிச்சயமாக எனக்குத் தோன்றியது.

சட்டென முடிவெடுத்து, அச்சாலை சந்திப்பின் வலப்புறம் திரும்பி, எனக்கு நன்கு பழக்கமான மேட்டுப்பாதையில் நடக்கத் தொடங்கினேன். பாதையை வரிசையிட்டிருக்கும் மரங்கள் எதுவுமில்லை. பாறைகளின் நிழல்களில் ஒளிந்திருக்கும், முட்டியளவு உயர்ந்த முட்புதர்கள் மட்டும்தான். மேலே நடக்க நடக்கத்தான் அந்த இசையைத் தெளிவாகக் கேட்க முடிந்தது. அந்த இசையில் ஒருவித கொண்டாட்டத் தன்மை இருந்தது. அந்தக் கிராமத்தில் ஏதோ விருந்து நடைபெறுகிறது போலும். அதன்பிறகு தான் எனக்கு ஞாபகம் வந்தது. அன்று காலை துறைமுகத்தருகே ஒரு கல்யாண ஊர்வலத்தைப் பார்த்தோம். இது அந்தக் கல்யாண விருந்தாகத்தான் இருக்க வேண்டும். ராத்திரி வரை நீண்டு கொண்டிருக்கிறது.

அப்போது - எந்த எச்சரிக்கையுமில்லாமல் - நான் மறைந்து போனேன்.

ஒருவேளை நிலா வெளிச்சம் காரணமாக இருக்கலாம். அல்லது அந்த நள்ளிரவு சங்கீதம். நான் எடுத்து வைத்த ஒவ்வோர் அடியிலும்

என் அடையாளம் அழியும்படி புதைமணலுக்குள் புதைந்து கொண்டிருப்பதைப்போல உணர்ந்தேன். எகிப்தின் மீது விமானத்தில் பறந்து கொண்டிருந்தபோது ஏற்பட்ட அதே உணர்ச்சி. நிலா வெளிச்சத்தில் நடந்து சென்றுகொண்டிருப்பது நானல்ல. நான் கிடையாது. எனக்காகக் களிமண்ணால் செய்யப்பட்ட ஒரு பதிலி. என் முகத்தைக் கையால் துடைத்துக் கொண்டேன். ஆனால் இது என் முகமல்ல. என் கையுமல்ல. என் இதயம் அதி வேகமாக என் மார்புக்கூட்டில் தடதடத்து அதிர, என் உடம்பெங்கும் ரத்தம் காட்டாற்று வேகத்தில் பாய்ந்தது. என் உடம்பு களிமண் பொம்மை. சூனியக்காரன் ஒருவன் மூச்சுக்காற்று ஊதி உயிர் கொடுத்திருக்கும் ஒரு பில்லி சூனிய பொம்மை. நிஜவாழ்க்கையின் தணல் இதில் இல்லை. எனது மாற்று ஏற்பாடு, அபத்த தசைக்கோளம் உயிரற்ற அசைவுகளில் நகர்ந்து கொண்டிருக்கிறது. எதற்காகவோ பலியிடுவதற்காக இருக்கும் ஒரு கைப்பாவை நான்.

நிஜமான நான் எங்கேயிருக்கிறேன்? எனக்குக் குழம்பியது.

திடீரென எங்கிருந்து வருகிறதென்று தெரியாமல் இசுமியின் குரல் கேட்டது. *'நிஜமான நீ, பூனைகளால் தின்னப்பட்டுவிட்டாய். நீ இங்கே நின்று கொண்டிருந்தபோது பசியோடிருந்த அந்தப் பூனைகள் உன்னைத் தின்றுதீர்த்துவிட்டன. மிச்சமிருப்பது எலும்புகள் மட்டும்தான்'*

சுற்றுமுற்றும் பார்த்தேன். பிரமைதான். தரையில் சிதறிக்கிடந்த பாறைகளும், குட்டைப் புதர்களும், அவற்றின் நிழல்களும்தான் இருந்தன. குரல் என் தலைக்குள்ளிருந்துதான் வருகிறது.

இப்படிப்பட்ட இருட்டு எண்ணங்களை நிறுத்து. எனக்கு நானே சொல்லிக் கொண்டேன். ஒரு மாபெரும் அலையிலிருந்து தப்பிப்பதற்காகக் கடலுக்கடியிலிருந்த ஒரு பாறையை இறுகப் பற்றிக்கொண்டு மூச்சை அடக்கியபடி இருக்கிறேன். அலை நிச்சயம்

கடந்துவிடும். அதிகம் உழைத்து நீ சோர்ந்து போயிருக்கிறாய். அவ்வளவுதான். எனக்கு நானே சொல்லிக்கொண்டேன். நிஜமாக இருப்பதைப் பற்றிக்கொள். அது எதுவாக இருந்தாலும் பரவாயில்லை. நிஜமாக இருப்பதைக் கெட்டியாகப் பற்றிக்கொள். சில்லறைக்காக என் பாக்கெட்டுக்குள் கையை விட்டேன். என் உள்ளங்கையில் அவை வியர்த்தன.

வேறு எதையாவது யோசிக்க முயன்றேன். உனோகியில் இருந்த எனது பிரகாசமான அபார்ட்மென்ட். நான் அங்கேயே விட்டுவிட்டு வந்த இசைத்தட்டுகள். எனது அழகான ஜாஸ் சேகரிப்புகள். ஐம்பதுகளிலும் அறுபதுகளிலுமிருந்த வெள்ளை ஜாஸ் பியானோ கலைஞர்கள். லென்னி ட்ரிஸ்டானோ, அல் ஹைக், கிளாட் வில்லியம்ஸன், லூ லெவி, ரூஸ் ஃப்ரீமன். பெரும்பாலான இசைத் தொகுப்புகள் தற்போது கிடைக்காதவை. அவற்றை சேகரிக்க எவ்வளவோ நேரத்தையும் பணத்தையும் செலவழித்திருக்கிறேன். இசைத்தட்டு கடைகளைத் தேடி அலைந்திருக்கிறேன். இதர சேமிப்பாளர்களிடம் பரிமாறிக் கொண்டிருக்கிறேன். இப்படித்தான் எனது பொக்கிஷம் மெதுவாக வளர்ந்தது. எனது சேகரிப்பிலிருந்த பெரும்பாலான இசையாளர்களை முதல் தரமானவர்கள் என்று சொல்ல முடியாது. இருந்தாலும் அந்த நாட்பட்ட பழங்கால இசைத்தட்டுகள் உருவாக்கிய தனித்துவமான, இணக்கமான சூழலை நான் நேசித்தேன். உலகத்தில் எல்லாமே முதல் தரமானவைகளாலேயே நிரப்பப்பட்டிருந்தால் அது ஒருவித மழுங்கலான இடமாகத்தானே இருக்கும்? அந்த இசைத்தட்டுகளின் மேலுறைகள் அனைத்தும், அவற்றின் எல்லா நுட்பங்களோடும் - என் கையில் உணரும் அவற்றின் எடை, திண்மை - ஞாபகத்துக்கு வந்தன.

ஆனால், அவையெல்லாம் இப்போது என்றென்றைக்குமாகப் போய்த் தொலைந்து விட்டன. அவற்றை நானேதான் துடைத்தழித்துவிட்டேன்.

இசுமிக்கு முத்தம் தரும்போது உணர்கிற புகையிலை வாசனையை யோசித்துப் பார்த்தேன். அவள் உதடுகள், நாவின் தொடுகை. என் கண்களை மூடினேன். எனக்குப் பக்கத்தில் அவள் இருக்க வேண்டும். அவன் என் கைகளைப் பற்றிக்கொள்ள வேண்டும். எகிப்தின் மீது பறந்து செல்லும்போது என் கைகளைப் பற்றிக்கொண்டதைப் போல என்னை ஒருபோதும் விட்டு விலகக்கூடாது.

கடைசியில் அந்த அலை என்னைக் கடந்து சென்றது. அதனுடன் சேர்ந்து இசையும் விலகிப் போனது.

அவர்கள் வாசிப்பதை நிறுத்திவிட்டார்களா? நிச்சயமாக அது ஒரு சாத்தியம்தான், மேலும் இப்போது இரவு ஒரு மணி அல்லவா? அல்லது, இந்த இசை என்பதே என் கற்பனைதானோ? அதுவும் சாத்தியம்தான். என் செவிகளை இனியும் என்னால் நம்ப முடியாது. கண்களை மூடி என் பிரக்ஞைக்குள் மூழ்கி, அந்த இருட்டில் ஒரு மெல்லிய கனமான கோட்டினை நழுவவிட்டேன். ஒரு சின்ன சத்தம்கூடக் கேட்கவில்லை. எதிரொலிகூட எழும்பவில்லை.

என் கடிகாரத்தைப் பார்த்தேன். என் கையில் கடிகாரம் கட்டிக்கொண்டிருக்கவில்லையென்று உணர்ந்தேன். பெருமூச்சுடன் என் இரண்டு கைகளையும் பாக்கெட்டுக்குள் செருகிக் கொண்டேன். உண்மையில் நேரத்தைப் பற்றி எனக்கு எந்த அக்கறையும் இல்லை. வானத்தை நிமிர்ந்து பார்த்தேன். நிலா என்பது ஒரு சில்லிட்ட பாறை. அதன் மேற்தோல் வருடக்கணக்கான வன்முறைகளால் தின்னப்பட்டு வருகிறது. அதன் மேற்பரப்பில் நிழல்களைப் பார்த்தால் தன் விஷக்கொம்புகளைத் துருத்திக்கொண்டு பரவிவரும் புற்றுநோயைப்போல இருக்கின்றன. சந்திர ஒளி மனிதர்களின் மனங்களில் பல விஷமங்களைச் செய்கிறது. பூனைகளை மாயமாக மறைய வைக்கிறது. இசுமியைக் காணாமற்போக வைத்திருக்கிறது. ஒருவேளை இவையெல்லாமே கவனத்துடன் திட்டமிடப்பட்ட

நாடகங்கள்தானோ? பலவருடங்களுக்கு முன் அந்த இரவில் தொடங்கப்பட்ட நாடகம்.

கைகளை உதறி விரல்களைச் சொடுக்கி சோம்பல் முறித்துக்கொண்டேன். தொடர்ந்து செல்லலாமா அல்லது வந்த வழியே திரும்பலாமா? இசுமி எங்கே சென்றாள்? அவளில்லாமல் இந்தக் காயல் தீவில் தன்னந்தனியாக எப்படி வாழப்போகிறேன்? சுலபத்தில் உடைந்துவிடக்கூடிய, நிகழ்கால என்னை ஒன்றாகச் சேர்த்துக் கட்டி வைத்திருக்கும் ஒரே விஷயம் அவள்தான்.

குன்றின் மீது தொடர்ந்து ஏறிச்சென்றேன். இவ்வளவு தூரம் வந்தாகிவிட்டது. இதன் உச்சியைத்தான் அடைந்து பார்த்துவிடலாம். இங்கே உண்மையிலேயே சங்கீதம் இசைக்கப்பட்டதா? எவ்வளவு நுட்பமான தடயங்களே மிச்சமிருந்தாலும் அதை நான் உறுதிப்படுத்தியே ஆகவேண்டும். ஐந்து நிமிடங்களில் உச்சியை அடைந்து விட்டேன். தெற்குப் பகுதியில் கடலையும் துறைமுகத்தையும் தூங்கும் நகரத்தையும் நோக்கிக் குன்று சரிந்த கடற்கரைச் சாலையில் தெருவிளக்குகள் சிதறியிருந்தன.

மலையின் மறுபகுதியை இருட்டு போர்த்தியிருந்தது. கொஞ்ச நேரத்துக்கு முன் இங்கே ஒரு விருந்து கொண்டாடப்பட்டதற்கான எவ்வித அறிகுறியும் காணப்பட வில்லை.

அபார்ட்மென்ட்டுக்குத் திரும்பி வந்து ஒரு கிளாஸ் பிராந்தியை விழுங்கினேன். தூங்க முயற்சித்தேன். முடியவில்லை. கீழ்வானில் வெளிச்சம் ஏற்றும் வரை நிலவின் பிடியில் சிக்கியிருந்தேன். திடீரென ஒரு பூட்டிய அபார்ட்மென்ட்டுக்குள் சிக்கிக்கொண்டு உயிர் போகும் பசியில் துடித்துக்கொண்டிருந்த பூனைகளின் நினைவு வந்தது. நான் - நிஜமான நான் - இறந்துவிட்டேன். அவை உயிரோடு இருக்கின்றன. என் தசையைத் தின்றுகொண்டு, என் இதயத்தைக் கடித்துக்கொண்டு, குருதியை உறிஞ்சிக்கொண்டு, என் ஆண்குறியைப் பிய்த்துக்

கொண்டிருக்கின்றன. வெகு தூரத்தில் அவை என் மூளையை நாவால் துழாவிக் குடிப்பதைக் கேட்க முடிகிறது. மேக்பெத்தின் பிசாசுகளைப் போல அந்த மூன்று நொசிவான பூனைகளும் என் உடைந்த தலையைச் சுற்றி நின்றுகொண்டு உள்ளிருக்கும் கெட்டியான கூப்பை உறிஞ்சிக் கொண்டிருக்கின்றன. அவற்றின் சொரசொரப்பான நாக்குகள் என் மனதின் மென்மையான மடிப்புகளை நக்குகின்றன. ஒவ்வொரு நக்கலிலும் என் பிரக்ஞை ஒரு சுடரைப்போலத் துடித்து மங்கித் தேய்ந்து கொண்டிருந்தது.

கல்குதிரை

என் தலைமுறைக்காக ஒரு நாட்டார்

C » UQ¯ ® : ¤ ØPõ»

• u» õÎ zxÁzvß J¸ • ß

\› zv µ®

நான் 1949ல் பிறந்து 1961ல் உயர்நிலைப் பள்ளிக்கு நுழைந்து 1967ல் பல்கலைக்கழகத்தில் சேர்ந்தேன். வெகுநாட்களாக எதிர்பார்த்திருந்த என் இருபதாவது பிறந்தநாளை - முதிர் பருவத்திற்கு அதுதான் வாசல் - இரைச்சலும் அமர்க்களமுமாக எதற்கும் கீழ்படியாத மாணவப் பருவத்தின் உச்சத்தை அடைந்தேன். அதுதான் அறுபதுகளின் ஓர் உதாரண மகனாக என்னைத் தகுதிகொள்ள வைத்ததென்று கருதுகிறேன். அது வாழ்க்கையின் மிகவும் வடுப்பாடான, மிகவும் முதிர்ச்சியற்ற, இருந்தும் மிகவும் மதிப்பு மிக்க ஒரு பருவம். இந்தக் கணத்திற்காக உயிர்வாழும், எதற்கும் அடங்காத ஒரு பத்தாண்டு காலம். நாங்கள் உதைத்துத் திறக்க வேண்டிய கதவுகள் எங்களுக்கு எதிரிலேயே இருந்தன. அவற்றை உதைத்துத்தான் தள்ளினோம் என்பதை நீங்கள் நம்பவேண்டும். எங்கள் வாழ்க்கையின் பின்னணியில் ஜிம் மாரிசனும், பிட்டில்ஸும், டைலனும் சங்கீதமாக வெடித்துக் கொண்டிருந்தனர்.

அறுபதுகளில் ஏதோ ஒரு விசேஷம் இருந்தது. இப்போது பின்னோக்கிப் பார்க்கையில் அது உண்மையென்றுதான்

தோன்றினாலும், அது நிகழ்ந்து வந்த காலத்தின் புயலில் நான் சிக்கியிருந்தபோதும் அதன் விசேஷத் தன்மையை உணர்ந்தேயிருந்தேன். அறுபதுகளின் விசேஷம் என்பது என்னவென்று குறிப்பாக என்னைக் கேட்டால், ஏதோ சில பழகிச் சலித்த பதிலைத் தவிர என்னால் எதையும் சொல்ல முடியாதென்று கருதுகிறேன். வெறும் பார்வையாளர்களாகத்தான் இருந்தோம். ஏதோ ஒரு சுவாரஸ்யமான திரைப்படத்தில் முற்றிலுமாக மூழ்கி, உள்ளங்கைகள் வியர்வையில் பிசுபிசுக்க, அரங்கின் விளக்குகள் போடப்பட்டு தியேட்டரைவிட்டு அந்தப் பரபரக்கும் பின்வெளிச்சச் சிதறலில் வெளியேறும்போது எதுவாயிருப்பினும் பொருட்படுத்தத் தக்கதாகத் தோன்றியதில்லை. இவையனைத்திலிருந்தும் மதிப்புமிக்க பாடத்தை நாங்கள் கற்றுக்கொள்வதை ஏதோ தடுத்திருக்குமோ? எனக்குத் தெரியவில்லை. அக்காலகட்டத்திற்கு மிக நெருக்கமாக இருந்ததினால் எனக்குச் சொல்லத் தெரியவில்லை.

நான் வாழ்ந்து கடந்த காலகட்டத்தைப் பற்றி ஒன்றும் நான் பீற்றிக் கொள்ளவில்லை. அந்தக் காலத்தில் வாழ்ந்து கடந்தது எப்படி இருந்ததென்றும், உண்மையிலேயே ஏதோ விசேஷமாக அப்போது இருந்ததென்றும்தான் நான் குறிப்பிட முயல்கிறேன். அக்காலத்தை அக்கக்காகக் கழற்றி, குறிப்பிட்ட விஷயம் விதிவிலக்காகத் தனிச்சிறப்பு வாய்ந்திருந்ததென்று சுட்டிக்காட்ட வேண்டுமென்றால் அது என்னால் இயலுமா என்று தெரியவில்லை. அத்தகைய பகுப்பாய்வை நான் செய்திருந்தால் நான் முடிவிற்கு வந்திருக்கக் கூடியன இவையாகத்தானிருக்கும்; அந்தக் காலத்தின் உத்வேகமும், சக்தியும், நம்பிக்கையளிப்பின் அபாரமான ஜ்வலிப்பும். வேறெதனையும் விட, தொலை நோக்கியின் தவறான முனையிலிருந்து பார்ப்பதால் நேர்கிற தவிர்க்கவியலாத எரிச்சல். ஹீரோயிஸமும் எதிரித்தனமும், வெற்றிப் பெருமிதமும் விரக்தியும், தியாகமும் துரோகமும், புறவரைகளும் சிறப்பாய்வுகளும்,

மௌனமும் நாவன்மையும், மிகவும் சலிப்பூட்டும் வகையில் மக்கள் நேரக்குறிப்பிடுவதும் - நிச்சயமாக இவையனைத்துமே அப்போது இருந்தன. எல்லா காலகட்டங்களிலும் இவையிருந்தன. இன்றைய காலத்திலும் இருக்கின்றன. எதிர்காலத்திலும் இருக்கப் போகின்றன. ஆனால் எங்கள் காலத்தில் (ஒரு மிகையான பதத்தை உபயோகிப்பதென்றால்) அவை இன்றைவிட வர்ணமயமாக இருந்தன. வாஸ்தவத்தில் உங்களால் அவற்றைப் பற்றிக்கொள்ள முடிந்தது. எங்கள் கண்களுக்கெதிரிலேயே அவை அலமாரியில் நிதரிசனமாக அடுக்கிவைக்கப்பட்டிருந்தன.

இன்றைய தினங்களில் எவற்றின் யதார்த்தத்தையாவது நீங்கள் பற்ற முயற்சித்தால். அதனோடு சேர்ந்து முறுக்கப்பட்ட ஏராளமான உதிரிகளும் கூடவே வருகின்றன. ஒளித்து வைத்த விளம்பரம், சந்தேகத்திற்கிடமான தள்ளுபடி கூப்பன்கள், தூக்கியெறிய வேண்டியவை என்று அறிந்திருந்தும் வாங்கி வைத்துக்கொள்கிற பாயின்ட் கார்டுகள், என்ன நிகழ்கிறதென்று அறிந்து கொள்வதற்குமுன் உங்கள் மேல் திணிக்கப்படுகிற விருப்பத் தேர்வுகள். எங்கள் காலத்தில் விடுவிக்கவியலாத சங்கேதக் குறியீடுகளோடு கூடிய மூன்று தொகுதிகள் கொண்ட பயனாளிகளின் கையேடுகளை யாரும் உங்கள் முன் திணித்ததில்லை.

எதுவாயிருந்தாலும் அவற்றை எங்கள் கையில் பிடித்துக்கொண்டு இரவு நேரக் கூண்டிலிருந்து கோழிக்குஞ்சைத் தூக்கிச் செல்வதைப் போல வீட்டிற்குச் சென்றுவிட்டோம். எல்லாமே எளிமையாகவும் நேரடியாகவும் இருந்தன. காரணமும் விளைவும் அப்போது நல்ல பழைய சினேகிதர்களாக இருந்தன. ஆய்வுரைகளும் யதார்த்தமும் உலகின் மிக இயல்பான விஷயங்கள்போல் ஒன்றுடன் ஒன்று பிணைந்திருந்தன. அது எப்போதாவது நிகழக்கூடுமெனில் அறுபதுகளில் மட்டுமே கடைசியாக நிகழ்ந்திருக்கக்கூடும்.

பிற்கால முதலாளித்துவத்தின் ஒரு முன் சரித்திரம். அக்கால கட்டத்திற்கு அதுதான் நான் வைத்திருக்கும் பெயர்.

அப்போதிருந்த இளம்பெண்களைப் பற்றி உங்களிடம் கொஞ்சம் கூறுகிறேன். ஏறக்குறைய புத்தம்புதிய கலவியுறுப்புகளோடு, காட்டுத்தனமான, உன்மத்தமிக்க, சோகமயமான செக்ஸ் அனுபவங்களை நாங்களும் கொண்டிருந்தோம். இங்கே எனது கதைக்கருக்களில் அது ஒன்று.

உதாரணத்திற்கு வர்ஜினிடி - கன்னிமை என்ற ஒரு வார்த்தையை எடுத்துக்கொள்ளுங்கள். ஏதோ சில ஆழங்காண முடியா காரணங்களினால் அந்த வார்த்தை எப்போதுமே அழகான, பிரகாசமிக்க இளவேனிற்கால மதியப்பொழுது ஒன்றை நினைவுபடுத்தும். அறுபதுகளில் கன்னித்தன்மை என்பது இன்றிருப்பதைவிட மிகப்பெரிய விஷயமாக இருந்தது. நான் பொதுமைப்படுத்துகிறேன் என்பது தெரிகிறது. நான் சர்வே அல்லது அதைப்போல எதையும் எடுத்ததில்லை. ஆனால், எனக்கென்னவோ என் தலைமுறையில் ஏறத்தாழ 50 சதவீதப் பெண்கள் நமது இருபது வயதை எட்டுவதற்கு முன் தமது கன்னிமையை இழந்திருந்தனர் என்று தோன்றுகிறது. குறைந்தபட்சம் நான் அறிந்திருந்த பெண்களிடம் அவ்வாறே நிகழ்ந்திருந்தது. அவ்வாறெனில், பெண்களில் ஏறக்குறைய பாதிப்பேர் அவர்கள் சுவாதீனமாகத் தேர்ந்தெடுத்தார்களோ இல்லையோ, இன்னமும் கன்னித்தன்மையோடே இருந்தனர்.

என் தலைமுறையின் பெரும்பாலான பெண்கள் - மிதவாதிகள் என்று வேண்டுமானால் கூறிக்கொள்ளலாம் - செக்ஸ் என்ற விஷயத்தைப் பற்றிப் பெரிதும் அலட்டிக் கொண்டிருந்தனர் என்று எனக்கு இப்போது உறைக்கிறது.

கன்னிமை என்பதை அத்தகையதொரு மதிப்புமிக்க விஷயமாக நான் வற்புறுத்தவுமில்லை, அல்லது பழங்காலத்தின் சிதிலமுற்ற

அபத்தத்தில் ஒன்று என்றும் பழித்துரைக்கவுமில்லை. எனவே உண்மையில் நடந்ததென்னவென்றால் மன்னிக்கவும், மீண்டும் நான் பொதுமைப்படுத்துகிறேன். அவர்கள் ஆற்றொழுக்காகச் சென்றனர். சந்தர்ப்பங்களையும், உடனிருந்த பார்ட்னரையும் பொறுத்து அனைத்தும் அமைந்தது. இது எனக்கு அர்த்தபூர்வமாகத் தெரிகிறது.

எனவே இந்த மௌனமான பெரும்பான்மையின் இருபுறத்திலும் தாராளக் கொள்கையாளர்களும், பழமைவாதிகளும் அமைந்திருந்தனர். செக்ஸை ஓர் உள்ளரங்கு விளையாட்டைப் போலக்கருதிய பெண்களில் துவங்கி, அவர்களுக்குத் திருமணமாகும் வரை சுத்தமானவர்களாக இருக்க வேண்டுமென உறுதியுடன் நம்பியவர்கள்வரை ஒரு முழு வட்டம் நிறைவடைந்திருந்தது. யாரைத்தாம் மணந்து கொண்டாலும் அவர்கள் கன்னிமையோடு இருக்கவேண்டுமென பிடிவாதமாக இருந்த பையன்களும் இருந்தனர்.

எல்லா தலைமுறைகளைப் போலவும், அப்போது எல்லாவித மனிதர்களும், எல்லாவித மதிப்பீடுகளோடும் இருந்தனர். ஆனால் அறுபதுகளுக்கும், அதற்கு முன்பிருந்த மற்றும் பின்வந்த பத்தாண்டுகளுக்குமிடையேயிருந்த பெரிய வித்தியாசம் என்னவென்றால் என்றோ ஒருநாள் அந்த வித்தியாசங்கள் அனைத்தும் அடக்கியாளப்படுமென்று நாங்கள் நம்பியிருந்தோம்

அமைதி!

கீழ்வரும் கதை கோபேவில் என் பள்ளி வகுப்புத் தோழனாக இருந்த ஒருவனுடையது. அவன் ஒரு ஆல்ரவுண்ட் ஸ்டார். நல்ல மதிப்பெண்கள், விளையாட்டுகளில் வல்லவன், ஓர் இயல்பான தலைவன், மிக அழகானவன் என்பதைவிட மிகவும் அப்பழுக்கற்றவன் என்று சொல்லலாம். அவனுக்கு நல்ல தெளிவான குரல். நல்லதொரு மேடைப் பேச்சாளன், சுமாரான பாடகன் கூட. வகுப்புப் பிரதிநிதியாக அவன்தான் எப்போதும் தேர்ந்தெடுக்கப் பட்டான். எங்கள் வகுப்பு

குழுவாக எப்போது கூடினாலும் இறுதி அறிக்கையை அவன்தான் படிப்பான். அசலான அபிப்பிராயங்கள் கொண்டவனென்று கூறமுடியாது, ஆனால் வகுப்பு விவாதங்களில் ஒரிஜினாலிடியை யார் எதிர்பார்க்கிறார்கள்? ஒரிஜினாலிடி தேவைப்படாத சந்தர்ப்பங்கள் ஏராளமாக இருக்கின்றன. உண்மையில் பெரும்பாலான சந்தர்ப்பங்கள். நாம் விரும்புவதெல்லாம் எவ்வளவு முடியுமோ அவ்வளவு வேகமாக அங்கிருந்து வெளியேற வேண்டும். ஒதுக்கப்பட்ட நேரத்தில் விவாதத்தை முடித்து வைப்பதற்கு அவனை எங்களால் நம்ப முடிந்தது. அந்த விதத்தில் பொருத்தமான, திறமையுள்ள பையன்.

அவனைப் பொறுத்தவரை எல்லாமே விதிப்படி நடக்க வேண்டும். வாசிப்பறையில் யாராவது இரைச்சலிட்டுக் கொண்டிருந்தால், அவர்களிடம் சென்று மெதுவாகப் பேசும்படி நிதானமான தொனியில் கூறுவான். அடிப்படையில் அவன் பர்ஃபெக்ட் ஆனவன். ஆனால் அவன் தலைக்குள் என்னதான் ஓடிக்கொண்டிருக்கிறதென்பதை அறிய இயலாமல் சிரமப்பட்டேன். சில வேளைகளில் அவன் தலையைக்கிள்ளி எடுத்து நன்றாகக் குலுக்கி உள்ளே என்னதான் ஓடிக்கொண்டிருக்கிறது எனப் பார்க்க ஆசையாக இருக்கும். பெண்களிடமும் அவன் பிரபலமாக இருந்தான். எதையாவது சொல்வதற்கு வகுப்பில் அவன் எழுந்து நின்றால் எல்லா பெண்களும் கனவுக் கண்களோடு அவனை ரசித்துப் பார்ப்பர். விடை காண முடியாமல் ஒரு கணக்கு கேள்வியில் சிக்கிக் கொண்டால் நீங்கள் செல்லவேண்டியவனும் அவன்தான். நாம் பேசிக்கொண்டிருப்பது என்னைவிட இருபத்தியேழு மடங்கு பிரபலமாயிருந்த ஒருவனைப் பற்றி.

நீங்கள் உயர்நிலைப் பள்ளிக்குச் சென்றவராயிருந்தால் நான் குறிப்பிடுகிற ரகத்தைப் பற்றி உங்களுக்குத் தெரிந்திருக்கும். எல்லா வகுப்பிலும் அவனைப் போன்ற யாரோ ஒருவன் விஷயங்களை இலகுவாக்கிக் கொண்டிருப்பான். வருடக்கணக்காகக் கவனித்து நான்

கற்றுக்கொண்ட பல விஷயங்களில் ஒன்று எல்லா குழுவிலும் அவனைப் போல யாரோ ஒருவன் இருப்பான். உங்களுக்குப் பிடிக்கிறதோ, இல்லையோ - அதுதான் உண்மை.

தனிப்பட்ட முறையில் இந்த வகை ஆசாமிகளை எனக்கு அதிகம் பிடிப்பதில்லை. எந்தக் காரணத்தாலோ எங்களால் ஒத்துப்போக முடிவதில்லை. நினைவில் தங்கக்கூடிய கொஞ்சம் குறைபட்டவர்களையே நான் தேர்ந்தெடுப்பேன். எனவே இவனோடு ஒரே வகுப்பில் ஒரு வருடம் கழித்திருந்தாலும் நாங்கள் நெருங்கிப் பழகியதோ, ஒன்றாகப் பொழுதைக் கழித்ததோ கிடையாது. முதன்முறையாக எங்களுக்குள் ஓரளவிற்கு நெருங்கிய உரையாடல் நிகழ்ந்ததென்றால் அது நாங்கள் பள்ளியை முடித்த முதல் வருட பல்கலைக்கழகத்தின் கோடை விடுமுறையில்தான். நாங்களிருவரும் ஒரே டிரைவிங் ஸ்கூலில் சேர்ந்திருந்ததால் அங்கே சிலமுறை பேசியிருக்கிறோம். காத்திருந்தபோது ஒன்றாகத் தேநீர் அருந்தியிருக்கிறோம். உலகத்தின் மிகவும் அயர்ச்சியான இடங்களில் டிரைவிங் பள்ளிகளும் ஒன்றாக இருக்கவேண்டும். தெரிந்த முகத்தைப் பார்த்தால் ஓடிப்போய் ஒட்டிக் கொள்வீர்கள். நாங்கள் என்ன பேசினோம் என்பது என் நினைவில் இல்லாவிட்டாலும் எந்த விதத்திலும் சிலாக்கியமாக இல்லை என்றுமட்டும் தெரியும்.

அவனைப் பற்றி எனக்கு ஞாபகத்திலிருக்கும் இன்னுமொரு விஷயம் அவனுடைய சிநேகிதி. அவள் வேறு வகுப்பைச் சேர்ந்தவள். பார்த்தால் மயங்கி விழக்கூடிய அளவிற்கு அழகான பெண். அழகு மட்டுமின்றி நன்றாகப் படிப்பாள், விளையாட்டுகளில் தேர்ந்தவள், கனிவான இயல்பான தலைவி. வகுப்பு விவாதங்களை இறுதியில் தொகுத்துத் தருவாள். ஒவ்வொரு வகுப்பிலும் அவளைப் போன்ற ஒருத்தியும் இருப்பாள்தானே.

கதையை வளர்ப்பானேன், ஒருவருக்கொருவர் மிகப் பொருத்தமான ஜோடி. மிஸ்டர் க்ளீன், மிஸ் க்ளீன். பற்பசை விளம்பரங்களில் வருவதைப் போல.

அவர்கள் எப்போதும் இணை பிரியாதிருப்பார்கள். மதியவுணவு இடைவேளைகளில் பள்ளி மைதானத்தின் ஒரு மூலையில் ஒட்டி உட்கார்ந்து கொண்டு பேசிக் கொண்டிருப்பர். வீடு திரும்பும்போது ஒன்றாகவே, ஒரே ரயில் பிடித்துச் செல்வர். ஆனால் இறங்கும் நிறுத்தங்கள்தான் வெவ்வேறு. அவன் கால்பந்து அணியில் இருந்தான். அவள் ஆங்கில உரையாடல் கிளப்பில். யார் முதலில் முடித்தாலும் மற்றவருக்காக நூலகத்தில் காத்திருந்து ஒன்றாகச் செல்வர்.

நேரம் கிடைக்கும் தருணங்களிலெல்லாம் அவர்கள் ஒன்றாகவே இருந்தார்களென்பது ஞாபகமிருக்கிறது. எப்போதும் பேசிக்கொண்டே இருப்பார்கள். பேசவேண்டிய விஷயங்கள் தீர்ந்துவிடாமல் எவ்வாறு பார்த்துக் கொண்டார்களோ தெரியாது, இருந்தும் எப்படியோ சமாளித்து வந்தனர்.

நாங்கள் - நாங்கள் என்றால் எங்களுடைய குரூப் - இந்த ஜோடியை ஒன்றும் வெறுக்கவில்லை. அவர்களைக் கிண்டல் செய்ததோ, தப்பாகப் பேசியதோ கிடையாது. அவர்களைக் கண்டு கொண்டதேயில்லை, அவ்வளவுதான். வானிலையைப் போல அவர்கள் பாட்டுக்கு இருந்தனர்; எங்கள் கவனமானியில் பதியாமல். எங்களுடைய சொந்த வேட்கைகளிலேயே நாங்கள் அதிகம் மூழ்கியிருந்தோம். காலம் வழங்கும் முக்கியமான, உயிரோட்டமான த்ரில்லிங்கான விஷயங்கள். உதாரணத்திற்கு? உதாரணத்திற்கு செக்ஸ், ராக் அண்ட் ரோல், ழீன்னுக் கோடார்டு படங்கள், அரசியல் இயக்கங்கள், கென்ஸா பரோ ஓவின் நாவல்கள். ஆனால் பிரதானமாக செக்ஸ்.

நாங்கள் ஒன்றுமறியாத, தற்செருக்கு மிக்க விடலைகளாகத்தான் இருந்தோம். வாழ்க்கை என்றால் என்னவென்று எந்தச் சிந்தனையும்

எங்களுக்கு இருந்ததில்லை. நிஜ உலகில் மிஸ்டர் க்ளீன், மிஸ் க்ளீன் போன்ற விஷயங்கள் இருப்பதில்லை. அவை தொலைக்காட்சியில்தான் வரும். எங்களுக்கிருந்த பிரமைகளுக்கும், இந்தப் பையனும் அவனது சினேகிதியும் கொண்டிருந்த பிரமைகளுக்கும் அதிக வித்தியாசம் இருக்கவில்லை.

இது அவர்களது கதை. இது ஒரு சந்தோஷமான கதை அல்ல. இப்போது அதைத் திருப்பிப் பார்க்கையில் அதில் எந்தப் பாடமும் இருப்பதாகத் தெரியவில்லை. இருந்தாலும் இது அவர்களது கதை; அதே நேரத்தில் எங்களது கதை. நான் சேகரித்து வைத்த ஒருவகை நாட்டார் இலக்கியம். ஒருவித அரைகுறை கதைசொல்லியாக அதனை உங்களிடம் கடத்துகிறேன்.

அவன் என்னிடம் கூறிய கதை, நாங்கள் ஒயின் அருந்திக்கொண்டே வேறு ஏதோதோ விஷயங்களைப் பற்றிப் பேசிக் கொண்டிருக்கும்போது கூடவே வந்து விழுந்த ஒன்று. எனவே கறாராகக் கூறவேண்டுமென்றால் அது மொத்தத்தில் உண்மையாகக்கூட இல்லாதிருக்கலாம். நான் சரிவரப் புரிந்து கொள்ளாத விஷயங்களும், நான் கற்பனை செய்து கொண்ட விவரணைகளும், நானாகப் பின்னிய விஷயங்களும் இதில் உண்டு. சில உண்மைகளை நான் மாற்றியிருக்கிறேன். ஆனால், ஒட்டுமொத்தக் கதையில் அவை எந்தத் தாக்கத்தையும் கொண்டிருக்கவில்லை. இருந்தும் விஷயங்கள் விவரித்திருக்கும் படிதான் நடந்திருப்பதாக நினைக்கிறேன். இதை நான் சொல்லக் காரணம் சில விவரங்களை நான் மறந்து விட்டிருந்தாலும் பொதுவான தொனியைத் தெளிவாக நினைவில் வைத்திருக்கிறேன். யாருடைய கதையையாவது கேட்டுவிட்டு அதை எழுத்தில் திரும்பக் கொண்டு வருவதாக இருந்தால் தொனிதான் பிரதானமான விஷயம். சரியான தொனியைப் பிடித்துவிடுங்கள். பின் ஓர் உண்மையான கதை உங்கள் கையிலிருக்கும். சில செய்திகள் அவ்வளவு சரியாக

இல்லாதிருக்கலாம். அதனால் ஒன்றுமில்லை - அது கதையின் உண்மைத் தன்மையை உயர்த்தக் கூடச் செய்யலாம். இதற்கு நேரெதிராகத் துல்லியமான விவரணைகளோடு கூறப்படும் கதைகள் உண்மையாக இல்லாதிருக்கலாம். இந்த வகையான கதைகளைச் சலிப்பூட்டும் ரகங்களென்று உங்களால் கூறிவிடமுடியும். சில சந்தர்ப்பங்களில் அபாயகரமானவைகூட. அவற்றை ஒரு மைல் தூரத்திலேயே உங்களால் மோப்பம் பிடித்துவிட முடியும்.

இங்கே நான் தெளிவுபடுத்தவேண்டிய மற்றொரு விஷயம், இந்த முன்னாள் வகுப்புத் தோழன் ஒரு மட்டமான கதைசொல்லி என்பதை. கடவுள் அவனுக்கு உன்னதமான பல அம்சங்களை அருளியிருக்கலாம். ஆனால் சுவையாக ஒரு கதையைக்கூறும் திறமை அவற்றில் ஒன்றாக இல்லை. (கதைசொல்லியின் கற்பனாலங்கார அம்சம் வாழ்க்கையில் எந்த உண்மையான பலனையும் ஏற்படுத்துவதில்லை என்றாலும் கூட) எனவே அவன் தனது கதையைக் கூறியபோது கொட்டாவியை என்னால் அடக்கவே முடியவில்லை. ஒரு குறிப்பிட்ட கோணத்தில் கூறிச்செல்வான். சுற்றிச்சுற்றி வருவான். பின் நிறுத்திவிட்டு சில செய்திகளை ஞாபகத்திற்குக் கொண்டுவர மூளையைக் கசக்குவான். கதையின் ஒரு துண்டை கையில் எடுத்துக்கொண்டு அதைக் கொஞ்ச நேரம் உற்றுப் பார்த்துக் கொண்டிருந்து விட்டு, திருப்தியுற்றபின் சம்மந்தப்பட்ட செய்திகள் அனைத்தையும் ஒன்றின்பின் ஒன்றாக மேஜைமீது அடுக்குவான். பெரும்பாலும் அவை தவறாகவே இருந்தன. எனவே ஒத்திசைவானதொரு கதையாக உருவாக்க, ஒரு நாவலாசிரியனாக - அல்லது ஒரு கதை நிபுணன் என்று சொல்லலாமா? இந்தத் துணுக்குகளை மறுவரிசைப்படுத்தி, கவனத்துடன் ஒட்டவைக்க வேண்டியிருந்தது.

நாங்கள் ஒருவரையொருவர் சந்திக்க நேர்ந்தது மத்திய இத்தாலியிலுள்ள ஒரு நகரமான லூக்காவில். அந்நேரத்தில் ரோமில் ஒரு அபார்ட்மென்ட்டை வாடைகைக்கு எடுத்திருந்தேன். என் மனைவி

ஜப்பானுக்குச் செல்ல வேண்டியிருந்ததால் அனுப்பிவிட்டு ஓய்வாகத் தனியாக ரயிலில் திரும்பி வந்து கொண்டிருந்தேன். முதலில் வெனிஸிலிருந்து வெரோனா, பின் மந்துவாவிற்கும் பிஸாவிற்கும். இடையில் லூக்காவில் ஒரு நிறுத்தம். அங்கே நான் செல்வது இரண்டாவது முறை. லூக்கா ஓர் அமைதியான இனிமையான நகரம். அதன் புறநகர் பகுதியில் அருமையான காளான் உணவுகள் கிடைக்கும் அற்புதமான ரெஸ்டாரண்ட் ஒன்றுண்டு. அவன் வியாபார நிமித்தமாக லூக்காவிற்கு வந்திருந்தான். ஒரே ஓட்டலில் நாங்கள் தங்கியிக்கிறோம் என்று தெரிந்தது. உலகம் சிறியது.

அன்றிரவு அங்கே ஒன்றாக உணவுண்டோம். இருவருமே தனியாகப் பயணம் செய்து கொண்டிருந்தோம். இருவரும் சலிப்புற்றிருந்தோம். வயதாக ஆக, தனியாகப் பிரயாணம் செய்வது பெரும் அலுப்பாக மாறிவிடுகிறது. இளம் வயதில் தனியாகவோ, இல்லையோ, பிரயாணிப்பது என்பது பரவசமிக்க அனுபவம். வயதேறும் போது அதிலிருக்கும் வேடிக்கை குறைந்து விடுகிறது. முதல் இரண்டு நாட்கள்தான் மகிழ்ச்சியளிக்கக்கூடியதாக இருக்கும். அதன் பிறகு இயற்கைக் காட்சிகள் எரிச்சலூட்டத் தொடங்கி மனிதர்களின் குரல்கள் எரிச்சலூட்டத் தொடங்கிவிடும். இவற்றை மறைக்கக் கண்களை மூடினாலும் தப்பிக்க முடியாது. எல்லாவிதமான கசப்பான ஞாபகங்களும் தலையை நீட்டும். உணவகத்தில் உட்கார்ந்து உணவருந்துவதே பெரும் கஷ்டமாகிப் போய்விடும். திரும்பத்திரும்ப உங்கள் கைக்கடிகாரத்தை நீங்கள் பார்த்துக்கொண்டிருக்க, பஸ்கள் வரவே வராது. அன்னிய மொழி ஒன்றில் உங்களைப் புரியவைப்பது எல்லாவற்றையும் விட மிகப்பெரிய கொடுமை.

எனவே ஒருவரையொருவர் சந்தித்துக் கொண்டதுமே முன்பு டிரைவிங் பள்ளியில் பார்த்தைப் போலவே நிம்மதிப் பெருமூச்சு விட்டுக்கொண்டோம். கணப்பிற்கருகே ஒரு மேசையிலமர்ந்து விலையுர்ந்த சிவப்பு ஒயின் பாட்டில் ஒன்றும் ஒரு முழு காளான் சாப்பாடும் ஆர்டர் செய்தோம்.

அவன் ஐரோப்பிய மரச்சாமான்களை இறக்குமதி செய்யும் ஒரு பர்னிச்சர் கம்பெனிக்கு உரிமையாளனாக இருக்கிறானென்றும், ஐரோப்பாவிற்கு சரக்குகளை வாங்க வந்திருக்கிறானென்றும் தெரிந்து கொண்டேன். அவனது தொழில் பிரமாதமாக நடக்கிறதென்று உடனே சொல்லிவிட முடிந்தது. அவனது கம்பெனியைப் பற்றிப் பெரிதாக எதுவும் சொல்லி அவன் அலட்டிக் கொள்ளவில்லை. அவனது பிஸினஸ் கார்டை நீட்டியபோது ஒரு சிறிய கம்பெனியை நடத்தி வருவதாக மட்டுமே கூறினான். ஆனால் அவனது உடைகளும், அவன் பேசிய விதமும், அவனது பாவங்களும், நடவடிக்கைகளும் அவனைப் பற்றித் தெளிவாக உணர்த்தின. ஓர் இனிய விதத்தில் அவனது வெற்றிகளில் சகஜமாகக் காணப்பட்டான்.

என் எல்லா நாவல்களையும் வாசித்திருப்பதாகக் கூறினான். ''நாம் சிந்திக்கும் விதமும், லட்சியங்களும் பெரிதும் வேறுபட்டிருக்கின்றன. ஆனால், மற்றவர்களிடம் கதைகளைச் சொல்ல முடியாதது ஓர் அற்புதமான விஷயமென்று கருதுகிறேன்'' என்றான்.

அவன் கூறுவது அர்த்தமிக்கதாகப்பட்டது. ''கதையை உங்களால் நன்றாகச் சொல்ல முடிந்தால்'' என்று கேட்டேன்.

முதலில் இத்தாலியைப் பற்றிய எங்களது அபிப்பிராயங்களை மட்டுமே பொதுவாகப் பேசிக் கொண்டிருந்தோம். ரயில்கள் நேரத்திற்கு வராதது, ஆர்டர் செய்துவிட்டு உணவுக்காக நாளெல்லாம் காத்திருப்பது... எப்படி அந்த விஷயம் பேச்சில் நுழைந்தது என்று சரியாக நினைவிலில்லை, ஆனால் இரண்டாவது பாட்டில் ஒயினின் போது அவனது கதையைக் கூறிக் கொண்டிருந்தான். அக்கறையோடு கேட்டுக் கொண்டிருப்பதற்குச் சாட்சியாக, பொருத்தமான சைகைகளைப் புரிந்து கொண்டு கேட்டுக் கொண்டிருந்தேன். அவனுக்கு வெகு நாட்களாக இதைச் சொல்லக் காத்திருந்து, ஏதோ காரணத்தால் முடியாதிருந்ததாக நினைத்தேன். அது மத்திய

இத்தாலியிலிருந்த ஓர் ஆழகான சிறிய நகரமாகவும், அது ஒரு சிறிய இனிமையான உணவகமாகவும், கணப்பின்முன் அமர்ந்து அருந்திக் கொண்டிருந்தது ஒரு மிதமான 1983 கோல்டிபுவோனோவாகவும் இல்லாதிருந்தால் அவனால் அக்கதையை என்னிடம் கூறியிருக்க முடியுமா என்பது சந்தேகமே. ஆனால் அவன் கூறினான்.

''என்னை ஒரு போரான ஆசாமி என்றே எப்போதும் கருதி வந்திருக்கிறேன்'' என்று துவங்கினான். ''தளைகளின்றி சுதந்திரமாக, சந்தோஷமாகப் பொழுதைக் கழிப்பவனாக எப்போதுமே இருந்ததில்லை. என்னைச் சுற்றி மானசீகமான எல்லைக்கோடு ஒன்றை அமைத்து அதைத்தாண்டிவிடக் கூடாதென்ற ஜாக்கிரதை உணர்வோடு இருப்பதைப் போல. வெளியே செல்லும்வழி எங்கிருக்கிறது, எங்கே வளைவு வரப்போகிறது, எங்கே கடக்கக்கூடாது என்று கைகாட்டிகள் நடப்பட்ட நெடுஞ்சாலையில் சென்று கொண்டிருந்தேன். விதிமுறைகளைப் பின்பற்றினாலேயே என் வாழ்க்கை சரியாக அமைந்து விடுமென்ற நம்பிக்கை இருந்தது. விதிகளை மீறாமல் நடப்பதற்காக அனைவரும் என்னைப் பாராட்டினர். சிறுவனாக இருந்தபோது என்னைப் போலவே மற்ற அனைவரும் நடந்து வருவதாக நம்பியிருக்கிறேன். அவ்வாறல்ல என்பதைச் சீக்கிரமே கண்டுகொண்டேன்''

தன் கோப்பையைக் கணப்பிற்கெதிராக வைத்து அதை சிறிதுநேரம் வெறித்துக் கொண்டிருந்தான்.

''அந்த விதத்தில் என் வாழ்க்கை குறைந்தபட்சம் அதன் ஆரம்பக் கட்டங்களில் பிரச்சனையின்றிச் சென்றது. ஆனால், என் வாழ்க்கைக்கு அர்த்தம் என்ன என்று எனக்குத் தெரிந்திருக்கவில்லை. வயதாக ஆக அந்தக் குழப்பமான எண்ணங்கள் அதிகரித்துக் கொண்டே சென்றன. வாழ்க்கையிலிருந்து நான் பெறவிரும்புவது என்ன? எனக்கு எந்த எண்ணமும் இல்லை! கணிதம், ஆங்கிலம், விளையாட்டு என

எல்லாவற்றிலும் நான் சிறந்திருந்தேன். என் பெற்றோர்கள் எப்போதுமே புகழ்வார்கள், என் ஆசிரியர்கள் நான் நன்றாகப் படிப்பதாக எப்போதுமே பாராட்டுவார்கள், நல்லதொரு பல்கலைக் கழகத்தில் நான் சேருவதற்கு எந்தப் பிரச்சனையும் இருக்காதென்று நினைத்திருந்தேன். ஆனால் என் லட்சியமென்ன? நான் செய்ய விரும்பியதென்ன? எதுவும் நான் யோசித்ததில்லை. என்ன படிப்பைத் தேர்ந்தெடுப்பதென்று கூடத் தெரிந்திருக்கவில்லை. சட்டம் படிப்பதா, பொறியியலா, அல்லது மருத்துவமா? எதில் சேர்ந்திருந்தாலும் நான் நன்றாகப் படித்திருப்பேன் என்பது தெரியும், ஆனாலும் எதுவும் என்னை ஆர்வமுறச் செய்யவில்லை. எனவே என் பெற்றோர்களும் ஆசிரியர்களும் அறிவுரைத்தபடி டோக்கியோ பல்கலைக் கழகத்தில் சட்டத்துறையில் பயிலச் சென்றேன். உண்மையில் எந்த லட்சியமும் என்னை வழிநடத்தவில்லை. அதுதான் இருப்பதிலேயே மிகச்சிறந்த தேர்வு என்று மற்றவர்கள் கூறினார்கள், அவ்வளவுதான்''

இன்னொரு மிடறு ஒயின் அருந்திவிட்டு, ''பள்ளியில் என் கேர்ள் பிரண்டாக இருந்தவளை உங்களுக்கு நினைவிருக்கிறதா?'' என்றான்.

''அவள் பெயர் ஃபியூஜிஸாவா தானே?'' என்றேன். எப்படியோ அந்தப் பெயர் வாயில் வந்துவிட்டது. உறுதியாக எனக்குத் தெரிந்திராவிட்டாலும் அது சரியாகவே அமைந்துவிட்டது.

அவன் தலையசைத்தான் ''ஆம் யூஷிகோ ஃபியூஜிஸாவா. அவளோடு இருந்த தருணங்கள் அற்புதமானவை. அவளைப் பெரிதும் நேசித்தேன். அவளோடு சேர்ந்திருக்க, எல்லா விஷயங்களையும் பற்றிப் பேச எனக்குத் தோன்றுவது அத்தனையையும் அவளிடம் பேசுவேன். அவள் என்னைப் புரிந்து கொண்டிருந்தாள். அவளோடு எவ்வளவு நேரம் வேண்டுமானாலும் இருப்பேன். உன்னதமான நேரங்கள். நான் மனம்விட்டுப் பேசுவதற்கு அவளுக்கு முன்பு எனக்கு எந்த நண்பனும் இருந்ததில்லை''

அவனும் யூஷிகோவும் ஆத்மார்த்தமான இரட்டையர்கள். அவர்களின் பின்னணியும் எந்தளவிற்கு ஒத்திருந்தன என்பது ஏறக்குறைய நம்ப முடியாதது. நான் கூறியதைப்போல அவர்களிருவருமே அழகான புத்திசாலியான இயல்பான தலைமைப்பண்பு கொண்டவர்கள். இருவரது குடும்பமும் வசதி படைத்தவை. பெற்றோர்களுக்கிடையே சில பிரச்சனைகள் இருந்தன. இருவரது அம்மாக்களுக்கும் தமது கணவர்களை விட வயது அதிகம், அப்பாக்களுக்கு வேறு பெண்ணோடு தொடர்பு இருந்தது, எவ்வளவு முடியுமோ அந்தளவிற்கு வீட்டில் தங்காதவர்களாக இருந்தனர். பொது அபிப்பிராயத்திற்குப் பயந்து அவர்களது பொற்றோர்கள் மணவிலக்கு கோராமலிருந்தனர். வீட்டில் அம்மாக்கள் தாம் அதிகாரம் படைத்தவர்களாக அவர்களது பிள்ளைகள் எல்லாவற்றிலும் முதலாவதாக வரக் கட்டாயப்படுத்துபவர்களாக இருந்தனர். அவனும் யூஷிகோவும் பிரபலமானவர்களாக இருந்தாலும் அவர்களுக்கு உண்மையான நண்பர்கள் எப்போதுமே இருந்ததில்லை. அவர்களுக்குக் காரணம் தெரியவில்லை. ஒருவேளை சாதாரண குறைவுபட்ட மனிதர்கள் தம்மைப் போலவே சாதாரண குறைவுபட்டவர்களைத்தான் நண்பர்களாகத் தேர்ந்தெடுப்பதாலோ என்னவோ. எவ்வாறு இருப்பினும் அவ்விருவரும் எப்போதுமே தனியர்களாகக் கொஞ்சம் விளிம்பு நிலையிலேயே இருந்து வந்தனர்.

எப்படியோ இவ்விருவருக்கும் நட்பு ஏற்பட்டு வெளியில் செல்லத் தொடங்கினர். ஒவ்வொரு நாளும் ஒன்றாக உணவுண்டனர். பள்ளியிலிருந்து வீட்டிற்கு ஒன்றாக நடந்து சென்றனர். ஓய்வு நேரங்களில் விடாமல் பேசிக் கொண்டிருந்தனர். பேசுவதற்கு எப்போதும் நிறைய விஷயங்கள் இருந்தன. ஞாயிற்றுக் கிழமைகளில் ஒன்றாகப் பாடம் படித்தனர். அவர்கள் இருவர் மட்டும் தனியாக இருக்கும்போது அதிகமும் ரிலாக்ஸ்டாக இருக்க முடிந்தது. மற்றவர் மனதில் என்ன இருக்கிறதென்று தெளிவாக அறிந்திருக்கும் படியாக

நெருக்கமாகப் பழகி வந்தனர். அவர்களது தனிமையை, அவர்களது தோல்வியுணர்வை, அவர்களது பயங்களை, அவர்களது கனவுகளைப் பற்றி முடிவேயின்றி பேசிக்கொண்டிருப்பர்.

வாரத்திற்கொருமுறை அவர்கள் வீடுகளின் குறிப்பிட்ட அறைகளில் காதல் செய்வர். இறுதிக்கட்டத்திற்குச் செல்லாமல் ஆரம்ப விளையாட்டுகள் மட்டும். தனிமை கிடைப்பது பிரச்சனையாக இல்லை. அப்பாக்கள் எப்போதுமே இருக்கப் போவதில்லை. பாதிநேரங்களில் அம்மாக்கள் ஊர் சுற்றக் கிளம்பி விடுவார்கள். அவர்களது வீடுகள் ஏறக்குறைய வெறிச்சோடிப் போயிருக்கும். அவர்களது காதல் விளையாட்டுகளில் அவர்கள் கடைப்பிடித்த முக்கியமான இரண்டு விதிகள்: உடைகளைக் கழற்றக்கூடாது, விரல்களை மட்டும் பயன்படுத்தலாம். பத்துப் பதினைந்து நிமிடங்களுக்கு ஆவேசமாகக் கட்டியணைத்து ஈடுபடுவர். அந்த ஆலிங்கனம் அதற்குமேல் தொடராது.

"இவ்வளவு போதும். இப்போது படிக்கலாமா?" என்று தன் பாவாடையை நீவிவிட்டுக் கொண்டு அவள் தன்னை விடுவித்துக் கொள்வாள். அவர்கள் ஏறக்குறைய ஒரே மாதிரியாக மதிப்பெண்கள் வாங்குவர். எனவே அவர்களுக்குள் படிப்பதிலும் போட்டிகளிலும் கணக்குகளை யார் விரைவாகப் போட்டு முடிப்பது என்பதிலும் போட்டி இருக்கும். படிப்பு என்பது எப்போதுமே சுமையாக இருந்ததில்லை, அது ஏறக்குறைய அவர்களது இரண்டாவது இயற்கையாகவே அமைந்துவிட்டிருந்தது. படிப்பது மிகவும் சுவாரசியமாக இருந்ததென்று அவன் கூறினான். "இது அபத்தமாக உங்களுக்குத் தோன்றலாம், ஆனால் நாங்கள் படிப்பதை அந்தளவிற்கு நேசித்தோம். ஒருவேளை எங்கள் இருவரைப் போன்றவர்களால்தான் அது எவ்வளவு சுவாரசியமானதென்று புரிந்துகொள்ள முடியுமென்று கருதுகிறேன்"

ஆனால், அவர்களது உறவு அவனுக்கு முழுமையான சந்தோஷத்தைத் தருவதாக இல்லை. ஏதோ குறைந்திருந்தது. வேறு வார்த்தைகளில் சொன்னால் உண்மையான செக்ஸ். ''நாங்கள் அடுத்த கட்டத்திற்கு முன்னேற வேண்டுமென்று எனக்கிருந்தது'' என்றான், ''அப்படிச் சென்றால் எங்கள் உறவில் நாங்கள் மேலும் சுதந்திரமாக இருக்கலாம், ஒருவரையொருவர் நன்றாகப் புரிந்து கொள்ளலாம் என்று நினைத்தேன். அதுதான் முற்றிலும் இயல்பான வளர்ச்சியாகவும் இருக்க முடியும்''

ஆனால் அவள் வேறுவிதமாக இந்த விஷயத்தைப் பார்த்தாள். வாயை இறுக்கிக்கொண்டு தலையை ஆட்டி மறுப்பாள். ''ஐ லவ் யூ ஸோ மச்'' அவள் நிதானமாக விளக்குவாள். ''ஆனால் எனக்குத் திருமணம் ஆகும்வரை கன்னியாகவே இருக்க விரும்புகிறேன்'' அவன் எவ்வளவுதான் கெஞ்சினாலும் அனுமதிக்க மாட்டாள்.

''சத்தியமாக உன்னை நான் காதலிக்கிறேன்'' என்பாள். ''ஆனால் இந்த இரண்டும் வெவ்வேறு விஷயங்கள். என் மனதை நான் மாற்றிக் கொள்ளப் போவதில்லை. ஐ ஆம் ஸாரி, இதை நீ பொறுத்துக் கொள்ளத்தான் வேண்டும். என்னை உண்மையிலேயே நேசித்தால் பொறுத்துக் கொள்வாய்''

''அவள் அப்படிக் கூறும்போது அவளது விருப்பத்திற்கு நான் மதிப்பு தந்துதானேயாக வேண்டும்'' என்று என்னிடம் கூறினான். ''தன் வாழ்க்கையை ஒருத்தி எப்படி வாழ விரும்புகிறாள் என்கிற விஷயம் இது. அதில் நான் எதுவும் சொல்வதற்கு இல்லை. என்னைப் பொறுத்தவரை ஒரு பெண் வர்ஜினா இல்லையா என்பது முக்கியமேயில்லை. நான் திருமணம் செய்து என் மனைவி வர்ஜின் இல்லை என்று தெரிந்தால் அதை நான் லட்சியப்படுத்த மாட்டேன். நான் ஒன்றும் பெரிய முற்போக்காளனோ, அல்லது கற்பனாவாதியோ அல்ல. அந்தளவிற்கு பழமைவாதியுமல்ல. நான் ஒரு

யதார்த்தவாதியென்று ஊகிக்கிறேன். ஒரு பெண்ணின் கன்னித்தன்மை அவ்வளவு பெரிய விஷயமல்ல. இரண்டுபேரும் ஒருவரையொருவர் அந்நியோன்னியமாகப் புரிந்துகொள்ள வேண்டும் என்பதே முக்கியமான விஷயம். ஆனால் இது என் அபிப்பிராயம். மற்றவர்களை இதற்கு ஒப்புக்கொள்ள கட்டாயப்படுத்தமாட்டேன். அவள் வாழ்க்கை எப்படியிருக்க வேண்டுமென அவளுக்கென்று ஒரு சுய அபிப்பிராயம் இருக்கிறதென்றால், பல்லைக் கடித்துக்கொண்டு வலிய ஒரு சிரிப்பை வரவழைத்துப் பொறுத்துக்கொண்டு அவள் உடைகளுக்குள் கையைச் செலுத்தி வெறுமனே தடவிப் பார்த்து பொறுத்துக்கொள்ள வேண்டியதுதான், வேறென்ன? உங்களால் அதைக் கற்பனை செய்து கொள்ள முடியுமென்று எனக்குத் தெரியும்''

''என்னால் கற்பனை செய்து கொள்ள முடிகிறது'' என்றேன். ''எனக்கும் அதைப் போன்ற ஞாபகங்கள் இருக்கின்றன''

அவன் முகம் சிவந்து புன்னகைத்தான்.

''அதுவொன்றும் அவ்வளவு மோசமாக இல்லை, தவறாக எண்ணிக் கொள்ளாதீர்கள். அதைத் தாண்டி நாங்கள் செல்லவே சொல்லாததால் நான் எப்போதும் இறுக்கமாகவே இருந்தேன். என்னைப் பொறுத்தவரை பாதிவழியிலேயே நாங்கள் நிறுத்திக் கொள்கிறோம். நான் விழைந்ததெல்லாம் எங்களுக்கு இடையில் எதுவும் வராமல் அவளோடு ஒன்று கலப்பது. அவளைக் கைக்கொள்ளவும் நான் கைக்கொள்ளப்படவும். அதை நிரூபிக்க எனக்கு ஓர் அடையாளம் தேவையாக இருந்தது. பாலியல் இச்சை என்பது அதில் ஒரு பகுதிதான், ஆனால் அதுவே பிரதானமான விஷயமல்ல. பௌதிகரீதியாக ஒன்று கலந்திடும் ஓர் உணர்வைப் பற்றிக் கூறுகிறேன். அத்தகைய ஒருமையுணர்வை அதற்குமுன் எந்த நபரோடும் எப்போதும் நான் அனுபவித்ததில்லை. எப்போதுமே நான் தனியனாக, எப்போதும் இறுக்கமாக உணர்ந்துகொண்டு, ஒரு சுவற்றின்

பின்னால் ஒட்டிக்கொண்டேதான் இருந்து வந்திருக்கிறேன். நாங்கள் ஒன்றாகக் கலந்துவிட்டால் என் சுவர் இடிந்து விழுந்து விடுமென்று நான் நம்பியிருந்தேன். நான் யாரென்பதை அப்போது நான் கண்டறிந்து கொள்ளலாம். அதுவரை தெளிவற்ற துணுக்குகளாகவே தென்பட்டு வந்திருந்த என் சுயத்தை முழுவதுமாக நான் தரிசிக்கலாம்''

''ஆனால் அது நடக்கவேயில்லையா?'' என்று கேட்டேன்.

''இல்லை நடக்கவில்லை'' என்றான். கணப்பில் கொழுந்து விட்டெரியும் விறகுக் கட்டைகளை கொஞ்ச நேரத்திற்கு வெறித்தான். அவன் கண்கள் விநோதமாகத் தளர்ந்திருந்தன. ''எப்போதுமே நடக்கவில்லை'' என்றான்.

அவளைத் திருமணம் செய்துகொள்ள அவன் தீவிரமாக யோசித்துக் கொண்டிருப்பதை அவளிடம் கூறினான். ''நாம் பட்டப்படிப்பு முடிந்ததுமே திருமணம் செய்து கொள்ளலாமா'' என்றான். ''அதற்கு முன்பாகவேகூட மணவுறுதி செய்து கொள்ளலாம்'' அவனது வார்த்தைகள் அவளைப் பெரிதும் மகிழவைத்து அவனை நோக்கி இனிமையாகப் புன்னகைத்தாள். அதே நேரத்தில் அவள் புன்னகையில், இளைஞன் ஒருவனின் குழந்தைத்தனமான பேச்சைக் கேட்ட முதிர்ச்சியும் நிதானமும் கொண்ட ஒருத்தியின் சோர்வு லேசாகத் தெரிந்தது. ''என்னால் உன்னைத் திருமணம் செய்து கொள்ளமுடியாது'' என்றாள். ''என்னைவிட சிலவருடங்கள் பெரியவனான ஒருவனை நானும் உன்னைவிட சில வருடங்கள் சிறியவளான ஒருத்தியை நீயும் திருமணம் செய்து கொள்ள வேண்டும். அதுதான் சரியாக இருக்கும். ஆண்களைவிடப் பெண்கள் வேகமாக முதிர்ச்சியடைகின்றனர். வேகமாக வயதாகின்றனர். இன்னமும் உலகத்தைப் பற்றி ஒன்றும் உனக்குத் தெரியாது. பல்கலைக்கழகத்தை முடித்தவுடனேயே நாம் மணம் புரிந்துகொண்டாலும் அது சரிவராது. இப்போது இருப்பதைப் போல மகிழ்ச்சியுடன் நம்மால் இருக்க முடியாது. அஃப்கோர்ஸ் ஐ லவ்

யூ - வேறுயாரையும் இதற்குமுன் நான் காதலித்ததில்லை. ஆனால் இவையிரண்டும் வெவ்வேறு விஷயங்கள். (இவை இரண்டும் வெவ்வேறு விஷயங்கள் என்பது அவளது அபிமான வழக்கு) நாம் இன்னமும் பள்ளியில்தான் இருக்கிறோம். பாதுகாக்கப்பட்ட வாழ்க்கையை வாழ்ந்து வந்திருக்கிறோம். ஆனால் வெளியிலிருக்கும் உலகம் அப்படி இருக்கவில்லை. அது பிரம்மாண்டமானது, அதற்கு நாம் தயாராக இருக்க வேண்டும்''

அவள் என்ன சொல்ல வருகிறாள் என்பது அவனுக்குப் புரிந்தது. அவன் வயதொத்த மற்ற பையன்களைக் காட்டிலும் அவனுடைய கால்கள் தரையில் நன்கு பதிந்திருந்தன. வேறு யாராவது இதே விஷயத்தைப் பற்றி விவாதித்திருந்தால் அவன் அதற்கு ஒப்புக் கொண்டிருந்திருப்பான். ஆனால் இது ஒன்றும் பொதுமைப் படுத்தப்பட்ட கருத்தியல் அல்ல. அவர்கள் பேசிக்கொண்டிருந்தது அவன் வாழ்க்கையைப் பற்றி.

அவளிடம் ''எனக்கு இது புரியவில்லை'' என்றான். ''உன்னை மிகவும் நேசிக்கிறேன். நாம் ஒன்றிணைய வேண்டுமென விரும்புகிறேன். இது எனக்குத் தெளிவற்று இருக்கலாம் அல்லது மேலும் முக்கியமானதாக இருக்கலாம். இது யதார்த்தத்தை மீறி இருந்தாலும் அதைப் பற்றி எனக்கு அக்கறையில்லை. அந்தளவிற்கு உன்னை நான் நேசிக்கிறேன்''

அதைப் பற்றிப் பேச்சே இல்லை என்பதைப்போல மீண்டும் தலையை அசைத்து மறுத்தாள். அவன் தலையைக்கோதி, ''நம்மிருவருக்கும் காதலைப் பற்றி என்ன தெரியுமென்று நினைத்துக் கொண்டிருக்கிறாய்? நம் காதல் சோதிக்கப்படவேயில்லை. எதற்காகவும் நாம் பொறுப்பேற்றுக் கொள்ளவேயில்லை. நாம் இன்னமும் குழந்தைகள்தான்''

அவனால் எதுவும் பேச முடியவில்லை. அவனைச் சுற்றியிருக்கும் சுவற்றை அவனால் இடித்துத்தள்ள முடியவில்லையென்பது

அவனுக்குப் பெரும் சித்ரவதையாக இருந்தது. அந்தச் சுவர் அவனைப் பாதுகாத்து வந்ததாகவே இதுவரை நினைத்து வந்திருந்தான். ஆனால் இப்போது அது அவனை வழிமறித்துக் கொண்டிருக்கும் தடுப்பாகத் தெரிந்தது. ஒரு கையாலாகாத்தனம் அலையாக அவனை அடித்து வீழ்த்தியது. இதற்குமேல் என்னால் எதுவும் செய்ய முடியாது என்று நினைத்தான். இந்தத் தடிமனான சுவர் எப்போதுமே என்னைச் சுற்றிச் சூழ்ந்திருக்கப் போகிறது. எப்போதுமே என்னை வெளியேவிடப் போவதில்லை. இனி என் மிச்சவாழ்க்கை முழுவதும் கிளர்ச்சியற்று, அர்த்தமற்றுத்தான் இருக்கப் போகிறது.

அவர்களிருவரும் பள்ளியை முடிக்கும்வரை அவர்களது உறவு அப்படியே மாறாதிருந்தது. எப்போதும் போல நூலகத்தில் சந்தித்து, ஒன்றாகச் சேர்ந்து படித்து, உடைகளைக் கழற்றாமல் காதல் செய்து கொண்டிருந்தனர். அதில் கடைசிவரை செல்லாததற்காக அவள் கவலைப்பட்டதாகவே தெரியவில்லை. சங்கமிப்பதற்கு முன்பாகவே, பாதியிலேயே நிறுத்திக் கொள்வதை உண்மையில் அவள் ரசித்ததாகவே தோன்றியது. அனைவரும் மிஸ்டர் க்ளீனும் மிஸ் க்ளீனும் சிக்கலற்ற இளமையை அனுபவித்து வருவதாகவே நினைத்து வந்தனர். ஆனால் அவனது நிறைவேறாத உணர்வுகளில் அவன் தொடர்ந்து தவித்து வந்தான்.

1967ம் வருடத்தின் வேனிற்காலத்தில் அவன் டோக்கியோ பல்கலைக்கழகத்தில் சேர்ந்தபோது அவள் கோபேவில் ஒரு மகளிர் பல்கலைக்கழகத்திற்குச் சென்றாள். அது முதல் நிலை கல்லூரியாக இருந்தாலும் அவளுடைய மதிப்பெண்களுக்கு அதைவிடச் சிறப்பான கல்லூரிக்கு, ஏன் டோக்கியோ பல்கலைக்கழகத்திற்குக் கூடச் சென்றிருக்கலாம். ஆனால் அதை அவசியமென்று கருதாமல், நுழைவுத் தேர்வைக்கூட அவள் எழுதவில்லை. ''எனக்குப் படித்தே ஆக வேண்டுமென்றோ நிதி அமைச்சகத்தில் வேலையில் சேர வேண்டுமென்றோ ஆசையில்லை'' என்று விளக்கினாள். ''நான் ஒரு

பெண். உன்னிடமிருந்து வேறுபட்டவள். நீ எவ்வளவோ உயரத்திற்குப் போகப் போகிறாய். ஆனால் நான் கொஞ்சம் ஓய்வாக, அடுத்த நான்கு வருடங்களைச் சந்தோஷமாக அனுபவிக்கப் போகிறேன். எனக்குத் திருமணமானதும் அதைப் போல என்னால் இருக்க முடியாது''

அவன் பெரிதும் ஏமாற்றமடைந்தான். அவர்கள் இருவரும் சேர்ந்து டோக்கியோவிற்குச் செல்லலாமென்றும், அவர்களது உறவைப் புதிதாகத் தொடங்கலாமென்றும் அவன் நம்பிக் கொண்டிருந்தான். தன்னோடு வந்து சேரும்படி அவளைக் கெஞ்சினான், ஆனால் அவள் வெறுமனே தலையை மட்டும் ஆட்டினாள்.

கோடை விடுமுறைக்கு முதல் வருடத்தை முடித்த பிறகு அவன் திரும்பி வந்தான். அவர்கள் தினமும் வெளியில் சென்றனர் (அந்தக் கோடைக் காலத்தில்தான் நான் அவனை டிரைவிங் பள்ளியில் சந்தித்தேன்) எல்லா இடங்களுக்கும் சுற்றினர். முன்பைப் போலவே ஆலிங்கன நேரங்களும் இருந்தன. அவர்களது உறவில் ஏதோ மாற்றமடைந்து வருவதாக அவனுக்குத் தோன்றத் தொடங்கியது. கண்ணிற்குப் புலப்படாமல் யதார்த்தம் அவர்களுக்கிடையில் வளர்ந்து வந்தது.

வெளிப்படையாக எந்த மாற்றமும் இல்லை. உண்மையில் பிரச்சனை, மாற்றமே இல்லாதிருந்ததுதான். அவனிடம் எதுவுமே மாற்றமில்லை. அவள் பேசியவிதம், அவளது உடைகள், அவள் பேசத் தேர்ந்தெடுத்த விஷயங்கள், அவளது அபிப்பிராங்கள் எல்லாமே முன்பைப் போலவே இருந்தன. ஒரு பென்டுலம் மெதுவாக ஊசலாடி நிற்பதைப் போல அவர்களது உறவும் ஆகிவருவதாக ஒரு தோற்றம் வந்து அவன் குழப்பமுற்றான்.

டோக்கியோவில் வாழ்க்கை தனிமையாக இருந்தது. அந்நகரம் குப்பை மண்டிக்கிடந்தது., உணவு சகிக்க முடியாதிருந்தது, அங்கிருந்த ஜனங்கள் முசுடுகளாயிருந்தனர். எந்நேரமும் அவள் நினைவாகவே

இருந்தான். ராத்திரிகளில் அவன் அறையில் உட்கார்ந்துகொண்டு கடிதம் மாற்றி கடிதங்களாக அவளுக்கு எழுதிக் கொண்டேயிருந்தான். அடிக்கடியில்லாவிட்டாலும் அவளும் பதிலுக்குக் கடிதம் எழுதினாள். அவள் வாழ்க்கையைப் பற்றி எல்லா விவரங்களையும் அவனுக்கு எழுதுவாள். அவளது கடிதங்களில் அவன் மூழ்கிப் போனான். அவளது கடிதங்கள் மட்டுமே அவன் மனநிலையை ஒருங்கிணைத்திருந்தன. அவன் புகைபிடிக்கவும், குடிக்கவும், வகுப்புகளை கட் அடிக்கவும் தொடங்கினான்.

கோடை விடுமுறை இறுதியில் வந்து சேர்ந்ததும் அவன் கோபோவிற்குத் திரும்பிச் சென்றபோது பல விஷயங்கள் அவனுக்கு ஏமாற்றமளித்தன. அவன் தனது சொந்த ஊரைவிட்டுச் சென்று வெறும் மூன்றே மாதங்களாகியிருப்பினும் இப்போது அது வினோதமாகப் புழுதி படிந்து, உயிரற்றிருப்பதாகத் தெரிந்தது. அம்மாவுடன் பேசுவது மகா போராக இருந்தது. டோக்கியோவில் இருந்தபோது அவன் கற்பனையில் உலவிவந்த வீட்டின் காட்சிகள் இப்போது உப்புச்சப்பின்றி மந்தமாக இருந்தன. கோபே, ஒரு சுயதிருப்தி கொண்ட உப்பங்கழி நகரம் என்று கண்டுகொண்டான். யாரிடமும் பேச அவனுக்கு விருப்பமில்லை. சிறுவயதிலிருந்து அவன் சென்று கொண்டிருந்த முடிதிருத்தகத்திற்குச் செல்வது கூட அவனுக்குச் சோர்வூட்டியது. அவன் வீட்டு நாயை அழைத்துக்கொண்டு வாக்கிங் சென்றபோது கடற்கரை வெறிச்சோடி, குப்பைக்கூளங்கள் மண்டியிருந்தன.

யூஷிகோவுடன் வெளியில் செல்வது அவனுக்குக் கிளர்ச்சியூட்டியிருக்கும் என்று நினைக்கலாம், ஆனால் இல்லை. ஒவ்வொருமுறை அவர்கள் குட்பை சொல்லிக் கொண்டதும் அவன் வீட்டிற்குச் சென்று முடங்கிப் போவான். அவன் இன்னமும் அவள் மீது காதலாகத்தான் இருந்தான், சந்தேகமில்லை. ஆனால் அது மட்டும் போதுமானதாக இல்லை. ஏதாவது நான் செய்ய வேண்டும் என்று

நினைத்தான். மோகம் என்பது அதன் சொந்த சக்தியில் கொஞ்ச காலத்திற்குச் சென்றாலும் எப்போதைக்குமாக நிலைத்திருப்பதில்லை. அதிரடியாக எதையாவது நாம் செய்யாவிட்டால் உறவு ஒரு தேக்கநிலையை அடைந்து, நம்மிடமிருந்து எல்லா வேட்கைகளும் மூச்சுத் திணறி வெளியேறிவிடும்.

அவர்களது பேச்சில் கொஞ்சகாலமாக வராதிருந்த செக்ஸ் விஷயத்தைப் பற்றி மறுபடியும் பேச்செடுக்க ஒருநாள் முடிவெடுத்தான். இந்த விஷயத்தைப் பற்றிப் பேச்செடுப்பது இதுதான் கடைசி முறை என்று சொல்லிக் கொண்டான்.

''கடந்த மூன்று மாதங்களாக டோக்கியாவில் எப்போதும் உன்னைப் பற்றியேதான் நினைத்துக் கொண்டிருந்தேன்'' என்றான் அவளிடம். ''ஐ லவ் யூ. நாம் ஒருவரை விட்டு மற்றவர் பிரிந்திருந்தாலும் அது மாறப்போவதில்லை. ஆனால் அதிக நாட்களுக்குப் பிரிந்திருக்கும் போது எல்லாவிதமான குருட்டு யோசனைகளும் ஆக்கிரமித்து விடுகின்றன. உன்னால் இதைப் புரிந்துகொள்ள முடியாமற் போகலாம், ஆனால் தனிமையில் இருக்கும்போது மனிதர்கள் பலவீனமாகி விடுகின்றனர். என் வாழ்க்கையில் எப்போதுமே இந்தளவிற்குத் தனியாக நான் உணர்ந்ததில்லை. கொடுமை! அதனால் நம்மை ஏதாவது ஒன்று மேலும் நெருக்கமாகப் பிணைக்க வேண்டுமென்று விரும்புகிறேன். நாம் பிரிந்திருந்தாலும், ஒன்றாக இணைந்திருக்கிறோம் என்று நிச்சயமாக உணர விரும்புகிறேன்''

ஆனால் அவள் மறுத்தாள். பெருமூச்சுடன் நெருங்கி மென்மையாக முத்தமிட்டாள்.

''ஐ ஆம் ஸாரி, என் கன்னிமையை என்னால் விட்டுத்தர முடியாது. இவையிரண்டும் வெவ்வேறு விஷயங்கள். உனக்காக நான் எதையும் செய்வேன், இதைத்தவிர. என்னை நீ காதலித்தால் இந்த விஷயத்தை மீண்டும் எடுக்காதே''

அவர்கள் திருமணம் செய்துகொள்வதைப் பற்றி எழுப்பினான்.

''என் வகுப்பில் இரண்டு பெண்களுக்கு ஏற்கனவே நிச்சயமாகியிருக்கிறது'' என்றான். ''ஆனால் அந்த மணமகன்கள் வேலையில் இருக்கிறார்கள். மண உறுதி செய்துகொள்ள அதுதான் தேவைப்படுகிறது. திருமணத்திற்குப் பொறுப்பு தேவைப்படுகிறது. யாரையும் சார்ந்திராமல் நின்று ஒருத்தியை உன் வாழ்க்கையில் ஏற்றுக்கொள்வது. நீ பொறுப்பை ஏற்றுக் கொள்ளாவிட்டால் எதையும் உன்னால் அடைய முடியாது''

''என்னால் பொறுப்பை ஏற்றுக்கொள்ள முடியும்'' என்றான் பிரகடனம் செய்வதைப்போல, ''கவனி - நான் ஒரு தலைசிறந்த பல்கலைக்கழகத்தில் பயில்கிறேன், நல்ல மதிப்பெண்களும் கிடைத்து வருகின்றன. நான் விரும்பும் எந்தவொரு கம்பெனியிலோ, அல்லது அரசு அலுவலகத்திலோ ஒரு வேலையை என்னால் பெற்றுவிட முடியும். கம்பெனியின் பெயரைச்சொல், அங்கே முதல் ஆளாகச் சேர்ந்து காட்டுவேன். என்னால் எதையும் செய்யமுடியும், என் மனதை மட்டும் அதில் செலுத்தினேனென்றால். ஆகவே என்னதான் பிரச்சனை?''

அவள் விழிகளை மூடிக்கொண்டு கார் இருக்கையில் பின்னுக்குச் சாய்ந்து கொஞ்ச நேரத்திற்கு மௌனமாக இருந்தாள். பின், ''எனக்குப் பயமாக இருக்கிறது'' என்றாள். முகத்தைக் கைகளால் மூடிக்கொண்டு விசும்பத் தொடங்கினாள்.

''எனக்கு மிகவும் பயமாக இருக்கிறது. வாழ்க்கை பயமுறுத்துகிறது. இன்னும் சில வருடங்களில் நான் நிஜ உலகத்தில் காலெடுத்து வைக்க வேண்டும் என்பதே என்னைப் பயமுறுத்துகிறது. உனக்கு ஏன் புரிவதில்லை? என்னைப் புரிந்துகொள்ள ஏன் நீ முயலுவதில்லை? என்னை இப்படிச் சித்ரவதை செய்ய வேண்டுமா?''

அவளை ஆதாரத்துடன் அணைத்துக்கொண்டான். ''நான் இங்கே இருக்கும்வரை நீ பயப்படத் தேவையில்லை'' என்றான். ''எனக்கும் உன்னைப் போலவே பயமாகத்தான் இருக்கிறது. ஆனால் உன்னோடு இருந்தால் பயம் இருப்பதில்லை. நாம் இருவரும் சேர்ந்திருந்தால் நாம் பயப்பட எதுவுமில்லை''

அவள் மீண்டும் தலையை ஆட்டி மறுத்தாள். ''உனக்குப் புரிவதில்லை. நான் உன்னைப் போல அல்ல. நான் ஒரு பெண். உனக்குப் புரியவே மாட்டேனென்கிறது'' மேலும் எதைக் கூறுவதும் அவனுக்கு அர்த்தமற்றதாக இருந்தது. அவள் வெகுநேரம் அழுதுகொண்டிருந்தாள். அழுது முடித்துவிட்டுக் கீழ்கண்டவாறு திகைப்பூட்டும் விஷயத்தைச் சொன்னாள்:

''நாம் ஒருவேளை பிரிந்துவிட்டால்... நான் உன்னையே எப்போதும் நினைத்திருப்பேன் என்பதை நீ அறிந்து கொள்ள மறக்க முடியாது, ஏனெனில் நான் உன்னை உண்மையாகவே காதலிக்கிறேன். நான் காதலித்த முதல் மனிதன் நீதான். வெறுமனே உன்னோடு இருப்பதே என்னை மகிழ்விக்கிறது. அது உனக்குத் தெரியும். ஆனால் இவையிரண்டும் இரண்டு வெவ்வேறான விஷயங்கள். நான் உனக்குச் சத்தியம் செய்துத்தர வேண்டுமென்று நீ விரும்பினால் அதைச் செய்கிறேன். ஒரு நாளில்லை, ஒருநாள் உன்னோடு நான் படுப்பேன். ஆனால் நிச்சயம் இப்போதைக்கு அல்ல. நான் யாரையாவது மணம் செய்து கொண்ட பிறகு உன்னோடு நான் படுப்பேன். சத்தியமாக''

கணப்பில் எரிந்துகொண்டிருக்கும் விறகுக் கட்டைகளை வெறித்தபடியே, ''அந்த நேரத்தில் அவள் என்ன கூற வருகிறாள் என்பது எனக்கு விளங்கவில்லை'' என்றான். வெயிட்டர் நாங்கள் ஆர்டர் செய்தவற்றை எடுத்துக்கொண்டு வந்தான். மேலும் சில விறகுக் கட்டைகளைக் கணப்பில் செருகினான். நெருப்புப் பொறிகள் வெடித்தன. பக்கத்து மேசையில் இருந்த நடுவயது ஜோடி எந்த டெஸ்ஸர்ட்டை ஆர்டர் செய்வது எனக் குழம்பிக் கொண்டிருந்தனர்.

"அவள் சொன்னது புதிராக இருந்தது. வீட்டிற்குத் திரும்பியதும் அவள் சொன்னதை வெகுநேரம் யோசித்துக் கொண்டிருந்தேன். எனக்குப் பிடிபடவேயில்லை. அவள் என்ன கூறவந்தாள் என்று உங்களுக்குப் புரிகிறதா?''

''வெல்... அவளுக்குத் திருமணமாவது வரை கன்னிமையோடு இருக்க விரும்பியிருக்கிறாள் என்று ஊகிக்கலாம். திருமணமான பின்பு கன்னிமையோடு இருக்க எந்தக் காரணமும் இல்லையென்பதால் உங்களோடு தொடர்பு வைத்துக் கொள்வதில் அவளுக்கு ஆட்சேபணை இல்லை. அதுவரை உங்களைக் காத்திருக்கச் சொல்லியிருக்கிறாள்''

''அப்படித்தான் நானும் கருதுகிறேன். அந்த ஒன்றைத்தவிர வேறு எதனையும் யோசிக்க முடியவில்லை''

''இது வித்தியாசமான சிந்தனைதான். லாஜிக்கலாகவும் இருக்கிறது'' என்றேன்.

அவன் உதடுகளில் மெலிதாகப் புன்னகை படர்ந்தது. ''நீங்கள் சொல்வது சரிதான், லாஜிக்கலாக இருக்கிறது''

''கன்னித்தன்மையை இழக்காமல் திருமணம் செய்து கொள்கிறாள். ஒருத்தனின் மனைவியாக ஆனபின்பு ஒரு தொடர்பு ஏற்படுகிறது. ஏதோ ஒரு கிளாசிக் பிரெஞ்சு நாவலைப் போல இருக்கிறது. ஃபேன்ஸி டிரஸ் விருந்துகளும், இடையே ஊடாடும் பணிப்பெண்களும்தான் காணோம்''

''ஆனால் அதுவொன்றுதான் நடைமுறைதீர்வாக அவளுக்கு இயன்றிருக்கிறது'' என்றேன்.

என்னைச் சிறிதுநேரத்திற்குப் பார்த்துவிட்டு மெதுவாகத் தலையசைத்தான். ''சரியாகச் சொன்னீர்கள். நீங்கள் சரியாகப் புரிந்து கொண்டதில் சந்தோஷம்'' அவன் மீண்டும் தலையசைத்தான்,

"இப்போது அப்படித்தான் என்னால் பார்க்க முடிகிறது - இப்போது வயதான பிறகு. அப்போது முடியவில்லை. நான் குழந்தையாக இருந்திருக்கிறேன். மனித இதயத்தின் நுட்பமான அலைபாய்தல்களை என்னால் உணர முடியவில்லை. எனவே அதிர்ச்சி மட்டுமே என் ரியாக்ஷனாக இருந்தது, உண்மையில் நான் விக்கித்துப் போயிருந்தேன்"

"என்னால் புரிந்துகொள்ள முடிகிறது" என்றேன். கொஞ்ச நேரத்திற்கு எதுவும் பேசாமல் சாப்பிட்டோம்.

"எதிர்பார்த்ததைப் போலவே நாங்கள் பிரிந்தோம். பிரிந்துவிடுவதாக எங்களிருவரில் யாரும் அறிவித்துக் கொள்ளவில்லை, அது இயல்பாக முடிந்தது. அமைதியான பிரிவு. இந்த உறவைத் தொடர்வதில் இருவருக்குமே பெரும் களைப்பிருந்ததாகத் தோன்றுகிறது. என் கண்ணோட்டத்தில், வாழ்க்கை பற்றிய அவளது அணுகுமுறை - அதை எப்படிச் சொல்வது? நேர்மையாக இல்லை, இல்லை, அது இல்லை... நான் விரும்பியதெல்லாம் அவளுக்கு ஒரு நல்ல வாழ்க்கையை. என்னை அது கொஞ்சம் அதிருப்தியாக்கியது. கன்னிமையோ, திருமணமோ, அல்லது வேறு எதனையோ அவள் பிடித்துக்கொண்டு தொங்காமல், ஓர் இயல்பான, முழுமையான வாழ்க்கையை அவள் வாழ வேண்டுமென விரும்பினேன்"

"ஆனால் வேறு எப்படியும் அவள் நடந்து கொண்டிருப்பாளென்று எனக்குத் தோன்றவில்லை" என்றேன்.

அவன் ஒப்புதலாக தலையசைத்தான். ஒரு காளான் துண்டை எடுத்தபடி, "இருக்கலாம்" என்றான். "கொஞ்ச காலம் கழித்து நீங்கள் இளக்கமற்றுப் போய்விடுவீர்கள். மீண்டு எழமுடியாமற் போய்விடும். அது எனக்கும் நிகழ்ந்திருக்கலாம். சிறுவர்களாக இருக்கும்வரை எல்லாவற்றிலும் ஜெயிப்பதற்காக எல்லோரும் எங்களைக் கசக்கிப் பிழிந்து கொண்டிருந்தனர். நாங்களும் போதியளவிற்கு

பிரகாசமானவர்களாக இருந்ததால் அவர்களது எதிர்ப்பார்ப்புகளை நிறைவேற்றி வந்தோம். ஆனால் உங்கள் மன முதிர்ச்சிக்கு அந்த வேகத்தைத் தாக்குப்பிடிக்க முடியாது. உங்களால் திரும்பிச் செல்லவே முடியாதென்பது ஒருநாள் உங்களுக்குத் தெரியும். அட்லீஸ்ட் அறநெறிகளைப் பொறுத்தவரையாவது''

''அது உங்களுக்கு நிகழவில்லையா?'' என்று கேட்டேன்.

''எப்படியோ அதை என்னால் சமாளிக்க முடிந்துவிட்டது'' அவன் கொஞ்சம் யோசித்தபின் பேசினான். கத்தையையும் முட்கரண்டியையும் வைத்துவிட்டு நாப்கினால் வாயைத் துடைத்துக் கொண்டான். ''நாங்கள் பிரிந்த பிறகு, வேறொரு பெண்ணோடு நான் செல்லத் தொடங்கினேன். கொஞ்ச காலத்திற்கு அவளோடு சேர்ந்தும் வாழ்ந்தேன். நேர்மையாகச் சொல்ல வேண்டுமானால் அவள், யூஷிகோ அளவிற்கு என்னைக் கவரவில்லை, ஆனாலும் அவளை நான் நேசித்தேன். நாங்கள் ஒருவரையொருவர் உண்மையாகப் புரிந்துகொண்டு, ஒருவரிடம் ஒருவர் வெளிப்படையாக இருந்தோம். அவள் மனிதர்களைப் பற்றி - அவர்கள் எவ்வளவு அழகானவர்கள், அவர்களிடம் இருக்கக்கூடிய குறைகள் எனக் கற்றுத் தந்தாள். இறுதியில் சில நண்பர்களையும் நான் ஏற்படுத்திக் கொண்டேன், அரசியலில் ஆர்வம் ஏற்பட்டதால் என் ஆளுமையே மாறிவிட்டது என்றெல்லாம் கூறமாட்டேன். நான் எப்போதுமே மிகவும் பிராக்டிகலான மனிதன், இன்னும்தான். நான் நாவல்கள் எழுதுவதில்லை, நீங்கள் மரச்சாமான்கள் இறக்குமதி செய்வதில்லை. நான் கூறுவது உங்களுக்குப் புரிகிறதில்லையா? பல்கலைக்கழகத்தில் இருந்தபோது பல உலக யதார்த்தங்கள் இருக்கிறதென்பதைக் கற்றுக்கொண்டேன். உலகம் பரந்தது, அதில் பல்வேறு மதிப்பீடுகள் ஒருங்கிணைந்திருக்கின்றன. முதல் மாணவனாகவே எப்போதும் இருப்பதற்கு எந்த அவசியமும் இல்லை. நான் வெளி உலகிற்கு அடியெடுத்து வைத்தேன்''

''சரியாகவே நடந்து கொண்டிருக்கிறீர்கள்''

''அப்படித்தான் நினைக்கிறேன்'' என்று கூறிவிட்டு லஜ்ஜையாகப் பெருமூச்செறிந்தான். நாங்கள் இருவரும் கூட்டாளிகளைப் போல. என்னை ஊன்றிப் பார்த்து, ''என் தலைமுறையிலிருக்கும் மற்றவர்களோடு ஒப்பிட்டால் எனக்கு நல்ல வாழ்க்கையே கிட்டியிருக்கிறது. எனவே நடைமுறையளவில், ஆம், நான் வெற்றிகரமாகவே இருந்திருக்கிறேன்''

அவன் மௌனமானான். மேலும் பேச விரும்புகிறான் என்றறிந்து பொறுமையாகக் காத்திருந்தேன்.

''அதன்பிறகு வெகுகாலத்திற்கு யூஷிகோவை நான் பார்க்கவில்லை. ரொம்பகாலம் ஆகிவிட்டது. பட்டம் பெற்று ஒரு விற்பனை நிறுவனத்தில் வேலையில் சேர்ந்தேன். அங்கே நான் பணியாற்றிய ஐந்து வருடங்களில் வெளி நாடுகளுக்குச் செல்ல வேண்டியதும் இருந்தது. ஒவ்வொரு நாளும் பிஸியாக இருந்தேன். நான் பட்டம் பெற்று இரண்டு வருடங்கள் கழித்து யூஷிகோவிற்குத் திருமணமாகிவிட்டதென்று கேள்விப்பட்டேன். என் அம்மா கூறினாள். யாரை மணமுடித்தாள் என்று நான் கேட்கவில்லை. செய்தியைக் கேட்டவுடனேயே எனக்கு முதலில் தோன்றிய நினைப்பு அவளுக்குத் திருமணமாகும்வரை அவளது கன்னிமையைக் காப்பாற்றி வைத்திருந்தாளா என்பதுதான். அதன் பிறகு கொஞ்சம் சோகமாக இருந்தேன். அடுத்தநாள் மேலும் சோகமாக இருந்தது. முக்கியமான ஏதோவொன்று இறுதியில் முடிவிற்கு வந்துவிட்டதைப் போல உணர்ந்தேன். அவளைக் காதலித்து வந்திருக்கிறேன் என்பதால் அது எதிர்ப்பார்க்கக் கூடியதுதானே. நான்கு வருடங்கள் நாங்கள் சுற்றிவந்திருக்கிறோம். என்றாவதொருநாள் நாங்கள் திருமணம் செய்து கொள்வோமென்ற நம்பிக்கை அதுவரை ஒட்டிக்கொண்டிருந்தது. என் இளமைப்பருவத்தின் பெரும்பகுதி அவளாகத்தான் இருந்தாள் என்பதால் நான் துக்கப்பட்டது இயற்கையே. ஆனால், அவள்

சந்தோஷமாக இருந்தால் எனக்கும் திருப்தியே என்று முடிவெடுத்தேன். அப்படித்தான் உண்மையாகவே நினைத்தேன். எனக்கு அவள் மீது கொஞ்சம்... கவலையாக இருந்தது. அவளிடமிருந்த ஒரு பகுதி மிகவும் எளிதாக நொறுங்கிவிடக்கூடியது''

வெயிட்டர் வந்து, தட்டுகளை அகற்றிவிட்டு டெஸ்ஸர்ட்டுகள் அடங்கிய டிராலியைத் தள்ளிக்கொண்டு வந்தான். டெஸ்ஸர்ட் வேண்டாமென்று இருவரும் மறுத்து, காபி ஆர்டர் செய்தோம்.

''எனக்குத் தாமதமாகத் திருமணம் நடந்தது - முப்பத்தியிரண்டு வயதாகும்போது. எனவே யூஷிகோ எனக்கு ஃபோன் செய்தபோது திருமணமாகாமல்தான் இருந்தேன். அப்போது எனக்கு இருபத்தியெட்டு வயது - இன்றிலிருந்து பத்து வருடங்களுக்கு முந்தி. நான் வேலை பார்த்த கம்பெனியைவிட்டு வெளியேறி சொந்தமாகத் தொடங்கியிருந்தேன். இறக்குமதி ஃபர்னிச்சர்களுக்கான மார்க்கெட் தொடங்கப் போவதாக நான் உறுதியாக நம்பினேன். எனவே என் அப்பாவிடமிருந்து பணம் வாங்கி ஒரு சிறிய நிறுவனத்தைத் தொடங்கினேன். நம்பிக்கையிருந்தாலும், முதலில் எதுவும் சரியாகச் சொல்லவில்லை. ஆர்டர்கள் தாமதமாகின, பொருட்கள் விற்கவில்லை. கிடங்குக் கட்டணங்கள் கூடிக்கொண்டே வந்தன. அடைக்க வேண்டிய கடன்கள். நான் களைத்துப் போய் நம்பிக்கையிழக்கத் தொடங்கினேன். என் வாழ்க்கையில் தான் கடந்து வந்த மிகக் கடினமான காலகட்டம் அது. அந்தக் கரடுமுரடான சமயத்தில்தான் ஒருநாள் யூஷிகோ எனக்கு ஃபோன் செய்தாள். என் நம்பர் அவளுக்கு எப்படிக் கிடைத்ததென்று எனக்குத் தெரியவில்லை, ஆனால் ஒருநாள் இரவு எட்டுமணி வாக்கில் என்னை அழைத்தாள். அது அவள்தானென்று உடனே தெரிந்து கொண்டேன். அந்தக்குரலை எப்படி என்னால் மறக்க முடியும்? அது எவ்வளவோ ஞாபகங்களையும் கூடவே கூட்டி வந்தது. மிகவும் சோர்ந்து போயிருந்த அத்தருணத்தில் என் பழைய காதலியின் குரலை மீண்டும் கேட்டது அற்புதமாக இருந்தது''

ஏதோ ஒரு ஞாபகத்தைக் கொண்டு வருவதைப் போலக் கணப்பில் எரிந்து கொண்டிருக்கும் விறகுகளை வெறித்தான். இதற்குள் உணவகம் முழுவதும் நிரம்பி, குரல்களும், சிரிப்புகளும், பாத்திரங்கள், தட்டுக்களின் கிண்கிணிச் சத்தங்களுமாக இரைச்சலாகிவிட்டிருந்தது. சாப்பிட வந்திருப்பவர்களில் அனேகம் பேர் உள்ளூர்காரர்கள் போலிருந்தது. வெயிட்டர்கள் முதல் பெயரிட்டு அழைத்துக் கொண்டிருந்தனர்: கியூசெப்பி! பாவ்லோ!

''யாரிடமிருந்து கேள்விப்பட்டிருந்தாளென்று தெரியவில்லை, ஆனால் என்னைப் பற்றி எல்லாவற்றையும் அறிந்திருந்தாள். எனக்குத் திருமணம் ஆகாதிருப்பது, வெளிநாடுகளில் வேலை செய்தது, அந்த வேலையை ஒரு வருடத்திற்கு முன் விட்டிருந்தது, சொந்தமாக ஒரு கம்பெனி தொடங்கியிருந்தது, அத்தனையையும் தெரிந்து வைத்திருந்தாள். 'கவலைப்படாதே' என்று கூறினாள். 'நிச்சயம் நீ நன்றாக வருவாய். உன்மேல் நம்பிக்கை வைத்திரு. நீ வெற்றியடைவாய் என்று எனக்குத் தெரியும். எப்படி ஆகாமற்போவாய்?' என்றாள். அவள் அப்படிக் கூறுவதைக் கேட்க எனக்கு மிகவும் மகிழ்ச்சியாக இருந்தது. என்னால் முடியும் என்ற நம்பிக்கை வந்தது. என்னால் சாதிக்க முடியும். அவள் குரலைக் கேட்டது எனக்குள் பொதுவாக இருக்கும் தன்னம்பிக்கையைத் தூண்டிவிட்டது. உண்மையாக உழைக்கும்வரை என்னால் சாதிக்க இயலும் என்று நினைத்துக் கொண்டேன். எனக்காகவே உலகம் இருப்பதாக உணர்ந்தேன்'' அவன் புன்னகைத்தான்.

''அவளைப் பற்றிக் கேட்கவேண்டிய முறை வந்தது. அவள் மணந்து கொண்ட நபர் எப்படிப்பட்டவர், குழந்தைகள் உண்டா, எங்கே வசிக்கிறாள்? அவளுக்கு குழந்தைகள் ஏதுமில்லை. அவள் கணவன் அவளைவிட நான்காண்டுகள் பெரியவர், ஒரு தொலைக்காட்சி நிலையத்தில் வேலை பார்க்கிறார். ''அவர் ஓர் இயக்குநர்'' என்றாள். 'மிகவும் பிஸியானவராகத்தான் இருக்கவேண்டும்' என்றேன். 'ஆமாம்

ரொம்ப பிஸி, குழந்தைகளை உண்டாக்கக்கூட நேரமில்லாத அளவிற்கு' என்று கூறிச் சிரித்தாள். அவள் டோக்கியோவில், ஷினாகவாவில் ஒரு கோண்டோவில் வசித்தாள். நான் அப்போது ஷிரோகண்டாயில் வசித்து வந்தேன். பக்கத்து ஊர் என்று கூறமுடியாவிட்டாலும் அருகாமையில்தான் வசித்து வருகிறோம். 'என்ன ஓர் ஒற்றுமை' என்றேன். பள்ளியில் ஒன்றாகப் படித்து, காதலித்து சுற்றிக் கொண்டிருந்த இரண்டுபேர் என்ன பேசுவார்களோ அவற்றைத்தான் நாங்களும் பேசிக் கொண்டிருந்தோம். அவ்வப்போது கொஞ்சம் சங்கடமாக இருந்தாலும் அவளோடு மீண்டும் பேசுவது சந்தோசமாக இருந்தது. வெகுகாலத்திற்கு முன் குட்பை சொல்லிக்கொண்டு பிரிந்து, வெவ்வேறு வாழ்க்கைப் பாதைகளில் சென்றுகொண்டிருக்கும் இரு பழைய நண்பர்கள் போலப் பேசினோம். அவ்வளவு நேரம் யாரிடமும் நான் பேசி, வெகு காலமாகிவிட்டிருந்தது. நாங்கள் பேசவேண்டியவை அனைத்தையும் பேசி விட்டபிறகு மௌனமானோம். அது ஒரு அதை எப்படிச் சொல்வேன்? ஓர் ஆழமான மௌனம். கண்களை மூடிக்கொண்டால் எல்லாவிதமான பிம்பங்களும் மனதில் நிரம்புகிறாற்போல ஒரு மௌனம்.

கொஞ்ச நேரத்திற்கு மேசை மீது வைத்திருந்த கைகளை உற்றுப் பார்த்துக் கொண்டிருந்தான். பின் தலையுயர்த்தி என்னை நோக்கினான். "என்னால் முடிந்திருந்தால், அப்போதே ஃபோனை வைத்துவிட விரும்பினேன். அழைத்ததற்கு நன்றி கூறிவிட்டு, அவளிடம் பேசியது எவ்வளவு சந்தோஷமாக இருந்தது என்று சொல்லிவிட்டிருக்கலாம். நான் கூறவருவது உங்களுக்குப் புரிகிறதா?"

"ஒரு நடைமுறை நோக்கிலிருந்து பார்க்கையில் அப்படிச் செய்வதுதான் மிகவும் யதார்த்தமான விஷயமாக இருந்திருக்கும்" என்று உடன்பட்டேன்.

''ஆனால் அவள் ஃபோனை வைக்கவில்லை. அவள் வீட்டிற்கு என்னை அழைத்தாள். உன்னால் வரமுடியுமா? என் கணவர் வியாபார நிமித்தமாய்ச் சென்றிருக்கிறார். தனியாக இருக்கிறேன், போரடிக்கிறது. என்னால் என்ன சொல்வதென்று தெரியாமல் எதுவும் கூறாமலிருந்தேன். அவளும் எதுவும் பேசவில்லை. கொஞ்ச நேரம் நிசப்தம். பின் அவள் கூறினாள்: உனக்கு நான் செய்திருந்த சத்தியத்தை நான் மறந்துவிடவில்லை''

முதலில் அவள் என்ன கூறுகிறாள் என்பது அவனுக்கு விளங்கவில்லை, பின் அனைத்தும் ஞாபகத்திற்கு வந்தது - அவளுக்குத் திருமணமானதற்குப் பிறகு, அவனோடு அவள் படுப்பதாகச் சத்தியம் செய்தது. அதை ஓர் உண்மையான சத்தியமாக அவன் எப்போதுமே கருதியிருக்கவில்லை. குழப்பமான ஒரு கணத்தில் வாயிலிருந்து வந்த ஒரு குருட்டு யோசனையாகத்தான் நினைத்திருந்தான்.

அவளைப் பொறுத்தவரை அது ஏதோ குழப்பத்தின் விளைவு அல்ல என்று தெரிகிறது. அவளுக்கு அது ஒரு சத்தியம். அவள் ஒப்புக்கொண்ட ஓர் உடன்படிக்கை.

ஒரு கணத்திற்கு என்ன யோசிப்பதென்று, என்ன செய்வதென்று அவனுக்குத் தெரியவில்லை. குழப்பத்தில் சுற்றிலும் பார்த்தான். வழிகாட்டுவதற்கு எந்தக் கைகாட்டிகளும் இல்லை. எப்படியிருப்பினும் அவளோடு படுப்பதற்கு அவன் விரும்பினான் என்பது சொல்லாமலே விளங்கும். அவர்கள் பிரிந்த பிறகு கூட அவளோடு அவன் உறவு கொள்வதாக அடிக்கடி கற்பனை செய்திருக்கிறான். அவன் மற்ற பெண்களோடு இருந்த சந்தர்பங்களில் கூட, இருட்டில் அவளைத்தான் தழுவியிருப்பதாகக் கற்பனை செய்து கொள்வான். அவளை நிர்வாணமாக அவன் பார்த்திருக்காவிட்டாலும் - அவள் உடலைப் பற்றி அவன் அறிந்ததெல்லாம் அவளது உடைகளுக்குள். கையைச் செலுத்தி உணர்ந்திருந்தது மட்டும்தானே.

இந்த நிலையில் அவளோடு படுப்பது என்பது எவ்வளவு அபாயகரமானதென்பதை அவன் முற்றிலும் அறிந்தேயிருந்தான். அது எவ்வளவு அழிவுகளைக் கொண்டுவரும். அவன் ஏற்கனவே நிராகரித்து இருட்டில் போட்டிருந்த ஒரு விஷயத்தை மீண்டும் எழுப்புவதில் அவனுக்கு ஆர்வமில்லை. நான் செய்யவேண்டிய சரியான விஷயமில்லை இது, என்று அவன் தனக்குள் கூறிக்கொண்டான். இதில் யதார்த்தத்தை மீறியதாக, இப்போதிருக்கும் எனக்குப் பொருத்தமில்லாததாக ஏதோ இருக்கிறது.

ஆனால் அவளைச் சந்திக்க அவன் ஒப்புக்கொண்டான். எப்படியோ, இது அழகான தேவதைக் கதையாக, வாழ்க்கையில் ஒரே ஒருமுறை அவனுக்கு நேரக்கூடிய அனுபவமாக இருக்கிறது. அவனது இளமையில் அவன் காதலித்த, நேரம் போவது தெரியாமல் பொழுதைக் கழித்த அவனுடைய பேரழகுக் காதலி, அவள் வீட்டிற்கு உடனே வருமாறு அழைக்கிறாள் - அவளும் வெகுதூரத்தில் வசிப்பவளல்ல.

அதுமட்டுமின்றி, வெகுகாலத்திற்குமுன் அடர்ந்த வனம் ஒன்றிற்குள் அவர்கள் பரிமாறிக்கொண்ட, அந்த ரகசியமான, புனைவுத்தன்மையும் மகத்துவமும் கொண்டதொரு ஒப்பந்தம் காத்திருக்கிறது.

அவன் எதுவும் பேசாமல், கண்களை மூடியபடி கொஞ்சநேரம் அமர்ந்திருந்தான். பேசும் சக்தியை அவன் இழந்துவிட்டதாகத் தோன்றியது.

''ஹலோ, லைனில் இருக்கிறாயா?'' என்றாள்.

''ஆம்'' என்றான். ''ஓ.கே. கொஞ்ச நேரத்தில் அங்கே இருப்பேன். இன்னும் அரைமணி நேரத்தில், உன் முகவரியைச் சொல்''

அவளது காண்டோவின் பெயர், அபார்ட்மெண்ட் எண், தொலைபேசி எண் ஆகியவற்றைக் குறித்துக் கொண்டான்.

அமைதியாக ஷேவ் செய்து கொண்டு, உடை மாற்றிக்கொண்டு, வெளியே சென்று ஒரு டாக்ஸியை அழைத்தான்.

‘‘நீங்களாக இருந்தால், என்ன செய்திருப்பீர்கள்?’’ என்று என்னைக் கேட்டான். நான் என் தலையை ஆட்டினேன். என்ன சொல்வதென்று தெரியவில்லை. அவன் சிரித்து, தன் காபி கோப்பையைக் கவனித்தான். ‘‘நான் கூட பதில் சொல்லாமலேயே விட்டிருக்கலாம். ஆனால் என்னால் முடியவில்லை. அப்போதே ஒரு முடிவை நான் எடுக்க வேண்டும். போவதா, வேண்டாமா? இதுவா அல்லது அதுவா? இடைப்பட்டது எதுவும் கிடையாது. நான் அவள் வீட்டிற்குச் சென்றேன். நான் கதவைத் தட்டியபோது அவள் மட்டும் வீட்டில் இல்லாதிருந்தால் எவ்வளவு நன்றாக இருக்குமென்று நினைத்துக் கொண்டிருந்தேன். ஆனால் அவள் இருந்தாள், எப்போதும் போல அவ்வளவு அழகாக, என் நினைவில் இருப்பதைப் போன்ற அற்புதமான வாசத்தோடு. கொஞ்சம் அருந்திவிட்டு, பேசினோம், சில பழைய ரெகார்டுகளைப் போட்டுக் கேட்டோம். அதன் பின் என்ன நடந்ததென்று நினைக்கிறீர்கள்?’’

‘‘எனக்கு எதுவுமே தோன்றவில்லை’’ என்றேன்.

‘‘வெகுகாலத்திற்கு முன், நான் குழந்தையாக இருக்கும் போது, ஒரு தேவதைக் கதை படித்தேன்’’ எதிரே சுவற்றைப் பார்த்துக்கொண்டே பேசினான். ‘‘அந்தக் கதை எப்படிச் சென்றதென்று எனக்கு நினைவிலில்லை, ஆனால் அதன் கடைசி வரி எப்போதுமே மறக்காது. ஒருவேளை, அத்தகைய வினோதமான முடிவைக் கொண்ட தேவதைக் கதை ஒன்றை நான் படித்தது அதுதான் முதல் முறை என்பதாகக் கூட இருக்கலாம். அது இப்படி முடிந்திருந்தது: ‘அனைத்தும் முடிவடைந்தபின், அரசனும் அவனுடைய பரிவாரங்களும் வயிறு வெடிக்கச் சிரித்தனர்’ இது ஒரு வினோதமான முடிவுதான் இல்லையா?’’

"ஆம்" என்றேன்.

"அந்தக் கதையை என் ஞாபகத்தில் வைத்திருக்கலாம், ஆனால் முடியவில்லை. எனக்கு ஞாபகத்தில் இருப்பதெல்லாம் அந்த வினோதமான கடைசி வரிதான். 'அனைத்தும் முடிவடைந்த பின் அரசனும் அவனுடைய பரிவாரங்களும் வயிறு வெடிக்கச் சிரித்தனர்' அது எந்த மாதிரியான கதையாக இருந்திருக்கும்?"

இப்போது நாங்கள் காபியைக் குடித்திருந்தோம். "ஒருவரை யொருவர் அணைத்துக் கொண்டோம்" அவன் தொடர்ந்தான், "ஆனால் செக்ஸில் ஈடுபடவில்லை. அவள் உடைகளை நான் கழற்றவில்லை. அவளை வெறுமனே விரல்களால் வருடினேன், பழைய நாட்களைப் போலவே. அதுதான் செய்வதற்குச் சரியான விஷயமென்று முடிவெடுத்தேன். அவளும் அதே முடிவிற்குத்தான் வந்திருந்தாள். வெகுநேரம் ஒருவரையொருவர் அணைத்தபடி அமர்ந்திருந்தோம். அச்சமயத்தில் நாங்கள் புரிந்துகொள்ள வேண்டியதைப் பற்றிக் கொள்ளும் ஒரே வழியாக அதுதான் இருந்தது, இதுவே பழைய காலமாக இருந்திருந்தால் அப்படி நிகழ்ந்திருக்காது - எங்களுக்குள் செக்ஸ் நிகழ்ந்திருக்கும், நாங்களும் மேலும் அதிகமாக நெருக்கமாயிருப்போம். நாங்கள் சந்தோஷமாகக்கூட ஆகியிருக்கலாம். ஆனால் அந்தக் கட்டத்தை ஏற்கனவே கடந்து விட்டிருந்தோம். அந்தச் சாத்தியம் சீலிடப்பட்டு, கெட்டியாக உறைந்துவிட்டது. அது இனி எப்போதுமே திறக்கப்போவதில்லை"

காலியான காபி கோப்பையைச் சுற்றிச்சுற்றிச் சுழற்றினான். இதை அவன் வெகுநேரமாகச் செய்து கொண்டிருந்ததைப் பார்த்து வெயிட்டர் வந்து ஏதாவது தேவையா என்று பார்த்தான். கோப்பையைச் சுழற்றுவதை நிறுத்திவிட்டு இன்னொரு எஸ்ப்ரெஸ்ஸோ ஆர்டர் செய்தான்.

"அவள் அபார்ட்மெண்டில் சுமார் ஒரு மணிநேரம் இருந்திருப்பேன். சரியாக நினைவில்லை. இன்னும் கொஞ்ச நேரம்

இருந்திருந்தால் எனக்குக் கொஞ்சம் பைத்தியம் பிடித்துவிட்டிருக்கும்'' அவன் புன்னகைத்தான். ''அவளிடம் குட்பை சொல்லிவிட்டு வெளியேறினேன். இதுதான் எங்களது இறுதிப்பிரிவு எனக்குத் தெரிந்திருந்தது. அவளுக்கும் தெரிந்திருந்தது. கடைசி முறையாக அவளைப் பார்த்தபோது அவள் வாசற்படியில் கைகளைக் குவித்தபடி நின்றிருந்தாள். ஏதோ சொல்ல வருவதைப் போலிருந்தாள், ஆனால் எதுவும் பேசவில்லை. அவள் என்ன சொல்வாள் என்பது எனக்குத் தெரிந்திருந்தது. மிகவும் வெற்றாக என்னை உணர்ந்தேன். மிகவும் பொள்ளலாகச் சத்தங்கள் விநோதமாகக் காதில் விழுந்தன. எல்லாமே உருக்குலைந்து தெரிந்தன. என் வாழ்க்கை எந்தளவிற்கு அர்த்தமற்றிருந்திருக்கிறதென்ற திகைப்போடு இலக்கின்றி நடந்து சென்றேன். திரும்பிச் சென்று அவளை அடைய இச்சையாக இருந்தது. ஆனால் இயலவில்லை. என்னால் அதைச் செய்திருக்க முடியவே முடியாது''

அவன் கண்களை மூடி தலையை ஆட்டிக் கொண்டான். இரண்டாவது எஸ்ப்ரெஸ்ஸோவைப் பருகினான்.

''இதைச் சொல்ல மிகவும் சங்கடமாக இருக்கிறது. ஆனால் அன்றிரவு ஒரு விலை மகளிடம் சென்று உறவுகொண்டேன். அதுதான் என் வாழ்க்கையில் செக்ஸிற்காக நான் பணம் கொடுத்தது. அதுதான் கடைசியாகவும் இருக்கக்கூடும்''

நான் எனது காபியைக் கொஞ்சநேரம் உற்றுப் பார்த்தபடி இருந்தேன். எந்தளவிற்கு முழுமையாக நான் இருந்திருக்கிறேன் என்று யோசித்தேன். அதை அவனிடம் விளக்க விருப்பமாக இருந்தாலும் என்னால் முடியுமா என்பது தெரியவில்லை.

''இதை இப்படிக் கூறும்போது, இது யாருக்கோ நடந்ததைப் போலத் தோற்றமளிக்கிறது'' அவன் வாய்விட்டுச் சிரித்தான். அடுத்த கணம் மௌனமாகிச் சிந்தனையில் ஆழ்ந்தான். நான் ஏதும் பேசவில்லை.

"அனைத்தும் முடிவடைந்தபின், அரசனும் அவனுடைய பரிவாரங்களும் வயிறு வெடிக்கச் சிரித்தனர்" என்றான். நடந்தவற்றை எப்போது ஞாபகப்படுத்திப் பார்த்தாலும் அந்த வரிதான் நினைவிற்கு வரும். அது ஒரு மறுவினைச் செயல் போல. மிகவும் சோகமான விஷயங்களில் எப்போதுமே ஒரு நகைச்சுவைக் கூறு இருக்குமென்று எனக்குத் தோன்றுகிறது

துவக்கத்தில் நான் கூறியதைப் போல, இவை எல்லாவற்றிலிருந்தும் கற்றுக்கொள்ள நிஜமான நீதியோ, பாடமோ இல்லை. ஆனால் அவனுக்கு உண்மையில் நிகழ்ந்தது இதுதான். நம்மெல்லோருக்கும் நிகழ்ந்ததும் இதுதான். அதனால்தான் அவனது கதையை என்னிடம் அவன் கூறியபோது என்னால் சிரிக்க முடியவில்லை. இப்போதும் முடியவில்லை.

தேடுதல்

"என் கணவரின் தந்தை மூன்று வருடங்களுக்கு முன்பு ட்ராம் வண்டி மோதி இறந்துபோனார்" அந்தப் பெண் சொல்லிவிட்டு நிறுத்தினாள்.

ஒரு வார்த்தையும் பேசாமல் அவள் கண்களை நேராகப் பார்த்துக்கொண்டே இருமுறை தலையசைத்தேன். இடை நேரத்தில் என் பென்சில் ட்ரேவிலிருந்த அரை டஜன் பென்சில்களை, அவை எவ்வளவு கூர்மையாக இருக்கின்றனவென்பதைக் கவனித்துக் கொண்டேன். சரியான கிளப்பைக் கவனமாகத் தேர்ந்தெடுக்கும் கால்ஃப் ஆட்டக்காரனைப் போல எந்தவொன்றை எடுப்பதென்று பரிசீலித்தேன். இறுதியில் அதிகம் கூராக இல்லாததும், அதிகம் மொண்ணையாகவும் இல்லாதவொன்றைத் தேர்ந்தெடுத்தேன்.

"மொத்த விஷயமுமே கொஞ்சம் சங்கடமளிக்கக் கூடியதாக இருக்கிறது" அந்தப் பெண் கூறினாள்.

என் அபிப்பிராயத்தை எனக்குள் வைத்துக்கொண்டு, என் முன்னால் ஒரு மெமோ பேடை எடுத்துவைத்து தேதியையும், அந்தப் பெண்ணின் பெயரையும் எழுதி அப்பென்சிலைச் சோதித்தேன்.

"டோக்கியோவில் ட்ராம் வண்டிகள் அதிகம் இல்லை" அவள் தொடர்ந்தாள். "அநேகமாக எல்லா இடங்களிலும் பேருந்துகளுக்கு மாறிவிட்டனர். மிச்சமிருக்கும் சிலவும் கடந்த காலத்தின் அடையாளம் போலத்தான் இருப்பதாக நினைக்கிறேன். அவற்றில் ஒன்றுதான் என் மாமனாரைக் கொன்றது" அவள் அமைதியாகப் பெருமூச்செறிந்தாள் "அது மூன்று வருடங்களுக்கு முந்தி அக்டோபர் ஒன்றாம் தேதி இரவு. அன்றிரவு நல்ல மழை பெய்துகொண்டிருந்தது"

அவள் கதையின் ஆதாரங்களைக் குறித்துக்கொண்டேன். மாமனார், மூன்று வருடங்களுக்கு முந்தி, ட்ராம் வண்டி, பலத்த மழை, அக்டோபர் முதல் தேதி, இரவு. எழுதும்போது அதிகம் சிரத்தை எடுத்துக் கொள்வேன். அதனால் இவையனைத்தையும் எழுதி முடிக்கக் கொஞ்ச நேரம் பிடித்தது.

"அப்போது என் மாமனார் நல்ல போதையில் இருந்தார். இல்லாவிட்டால் மழை ராத்திரியில் ட்ராம் தண்டவாளங்களில் படுத்துத் தூங்கிவிடுபவரல்ல அவர்"

அவள் கண்கள் என்னை நிலைத்து வெறிக்க, உதடுகள் இறுக, மீண்டும் மௌனமானாள். அவளை ஆமோதிப்பதற்காகக் காத்திருக்கிறாள் போலிருந்தது.

"அவர் நன்றாகக் குடித்துவிட்டிருக்க வேண்டும்" என்றேன்.

"மயங்கி விழுகிற அளவிற்குக் குடித்திருக்கிறார்"

"உங்கள் மாமனார் அந்தளவிற்கு அடிக்கடி குடிப்பதுண்டா?"

"மயங்கி விழுகிற அளவிற்குக் குடிப்பதுண்டா என்றா கேட்கிறீர்கள்?"

நான் தலையசைத்தேன்.

"அவ்வப்போது அவர் குடிப்பதுண்டுதான்" அவள் ஒப்புக் கொண்டாள். "ஆனால் எப்போதுமே அல்ல. ட்ராம் தண்டவாளத்தில் மயங்கி விழுந்துவிடுகிற அளவுக்கு எப்போதுமே குடித்ததில்லை"

ட்ராம் தண்டவாளத்தில் மயங்கி விழுவதற்காக எந்தளவிற்கு ஒருவர் குடிக்க வேண்டுமென்று யோசித்துப் பார்த்தேன். ஒருவர் அருந்தும் அளவு முக்கிய விஷயமா, அல்லது அவரை அந்தளவிற்குக் குடிக்க வைத்த விஷயம்தான் முக்கியமாகக் கவனிக்கப்பட வேண்டியதா?

''நீங்கள் கூறுவது என்னவென்றால், அவர் சிலமுறை குடிப்பது வழக்கம்தானென்றாலும் போதையில் மயங்கி விழுகிற வழக்கமல்ல என்கிறீர்கள்?''

''அது போலத்தான் நான் நினைக்கிறேன்'' என்றாள்.

''உங்களுக்கு ஆட்சேபணையில்லையென்றால், நான் உங்கள் வயதைக் கேட்கலாமா?''

''எனக்கு என்ன வயதாகிறதென்று தெரிந்துகொள்ள விரும்புகிறீர்களா?''

''உங்களுக்கு விருப்பமில்லாவிட்டால் நீங்கள் பதிலளிக்க வேண்டியதில்லை''

அந்தப் பெண் தனது மூக்குத் தண்டை ஆட்காட்டி விரலால் தேய்த்துக்கொண்டாள். அது ஓர் அழகான, மிக நேரான மூக்கு. அவள் சமீபத்தில் பிளாஸ்டிக் சர்ஜரி செய்து கொண்டிருக்க வேண்டுமென்று எனக்குத் தோன்றியது. நான் அழைத்துச் செல்லும் பெண் ஒருத்திக்கு இதே வழக்கம் உண்டு. அவளுடைய நாசியைச் சீரமைத்துக் கொண்டதும், எதைப் பற்றியாவது அவள் சிந்திக்கும்போது ஆட்காட்டி விரலால் மூக்குத் தண்டைத் தேய்த்துக்கொள்வாள். அவளது புத்தம்புதிய மூக்கும் இன்னமும் அங்கேதான் இருக்கிறதாவென்று உறுதிபடுத்திக் கொள்வதைப் போல. எனக்கு முன்னர் இருக்கும் இந்தப் பெண் அவளைப் பற்றிய லேசான ஞாபகத் தூண்டலை இப்போது உண்டாக்கினாள். அது சேகரமாகி 'ஓரல் செக்ஸி'ன் குழப்பமான ஞாபகங்களையும் கிளறிவிட்டது.

‘‘என் வயதையோ, வேறு எதனையுமோ நான் மறைக்க முயலவில்லை’’ என்றாள் அந்தப் பெண். ‘‘எனக்கு முப்பத்தி ஐந்து வயது’’

‘‘உங்கள் மாமனார் இறந்தபோது அவருக்கு என்ன வயது’’

‘‘அறுபத்தியெட்டு’’

‘‘என்ன செய்துகொண்டிருந்தார்? அதாவது, அவருடைய வேலையைக் கேட்கிறேன்’’

‘‘அவர் ஒரு மதகுரு’’

‘‘மதகுரு என்றால் பவுத்த மதகுரு என்றா கூறுகிறீர்கள்?’’

‘‘ஆம். ஒரு பவுத்த மதகுரு. ஜோடோ பிரிவைச் சேர்ந்தவர். டோஷிமா வார்டிலுள்ள ஓர் ஆலயத்தில் தலைவராக இருந்தார்’’

‘‘அது ஒரு பெரிய அதிர்ச்சியாகத்தான் இருந்திருக்கும்’’ என்றேன்.

‘‘என் மாமனார் ஒரு டிராம் வண்டி மோதி இறந்து போய்விட்டார் என்பதா?’’

‘‘ஆம்’’

‘‘ஆமாம், அதிர்ச்சியாகத்தான் இருந்தது. குறிப்பாக என் கணவருக்கு’’ என்றாள்.

எனது குறிப்பேட்டில் மேலும் சில விஷயங்களைக் குறித்துக் கொண்டேன். ‘மதகுரு, ஜோடோ பிரிவு, 68’

அந்தப் பெண் எனது இரட்டை நாற்காலியின் ஓர் ஓரத்தில் அமர்ந்திருந்தாள். நான் எனது மேஜைக்குப் பின்னால் சுழல் நாற்காலியில் அமர்ந்திருந்தேன். இரண்டு கெஜ தூரம் எங்களைப் பிரித்திருந்தது. மங்கற் பச்சை நிறத்தில் எடுப்பான உடையணிந்திருந்தாள். அவள் கால்கள் அழகாக இருந்தன. அவளது

காலுறைகள் அந்தக் கருப்பு நிற குதியுயர்ந்த காலணிகளுக்குப் பொருத்தமாக இருந்தன. அவள் காலணிகளின் ஸ்டிலெட்டோக்கள் ஏதோ ஒருவித பயங்கர ஆயுதத்தைப் போலத் தோன்றின.

''எனவே உங்கள் கணவரின் இறந்துபோன தந்தையாரின் விஷயமாகவா என்னிடம் கேட்க வந்திருக்கிறீர்கள்?'' என்றேன்.

''இல்லை. அவரைப் பற்றியல்ல'' என்றாள். மறுப்பை அழுத்திக் காட்டுவதற்காக இருமுறை லேசாகத் தலையையும் ஆட்டிக் கொண்டாள். ''என் கணவரைப் பற்றி''

''அவரும் ஒரு மதகுருவா?''

''இல்லை, அவர் மெர்ரில் லின்ச்சில் பணிபுரிகிறார்''

''முதலீட்டு நிறுவனமா?''

''ஆம், அதுதான்'' கொஞ்சம் எரிச்சலோடு பதிலளித்தாள். வேறு எந்த மெர்ரில் லின்ச் இருக்கிறது? என்பது அவள் குரலில் பொதிந்திருந்தது. ''அவர் ஒரு பங்குத்தரகர்''

என் பென்சிலின் முனை எந்தளவிற்குத் தேய்ந்திருக்கிறதென்று சோதித்துவிட்டு அவள் தொடர்வதற்குக் காத்திருந்தேன்.

''என் கணவர் ஒரே பிள்ளை. பவுத்தத்தைவிடப் பங்குத்தரகில் அவருக்கு ஆர்வம் அதிகமிருந்ததால் அவருடைய தந்தையைத் தொடர்ந்து அந்த ஆலயத்தின் குருவாக வராமற்போய்விட்டார்''

அதுதான் உகந்த முடிவு இல்லையா, என்ன நினைக்கிறீர்கள்? அவள் கண்கள் கேட்டன. பவுத்தத்தைப் பற்றியோ பங்குச் சந்தை பற்றியோ அந்த வழியிலோ, இந்த வழியிலோ எந்தவோர் அபிப்பிராயமும் எனக்கு இல்லாததால் பதில் தரவில்லை. பதிலாக ஒவ்வொரு வார்த்தைகளையும் கிரகித்துக்கொண்டு வருவதான ஒரு நடுநிலைமையான பாவத்தை மேற்கொண்டேன்.

‘‘என் மாமனார் இறந்த பிறகு, ஷினாகவாவிலுள்ள எங்கள் குடியிருப்பில் ஒரு வீட்டிற்கு என் மாமியார் குடிபெயர்ந்துவிட்டார். ஒரே கட்டிடத்திலுள்ள வேறொரு பகுதி. நானும் என் கணவரும் இருப்பத்தி ஆறாவது தளத்தில் வசிக்கிறோம். என் மாமியார் இருபத்தி நாலாவதில். அவர் தனியாக வசிக்கிறார். அவர் தன் கணவரோடு அந்த ஆலயத்திலேயேதான் வசித்துவந்தார். ஆனால் வேறொரு மதகுரு பொறுப்பேற்றுக் கொண்டதும் இவர் வெளியேற வேண்டியதாகிவிட்டது. அவருக்கு அறுபத்தி மூன்று வயது. என் கணவரின் வயது நாற்பது என்பதையும் சொல்ல வேண்டும். அடுத்த மாதம் அவருக்கு எதுவும் நிகழ்ந்திருக்கவில்லையென்றால்...’’

நான் அனைத்தையும் குறிப்பெடுத்து முடித்தேன். மாமியார், 24வது தளம், 63 கணவன், 40 மெர்ரில் லின்ச், 26வது தளம் ஷினாகவா. நான் முடிப்பதற்காக அந்தப் பெண் பொறுமையாகக் காத்திருந்தாள்.

‘‘என் மாமனார் இறந்ததும் என் மாமியாருக்கு மனப்பிராந்தி தாக்க ஆரம்பித்துவிட்டது. அதுவும் மழை பெய்கிறபோது மோசமாகி விடுகிறது. ஒருவேளை அவரது கணவர் இறந்தது ஒரு மழை ராத்திரியில் என்பதால் இருக்கலாம். இது சாதாரணமாக நிகழக்கூடியதென்று கருதுகிறேன்’’

நான் தலையசைத்தேன்.

‘‘அறிகுறிகள் மோசமாக இருக்கும்போது, அவரது தலைக்குள் இருக்கிற ஒரு திருகாணி கழன்றுவிட்டது போலாகி விடுகிறது. எங்களைக் கூப்பிடுவார், என் கணவர் இரண்டு மாடி கீழே இறங்கி அவரைக் கவனித்துக்கொள்ளச் செல்வார். அவரை அமைதிப்படுத்த முயற்சிப்பார், எல்லாம் நல்லவிதமாகவே நடக்குமென்று அவரைச் சமாதானப்படுத்துவார். வீட்டில் என் கணவர் இல்லையென்றால் நான் செல்வேன்’’

என் எதிர்வினைக்காக அவள் நிறுத்திவிட்டு கவனித்தாள். நான் அமைதியாயிருந்தேன்.

‘‘என் மாமியார் மோசமான நபர் ஒன்றும் கிடையாது. அவர் மீது எதிர்மறையான உணர்வுகள் ஏதும் எனக்கில்லை. அவர் மனப்பதற்ற நோய் கொண்டவர், எப்போதுமே மற்றவர்கள் மீது அதிகமும் சார்ந்திருப்பவர். அவ்வளவுதான். இந்த நிலவரம் உங்களுக்குப் புரிகிறதா?’’

‘‘அப்படித்தான் நினைக்கிறேன்’’

‘‘ஒரு ஞாயிற்றுக்கிழமை காலை பத்து மணிக்கு எங்களை அழைத்தார். இரண்டு ஞாயிற்றுக்கிழமைகள் - பத்து நாட்கள் - முன்பு’’

எனது மேஜை நாட்காட்டியைக் கவனித்தேன். ‘‘செம்படம்பர் மூன்றாம் தேதி, ஞாயிற்றுக்கிழமையா?’’

‘‘ஆமாம், மூன்றாம் தேதி. அன்றுதான் காலை பத்து மணிக்கு எங்களை அழைத்தார்’’ என்றாள். அதை நினைவிற்குக் கொண்டு வருவதைப்போலத் தனது கண்களை மூடிக் கொண்டாள். நாங்கள் ஒரு ஹிட்ச்காக் படத்தில் இடம் பெற்றிருந்தால் இந்தக் கட்டத்தில் திரை கலங்கத் தொடங்கி ஒரு ஃபிளாஷ் பேக்கிற்குள் பெயர்ந்துவிட்டிருப்போம். ஆனால் இது திரைப்படமல்ல, எந்த ஃபிளாஷ்பேக்கும் வரவிருக்கவில்லை. அவள் தன் கண்களைத் திறந்து விட்டுத் தொடர்ந்தாள். ‘‘தொலைபேசியை என் கணவர் எடுத்தார். அவர் கால்ஃப் விளையாடச் செல்வதற்காகத் திட்டமிட்டிருந்தார். ஆனால் மழை நன்றாகப் பெய்து கொண்டிருந்ததால் அதைக் கைவிட்டுவிட்டார். அப்போது மழை மட்டும் பெய்து கொண்டிராமல் இருந்திருந்தால், இது நடந்திருக்கவே நடந்திருக்காது. நான் மறுஊகம் செய்துகொள்கிறேன் என்பது எனக்குப் புரிகிறது’’

‘செப்டம்பர் 3, கால்ஃப், மழை, ரத்து, மாமியார், தொலைபேசி அழைப்பு’ நான் அனைத்தையும் குறித்து முடித்தேன்.

''என் மாமியார் தனக்கு மூச்சுவிடச் சிரமமாக இருப்பதாகக் கூறினார். தலைச்சுற்றல் இருப்பதாகவும், எழுந்து நிற்க முடியவில்லையென்றும் சொன்னார். அதனால் என் கணவர் உடையணிந்து கொண்டு, சவரம்கூடச் செய்து கொள்ளாமல் தன் தாயின் குடியிருப்பிற்குக் கீழே சென்றார். தனக்கு அதிகநேரம் பிழக்காதென்றும் காலை உணவைத் தயார் செய்து வைக்கும்படியும் கூறினார்''

''அவர் என்ன அணிந்து கொண்டிருந்தார்?'' என்றேன்.

அவள் மீண்டும் தன் நாசியை மிருதுவாகத் தேய்த்துக் கொண்டாள். ''சீமோக்களும் அரைக்கை போலோ சட்டையும் அணிந்திருந்தார். அவரது சட்டை கருஞ்சாம்பலிலும் காலுடைகள் க்ரீம் நிறத்திலும் இருந்தன. இரண்டையுமே ஜே.க்ரூ கேடலாக்கிலிருந்து வாங்கியிருந்தோம். என் கணவருக்குக் கிட்டப்பார்வையென்பதால் எப்போதுமே கண்ணாடி அணிந்திருப்பார். உலோக ஃபிரேமிட்ட ஆர்மனிஸ். அவரது காலணிகள் சாம்பல் நிற நியூ பாலன்ஸ் காலுறை எதுவும் அவர் அணிந்திருக்கவில்லை''

நான் எல்லா விபரங்களையும் குறித்துக்கொண்டேன்.

''அவருடைய உயரமும் உடையும்கூட உங்களுக்குத் தெரிய வேண்டும்?''

''அவை உதவியாக இருக்கும்'' என்றேன்.

''அவர் ஐந்து எட்டு இருப்பார். ஏறக்குறை நூற்றி ஐம்பத்தெட்டு எடையிருக்கும். திருமணமாவதற்கு முன்பு நூற்றி முப்பதைந்து இருந்தார், ஆனால் இப்போது எடை போட்டுவிட்டார்''

இந்தத் தகவலை எழுதிக் கொண்டேன். என் பென்சிலின் நுனியைச் சோதித்துவிட்டு மற்றொன்றிற்கு மாற்றிக் கொண்டேன். புதிய பென்சிலைப் பழகிக் கொள்வதற்காகக் கொஞ்ச நேரத்திற்குப் பிடித்திருந்தேன்.

"தொடர்ந்து பேசலாமா?" அவள் கேட்டாள்.

"தாராளமாக" என்றேன்.

பின்னிக் கொண்டிருந்த கால்களை விடுவித்துக் கொண்டாள். "அவருடைய அம்மா கூப்பிட்டபோது பான் கேக்குகள் செய்ய நான் தயார் செய்து கொண்டிருந்தேன். ஞாயிற்றுக்கிழமை காலைகளில் நான் எப்போதும் பான் கேக்குகள் செய்வது வழக்கம். ஞாயிற்றுக்கிழமைகள் அவர் கால்ஃப் விளையாடச் செல்லாவிட்டால் நிறைய பான் கேக்குகளைச் சாப்பிடுவார். பன்றி இறைச்சித் தொக்கு பக்கத்தில் வைத்துவிட்டால் அவருக்கு ரொம்பப் பிடிக்கும்"

அவர் எடை போட்டுவிட்டதில் ஆச்சரியமில்லை என்று நினைத்துக் கொண்டேன்.

"இருபத்தி ஐந்து நிமிடங்கள் கழித்து என் கணவர் தொலைபேசியில் அழைத்தார். அவரது அம்மா நிதானமடைந்துவிட்டதாகவும் தான் மேலே வந்து கொண்டிருப்பதாகவும் கூறினார். 'எனக்குப் பயங்கர பசி. காலை உணவைத் தயாராக வைத்திரு, வந்தவுடனேயே சாப்பிடுவேன், என்றார். எனவே வாணலியை அடுப்பிலேற்றிச் சூடாக்கி பான் கேக்குகளையும் இறைச்சியையும் சமைக்கத் தொடங்கினேன். மேப்பிள் சிரப்பையும் சூடாக்கினேன். பான்கேக்குகள் செய்யக் கடினமானவையல்ல - சரியான பதத்தில், சரியான வரிசையில் செய்வதுதான் முக்கியம். காத்துக்கொண்டிருக்கிறேன், காத்துக்கொண்டிருக்கிறேன், அவர் வீட்டிற்கு வரவேயில்லை. அவர் தட்டில் அடுக்கப்பட்டிருந்த பான் கேக்குகள் குளிர்ந்து போய்விட்டன. என் மாமியாருக்குத் தொலைபேசி செய்து, என் கணவர் இன்னமும் அங்கேதான் இருக்கிறாரா?" என்று விசாரித்தேன். எப்போதோ கிளம்பிச் சென்றுவிட்டதாக அவர் கூறினார்.

தன் முட்டிக்குக் கொஞ்சம் மேலே பாவாடையிலிருந்து ஒரு கற்பனையான, மெடாபிஸிக்கல் நாரிழைத் துணுக்கைத் துடைத்துவிட்டுக் கொண்டாள்.

''என் கணவர் மறைந்து போய்விட்டார். மென்காற்றில் கரைந்து போய்விட்டார். அதன் பிறகு அவரிடமிருந்து எந்தத் தகவலும் இல்லை. இருபத்தி நான்காவது தளத்திற்கும் இருபத்தி ஆறாவது தளத்திற்கும் இடையில் எங்கேயோ காணாமல் போய்விட்டார்''

''நீங்கள் காவல் துறையை அணுகினீர்களா?''

''ஏன் அணுகாமல்?'' எரிச்சலில் அவள் உதடுகள் சிறிது சுருண்டன.

''அவர் ஒரு மணி வரை வராததும் நான் காவல்துறைக்குத் தொலைபேசி செய்தேன். ஆனால், அவரைத் தேட அவர்கள் பெரிதாக முயற்சி எடுத்துக் கொள்ளவில்லை. அருகாமையிலிருந்த காவல் நிலையத்திலிருந்து ரோந்துப்படை ஊழியர் வந்து பார்த்தார். வன்முறைக் குற்றம் நிகழந்திருப்பதற்கான அறிகுறி ஏதுமில்லாதவரை அவர் பொருட்படுத்த வேண்டியதில்லை. இரண்டு நாட்களில் அவர் திரும்பாவிட்டால் வட்டார அலுவலகத்திற்குச் சென்று காணாமல் போய்விட்டதாகப் புகார் தர வேண்டும் என்றார். என் கணவர், வாழ்க்கையை வெறுத்துப்போய்த் திடீரென்று நினைத்துக் கொண்டு எங்கேயோ ஓடிப்போய்விட்டதாக அந்தக் காவலர் நினைப்பதாகத் தோன்றியது. ஆனால் இது அபத்தமில்லையா? அதாவது, கொஞ்சம் நினைத்துப் பாருங்கள், என் கணவர் வெறுங்கையோடு அவருடைய அம்மாவிடம் செல்கிறார் - பர்ஸ் இல்லை, ஓட்டுநர் உரிமம் இல்லை, கிரெடிட் கார்டு இல்லை, கைக்கடிகாரம் இல்லை. கடவுளே, அவர் முகச் சவரம்கூடச் செய்திருக்கவில்லை அப்போதுதான் எனக்குத் தொலைபேசி செய்து பான் கேக்குகளைத் தயார் செய்துவைக்கக் கூறியிருந்தார். வீட்டை விட்டு ஓடிப்போகும் யாராவது உங்களைக் கூப்பிட்டு பான் கேக்குகள் செய்யச் சொல்வார்களா?''

''நீங்கள் கூறுவது மிகவும் சரியே,'' என்று ஒப்புக்கொண்டேன். ''ஆனால் உங்கள் கணவர் இருபத்தி நான்காவது தளத்திற்கு இறங்கிச் சென்றபோது படிகளையா உபயோகப்படுத்தினார்?''

''லிஃப்டை அவர் எப்போதுமே பயன்படுத்துவதில்லை, லிஃப்ட் என்றாலே அவருக்கு வெறுப்பு. அதைப் போல ஒரு அடைத்து வைத்த இடத்தில் நிற்பதற்குத் தனக்குச் சகிக்காது என்பார்''

''அப்படி இருந்தும் நீங்கள் வசிக்க இருபத்தி ஆறாவது தளத்தை தேர்ந்தெடுத்திருக்கிறீர்கள்?''

''ஆமாம். ஆனால் அவர் எப்போதுமே படிகளைத்தான் உபயோகப்படுத்துவார். அதைப்பற்றி அவர் கவலைப்படுவதில்லை - அது ஒரு நல்ல உடற்பயிற்சியென்றும், அவர் எடையைக் குறைக்க உதவுவதாகவும் கூறுவார். ஆனால் மாடிப்படியேறிவர நேரம் பிடிக்கும்தான்''

'பான் கேக்குகள், இருபது பவுண்டுகள், மாடிப்படிகள், லிஃப்ட்' என் குறிப்பேட்டில் குறித்துக்கொண்டேன்.

''எனவே இதுதான் நிலைமை'' என்றாள், ''நீங்கள் கேஸை எடுத்துக் கொள்கிறீர்களா?''

இதைப் பற்றி யோசிக்கத் தேவையில்லை. இதைப் போன்றதொரு கேஸைத்தான் நான் எதிர்பார்த்துக் கொண்டிருந்தேன். எனது அட்டவணையைச் சரிபார்த்துக் கொள்ளும் பாவனையில் அதையும் இதையும் புரட்டிப் பார்த்துப் பாசாங்கு புரிந்தேன். ஒரு கேஸை உடனடியாக ஒப்புக்கொண்டால், கட்சிக்காரர் ஏதோ உள்நோக்கம் இருப்பதாகச் சந்தேகப்படலாம்.

என் கைக்கடிகாரத்தை ஒரு பார்வை பார்த்துவிட்டு ''அதிருஷ்டவசமாக இன்று பிற்பகல் வரை எனக்கு எந்த வேலையுமில்லை'' என்றேன்.

''இப்போது பதினொன்று முப்பத்தி ஐந்து. உங்களுக்கு ஆட்சேபணையில்லையென்றால் உங்கள் கட்டிடத்திற்கு இப்போது என்னை அழைத்துச் செல்வீர்களா? உங்கள் கணவரை நீங்கள் கடைசியாகப் பார்த்த இடத்தை நான் பார்க்க விரும்புகிறேன்''

பூனைகள் நகரம்

"தாராளமாக" என்றாள் அந்தப் பெண். சின்னதாக ஒரு முகச்சுளிப்பு அவளிடம் தோன்றியது. "அப்படியென்றால் இந்தக் கேஸை நீங்கள் எடுத்துக் கொள்வதாக அர்த்தமா?"

"ஆம்" நான் பதிலளித்தேன்.

"ஆனால் கட்டணத்தைப் பற்றி நாம் பேசவேயில்லையே"

"எனக்குப் பணம் எதுவும் தேவையில்லை"

"மன்னிக்கவும்?" என்னைத் தீர்க்கமாகப் பார்த்தபடி கேட்டாள்.

"நான் கட்டணம் வசூலிப்பதில்லை" விளக்கிவிட்டுப் புன்னகைத்தேன்.

"ஆனால் இது உங்களுடைய பணியல்லவா?"

"இல்லை, இது என் பணியல்ல, நான் வெறும் தன்னார்வலன்தான். அதனால் கட்டணம் வசூலிப்பதில்லை"

"தன்னார்வலர்?"

"உண்மை"

"இருந்தும் செலவுகளுக்காக உங்களுக்குப் பணம் தேவைப்படும்"

"எந்தச் செலவுக்கும் அவசியமில்லை. நான் தன்னார்வ அடிப்படையில் மட்டுமே பணியாற்றுவதால் கட்டணம் பெற்றுக் கொள்ள முடியாது"

அந்தப் பெண் இன்னமும் குழப்பமுற்றுக் காணப்பட்டாள்.

"அதிர்ஷ்டவசமாக நான் போதிய அளவு சம்பாதிக்க வேறொரு ஆதாரம் இருக்கிறது" நான் விளக்கினேன். "நான் இதைப் பணத்திற்காகச் செய்து கொண்டிருக்கவில்லை. காணாமல் போனவர்களைக் கண்டுபிடிப்பதில் எனக்குப் பெரும் ஆர்வம். அல்லது, துல்லியமாகச் சொன்னால், ஒரு குறிப்பிட்ட விதத்தில்

காணாமல் போனவர்களைக் கண்டுபிடிப்பதில். அதற்கு மேல் நான் விளக்கமாட்டேன் - அது விஷயங்களைச் சிக்கலாக்கிவிடும். இம்மாதிரியான விஷயங்களில் நான் மிகவும் தேர்ந்தவன்''

"ஏதாவது மதம் அல்லது புதுயுக விஷயம் என்று இதற்குப் பின்னால் இருக்கிறதா?'' என்றாள்.

"இரண்டுமே கிடையாது. எந்த மதத்துடனோ அல்லது புதுயுகக் குழுவுடனோ எந்தத் தொடர்பும் எனக்குக் கிடையாது''

அந்தப் பெண் தலையைக் குனிந்துகொண்டு தன் காலணிகளை வெறிக்கத் தொடங்கினாள். விஷயங்கள் விநோதமாக மாறிவிட்டால் என் மேல் ஸ்டிலெட்டோக்களைப் பிரயோகிக்க உத்தேசித்தாற்போலத் தோன்றியது.

"இலவசமாகக் கிடைக்கும் எதனையும் நான் நம்பக்கூடாது என்று என் கணவர் எப்போதும் கூறுவார்'' என்றாள் அவள். இதைக் கூறுவதற்கு நயமாக இல்லாவிட்டாலும், ஆள் பிடிக்க ஏய்க்கும் வழிதான் அது என்பார்.

"பெரும்பாண்மையான விஷயங்களில் அவர் கூறுவதை நான் ஒப்புக் கொள்கிறேன்'' என்றேன். "நம்முடைய பிற்கால முதலாளித்துவ உலகத்தில் எது இலவசமாகக் கிடைத்தாலும் அதை நம்புவது சிரமம்தான். இருந்தும், என்னை நீங்கள் நம்புவீர்களென்று எதிர்பார்க்கிறேன். நாம் எதையாவது நிறைவேற்ற வேண்டுமென்றால் நீங்கள் நம்பித்தான் ஆகவேண்டும்''

அவள் தனது லுவில் வ்யூட்டன் பர்ஸை எடுத்து மென்மையான க்ளிக் ஒசையுடன் திறந்து ஒரு கனத்த, சீலிட்ட காகித உறையை வெளியே எடுத்தாள். அதற்குள் எவ்வளவு பணம் இருக்குமென்று என்னால் கூறமுடியாவிட்டாலும் நிறைய இருப்பதாகத்தான் தெரிந்தது.

''செலவிற்காகக் கொஞ்சம் எடுத்து வந்தேன்'' என்றாள்.

என் தலையை ஆட்டினேன். ''நான் எந்தக் கட்டணமோ, பரிசோ அல்லது எந்தவித தொகையையோ பெற்றுக் கொள்வதில்லை. இதுதான் விதிமுறை. நான் கட்டணத்தையோ, பரிசையோ ஏற்றுக்கொண்டால் நான் பிறகு ஈடுபடும் காரியங்கள் அர்த்தமற்றுப் போய்விடும். உங்களிடம் கூடுதலாகப் பணமிருந்தால், கட்டணம் செலுத்தாததில் அசௌகரியமாக உணர்ந்தால், போக்குவரத்தில் பலியானோர்களின் அனாதைப் பிள்ளைகளுக்கான நிவாரண நிதிக்கோ - ஏ.எஸ். பி.சி.ஏ - அல்லது வேறெந்த அமைப்பிற்கோ வழங்கலாம், அது உங்களுக்கு நிம்மதியளிக்குமென்றால்''

அப்பெண் முகத்தைச் சுளித்துவிட்டு, ஆழமாக மூச்சையிழுத்துக் கொண்டு, அந்தப் பொட்டலத்தை பர்ஸிற்குள் வைத்தாள். மீண்டும் தடிமனாகவும் சந்தோஷமாகவுமாகிவிட்ட அந்த பர்ஸை எடுத்த இடத்திலேயே மீண்டும் வைத்தாள். நாசியை மீண்டும் தேய்த்துக்கொண்டு, சுள்ளியைப் பொறுக்கிக்கொண்டு ஆர்வத்தோடு முன்னால் பாய்ந்து வரும் நாயைப் பார்க்கிற மாதிரி என்னைப் பார்த்தாள்.

ஏதோ ஒருவித உலர்ந்த குரலில், ''நீங்கள் ஈடுபடும் காரியங்கள்...'' என்றாள்.

நான் தலையை அசைத்துவிட்டு எனது தேய்ந்த பென்சிலை ட்ரேவில் வைத்தேன்.

உயரமான, கூர்மையான ஹீல்ஸ் காலணிகள் அணிந்த அந்தப் பெண் தனது கட்டிடத்திற்கு என்னை அழைத்துச் சென்றாள். அவளுடைய குடியிருப்பு (எண். 2609) மற்றும் அவளது மாமியாரின் குடியிருப்பு (எண் 2417)களுக்குச் செல்லும் கதவைக் காட்டினாள். அந்த இரண்டு தளங்களையும் ஓர் அகன்ற மாடிப்படி இணைத்தது.

நிதானமாக ஏறினால் கூட ஐந்து நிமிடத்திற்கு மேல் பிடிக்காதென்று தெரிந்தது.

''இந்த அப்பார்ட்மெண்ட்டை என் கணவர் வாங்கியதற்கு ஒரு முக்கியமான காரணம், இந்த மாடிப்படிகள் அகலமாகவும், வெளிச்சத்தோடும் இருப்பதுதான்'' என்றாள். ''அடுக்கு மாடி கட்டுபவர்களில் பெரும்பாலானோர் மாடிப்படிகளைக் கட்டுவதில் கருமித்தனமாக நடந்து கொள்வார்கள். அகன்ற மாடிப்படிகள் அதிகமான இடத்தை எடுத்துக் கொள்கின்றன. மேலும் பெரும்பாலான குடித்தனக்காரர்கள் லிஃப்ட்டுக்குத்தான் முன்னுரிமை அளிக்கின்றனர். அடுக்குமாடி கட்டுபவர்கள் கவர்ச்சியான விஷயங்களுக்குத்தான் தமது பணத்தைச் செலவழிக்க விரும்புகின்றனர் - ஒரு நூலகம், பளிங்குக்கூடம். ஆனால் என் கணவர் மாடிப்படிகளை இன்றியமையாத விஷயம், கட்டிடத்தின் முதுகெலும்பு என்பார்''

அது உண்மையிலேயே மறக்க முடியாததொரு மாடிப்படிதான். இருபத்தி ஐந்தாம் தளத்திற்கும் இருபத்தி ஆறாம் தளத்திற்கும் நடுவே படித் திருப்பத்தில் ஒரு சித்திர ஜன்னலுக்கு பக்கத்தில் ஒரு சோபா, சுவர் நீளத்திற்கு ஒரு கண்ணாடி, ஒரு நிற்கும் சாம்பல் குடுவை மற்றும் ஒரு பூந்தொட்டி ஆகியன இருந்தன. ஜன்னலின் வழியாகப் பிரகாசமாக வானமும் நகரும் ஒரு சில மேகத்துணுக்குகளும் தெரிந்தன. சன்னல் திறக்க முடியாமல் சீலிடப்பட்டிருந்தது.

''ஒவ்வொரு தளத்திலும் இது போன்ற இடம் இருக்கிறதா?'' எனக் கேட்டேன்.

''இல்லை. ஐந்து தளங்களுக்கொருமுறை இதுபோன்றதொரு சிறிய லவுஞ்ச் இருக்கிறது. எல்லா தளங்களிலுமில்லை'' என்றாள். ''எங்கள் குடியிருப்பையும், எங்கள் மாமியாரினுடையதையும் பார்க்கிறீர்களா?''

''இப்போது வேண்டாம்''

"என் கணவர் காணாமற் போனபிறகு என் மாமியாரின் நரம்புக் கோளாறு மோசமாகிவிட்டது" என்றாள். தனது கையை உதறிக் கொண்டாள். "அவரால் தாங்கமுடியாத அதிர்ச்சி அது. உங்களால் ஊகிக்க முடிகிறதுதானே"

"வாஸ்தவம்தான்" நான் ஒப்புக்கொண்டேன், "அவரைத் தொல்லைப்படுத்த வேண்டாமென்று கருதுகிறேன்"

"அதற்காகப் பாராட்டுகிறேன். மேலும் இதனை எங்கள் அண்டை வீட்டார்களிடமிருந்தும் நீங்கள் மறைத்து வைத்தால் நலமாக இருக்கும். என் கணவர் மறைந்து போய்விட்டார் என்பதை யாரிடமும் நான் சொல்லியிருக்கவில்லை"

"புரிகிறது" என்றேன். "சாதாரணமாக நீங்களும் இந்தப் படிகளை உபயோகப்படுத்துவதுண்டா?"

"இல்லை" காரணமின்றி அவள் விமர்சிக்கப்பட்டத்தைப் போல அவள் புருவங்களைக் கொஞ்சம் உயர்த்தியபடி கூறினாள். "பொதுவாக நான் லிஃப்டைத்தான் பயன்படுத்துவது. நானும் என் கணவரும் ஒன்றாகக் கிளம்பும்போது அவர் முதலில் புறப்பட்டுவிடுவார். பிறகு நான் லிஃப்ட் மூலமாகக் கீழிறங்கிக் கீழே லாபியில் சந்தித்துக் கொள்வோம். வீட்டிற்குத் திரும்பும்போது நான் மட்டும் லிஃப்டில் ஏறிச் சென்றுவிடுவேன், அவர் நடந்தே மேலேறிவருவார். குதியுயர்ந்த காலணிகளில் படியேறுவது மிகவும் ஆபத்தானது. ஏறுவதும் சிரமமாக இருக்கும்"

என் விருப்பத்திற்குப் புலனாய்வு செய்ய விரும்பியதால் அந்தக் கட்டிட மேலாளரிடம் அவளைப் பேசச் சொன்னேன். "இருபத்தி நான்காவது தளத்திற்கும் இருபத்தி ஆறாவது தளத்திற்கும் இடையே அலைந்து கொண்டிருப்பவன் காப்பீட்டிற்காக விசாரணை செய்து கொண்டிருப்பதாகச் சொல்லுங்கள்" என்று அவளிடம் அறிவுரைத்தேன். "இந்த இடத்தில் திரிந்து கொண்டிருக்கிற திருடன்

என்று நினைத்துக் காவலாளிகளை அழைத்துவிட்டால் எனக்குப் பிரச்சனையாகிவிடும். இங்கே அலைந்து கொண்டிருக்க எனக்கு உண்மையான காரணமும் இல்லை"

முதலில் நான் செய்த விஷயம், இருபத்தி ஆறாவது தளத்திலிருந்து இருபத்தி நான்காவதிற்கு இடையே மொத்தம் மூன்றுமுறை படிகளில் ஏறி இறங்கினேன் முதல் முறை சாதாரண வேகத்திலும், அடுத்த இரு முறைகளிலும் சுற்றிலுமுள்ள அனைத்தையும் ஜாக்கிரதையாகக் கவனித்துக்கொண்டு கொஞ்சம் மெதுவாகவும் நடந்தேன். மிக உக்கிரமாக மனதை ஒருமுகப்படுத்திக் கண்ணைக் கூட சிமிட்டவில்லை. எல்லா நிகழ்ச்சிகளும் தடங்களை விட்டுச் செல்கின்றன. என் வேலை அவற்றைச் சிக்கெடுத்து வெளியே எடுப்பதே. பிரச்சனையென்னவென்றால் அந்தப் படிகள் சுத்தமாகப் பெருக்கப் பட்டிருக்கின்றன. ஒரு தூசு துரும்புகூடக் காணப்படவில்லை. ஒரேயொரு கறையோ, அல்லது வடுவோ, சாம்பல் குடுவையில் சிகரெட் துண்டுகளோ கூட இல்லை. ஒன்றுமேயில்லை.

நிற்காமல் தொடர்ந்து படிகளில் ஏறி இறங்கிக் கொண்டிருந்தது என்னைக் களைப்புற வைத்தது. எனவே அந்த சோபாவில் அமர்ந்து ஒருநிமிடம் ஓய்வெடுத்தேன். அது வினைல் போர்த்திய உயர்ந்த தரம் கொண்டதென்று கூறமுடியாததொரு சோபா. ஆனால் மிகச்சிலரே உபயோகப்படுத்தப் போகிறார்களென்றாலும் அங்கே ஒரு சோபாவைப் போட்டிருக்கும் முன் யோசனைக்காகக் கட்டிட நிர்வாகத்தை நீங்கள் பாராட்ட வேண்டும். சோபாவிற்கு எதிரே அந்தக் கண்ணாடி பொருத்தப்பட்டிருந்தது. துளிகூட அப்பழுக்கின்றி, சன்னல் வெளிச்சத்திற்கு மிகச்சரியான கோணத்தில் இருந்தது. என் சொந்த பிம்பத்தையே பார்த்துக்கொண்டு கொஞ்சநேரம் அமர்ந்திருந்தேன். அந்த ஞாயிற்றுக்கிழமை, அப்பெண்ணின் கணவன், அந்தப் பங்குச் சந்தையாளன், அங்கே அமர்ந்து தன் சொந்த பிம்பத்தையே பார்த்தபடி ஓய்வெடுத்திருக்கலாம், சவரம் செய்யப்படாத தன் முகத்தைப் பார்த்தபடி.

ஆனால், நான் சவரம் செய்து கொண்டிருந்தேன், ஆனால் என் கேசம் கொஞ்சம் நீளமாக வளர்ந்திருக்கிறது. என் செவிகளுக்குப் பின்னாலிருக்கும் முடிகள் அப்போதுதான் ஆற்றை நீந்திக் கடந்து மேலேறி வந்த வேட்டை நாயின் சடையைப் போலச் சுருட்டிக் கொண்டிருந்தன. முடிவெட்டிக் கொள்ளச் செல்ல வேண்டுமென்று மனக்குறிப்பு எடுத்துக் கொண்டேன். என் காலுடைகளின் நிறம் என் காலணிகளுக்குப் பொருத்தமாக இல்லை என்பதைக் கவனித்தேன். என் உடைகளுக்கு ஏற்ற வகையில் ஒரு ஜோடி காலுறைகளை எடுக்கும் அதிர்ஷ்டம் எனக்கில்லை. எல்லாவற்றையும் சீரமைத்து, கொஞ்சம் துணி தோய்த்து இஸ்திரியிட்டால் யாரும் விநோதமாகக் கருதமாட்டார்கள். மற்றபடி என் பிம்பம் அப்படியேதான் இருந்தது அதே பழைய நான். பங்குச்சந்தை பற்றியோ பவுத்தத்தைப் பற்றியோ அக்கறை கொண்டிராத ஒரு நாற்பத்தைந்து வயது பிரம்மச்சாரி.

அதைப் பற்றி நினைக்கும்போது பால்காகின் கூட ஒரு பங்குச் சந்தையாளர்தான். ஆனால் அவர் ஓவியம் தீட்டுவதில் தன்னை அர்ப்பணித்துக்கொள்ள விரும்பி தன் மனைவியையும் குழந்தைகளையும் விட்டுவிட்டு தஹிதிக்குச் சென்றுவிட்டார். அட, ஒரு நிமிடம்... கொஞ்சம் யோசித்தேன். இல்லை, காகின் தன் பர்ஸை விட்டுவிட்டுச் சென்றிருக்கவில்லை. அப்போது அமெரிக்கன் எக்ஸ்பிரஸ் அட்டைகள் இருந்திருந்தால் நிச்சயம் அதில் ஒன்றை எடுத்துச் சென்றிருப்பார் என்று பந்தயம் கட்டுவேன். தஹிதி வரை செல்லப் போகிறார். போவதற்கு முன் தன் மனைவியிடம், ‘‘அன்பே ஒரு நிமிடத்தில் திரும்பிவிடுவேன் - பான் கேக்குகளைத் தயார் செய்து வை’’ என்று சொல்லிவிட்டு மறைந்து போயிருக்கமாட்டாரென்று நினைத்தேன். நீங்கள் காணாமற் போகவேண்டுமென்றால் அதற்கென்று திட்டமிட்ட வழியில் நடக்க வேண்டும்.

சோபாவிலிருந்து எழுந்து மீண்டும் படியேறத் தொடங்கியபோது புதிதாகச் சமைத்த பான் கேக்குகளைப் பற்றிய எண்ணங்கள் சூழ்ந்தன.

உக்கிரத்தோடு மனதை ஒருமுகப்படுத்தி அந்தக் காட்சியை உருவகப்படுத்திப் பார்த்தேன். ஒரு நாற்பத்தி ஐந்து வயது பங்குச் சந்தையாளன், அது ஒரு ஞாயிற்றுக்கிழமை காலை, வெளியே பலத்த மழை பெய்து கொண்டிருக்கிறது. அடுக்கி வைக்கப்பட்டுள்ள சூடான பான் கேக்குகளுக்காக வீட்டிற்குத் திரும்புகிறீர்கள். அதைப் பற்றி மேலும் மேலும் சிந்திக்க, அந்தளவிற்கு என் பசி தூண்டப்பட்டது. காலையிலிருந்து ஒரே ஒரு சின்ன ஆப்பிள் மட்டுமே சாப்பிட்டிருந்தேன்.

டென்னிஸ் உணவகத்திற்குச் சென்று கொஞ்சம் பான் கேக்குகளின் மேல் பாயவேண்டுமென்று தீர்மானித்தேன். இங்கே வரும்போது டென்னிஸ் விளம்பரப் பலகையைக் கடந்து வந்தேன். நடந்து செல்லும் தூரத்திற்கு அருகிலேயே கூட இருக்கலாம். டென்னிஸ் உன்னதமான பான்கேக்குகள் செய்பவர்களல்லதான் - அந்த வெண்ணெயும் சிரப்பும் என்னுடைய ரசனைக்கு இருப்பதில்லை - ஆனால் அவை போதும். உண்மையைக் கூறவேண்டும், நான் ஒரு பான் கேக் பிரியன். என் வாயிற்குள் உமிழ் நீர் சுரக்கத் தொடங்கியது. ஆனால் என் தலையைக் குலுக்கிக்கொண்டு கொஞ்ச நேரத்திற்குப் பான் கேக்குகள் பற்றிய எல்லா மயக்கங்களையும் ஊதித்தள்ள முயற்சித்தேன்.

பான் கேக்குகளைப் பிறகு வைத்துக்கொள்ளலாம், என்னை நானே எச்சரித்துக்கொண்டேன். இன்னும் செய்வதற்கு வேலை இருக்கிறது.

"அவளுடைய கணவனுக்கு ஏதாவது பொழுதுபோக்கு உண்டா என்று நான் கேட்டிருக்க வேண்டும்" எனக்குள் கூறிக்கொண்டேன். "உண்மையில் அவன் ஓவியம் வரைபவனாக இருக்கலாம்"

ஆனால், அது பொருத்தமாகத் தோன்றவில்லை. ஓவியம் வரைவதற்காகத் தன் குடும்பத்தையே புறக்கணித்துவிட்டு ஓடுபவன் ஒவ்வொரு ஞாயிற்றுக்கிழமைகளிலும் கால்.ஃப் ஆடுகிற ரகமாக இருக்கமாட்டான். காகினோ, வான்கோவோ அல்லது பிக்காஸோவோ

கால்ஃப் காலணிகளை அணிந்துகொண்டு டென்த் கிரீனில் குனிந்து putt செய்ய முனைவதை உங்களால் கற்பனை செய்ய இயலுகிறதா? என்னால் இயலவில்லை.

அந்த சோபாவில் மீண்டும் அமர்ந்து, என் கைக்கடிகாரத்தைப் பார்த்தேன். ஒன்று முப்பத்தி இரண்டு. என் கண்களை மூடி தலைக்குள் இருந்த ஒரு புள்ளியில் மனதைக் குவித்தேன். என் மனம் முழுதாக வெற்றாகி, காலத்தின் மணலுக்கு என்னை ஒப்புவித்து அது எங்கே என்னை அடித்துச்செல்ல விழைகிறதோ அதற்கு அனுமதித்தேன். பின், கண்களைத்திறந்து என் கைக்கடிகாரத்தைப் பார்த்தேன். ஒன்று ஐம்பத்தியேழு. இருபத்தி ஐந்து நிமிடங்கள் எங்கேயோ மறைந்து விட்டிருக்கின்றன. மோசமில்லை என்று எனக்குள் கூறிக்கொண்டேன். பொழுதை அர்த்தமின்றிக் கழிக்கும் ஒரு வழி, நிச்சயம் மோசமில்லை.

கண்ணாடியை மீண்டும் பார்த்தேன். எனது வழக்கமான நான்தான் கண்ணில் பட்டது. என் வலதுகையை உயர்த்தினேன், எனது பிம்பம் தனது இடதுகையை உயர்த்தியது. என் இடது கையை உயர்த்தினேன், அது தனது வலது கையை உயர்த்தியது. என் வலது கையைக் கீழிறக்குகிற மாதிரி (செய்துவிட்டுச்) சட்டென்று என் இடது கையைக் கீழிறக்கினேன். என் பிம்பம் தனது இடது கையைக் கீழிறக்குகிற மாதிரி செய்துவிட்டு சட்டென்று அதனது வலது கையைக் கீழிறக்கியது. இப்படித்தான் இருக்க வேண்டும். சோபாவிலிருந்து எழுந்து இருபத்தி ஐந்து தளங்கள் இறங்கி லாபிக்குச் சென்றேன்.

அம்மாடிப் படிகளுக்குத் தினமும் காலை 11 மணி வாக்கில் வருகை புரிந்தேன். அக்கட்டிட மேலாளருக்கும் எனக்கும் நெருக்கமான நட்பு உருவாகிவிட்டது (அவருக்கு ஒரு சாக்லெட் பெட்டி வாங்கித் தந்தது மிகவும் உதவிகரமாக இருந்தது). கட்டிடத்தில் என் விருப்பப்படி அலைய அனுமதிக்கப்பட்டேன். சொல்லப் போனால் இருபத்தி நாலாவது மற்றும் இருபத்தி ஆறாவது தளங்களுக்கிடையே சுமார்

இருநூறு சுற்று நடைகள் போய் வந்திருப்பேன். சோர்வடைந்ததால் சோபாவில் அமர்ந்து, சன்னல் வழியாக வானத்தை வெறித்தேன், கண்ணாடியில் என் பிம்பத்தைச் சரி பார்த்தேன். முடிதிருத்தகத்திற்குச் சென்று கச்சிதமாக முடிவெட்டிக் கொண்டேன். உடைகளை ஒழுங்காகத் தோய்த்து இஸ்திரியிட்டுக் கொண்டேன், காலுடைகளுக்குப் பொருத்தமான காலுறைகளை அணிந்து முதுகிற்குப் பின்னால் என்னைப் பற்றி மற்றவர் கிசுகிசுத்துக் கொள்ளும் வாய்ப்பை வெகுவாகக் குறைத்துக்கொண்டேன்.

எவ்வளவு கூர்மையாக நான் கவனித்தாலும் ஒரேயொரு தடயத்தைக்கூட என்னால் காணமுடியவில்லை. ஆனால் நான் ஊக்கமிழக்கவில்லை. முக்கியமானதொரு தடயத்தைக் கண்டறிவதென்பது, ஒத்துழைக்காததொரு விலங்கிற்குப் பயிற்சியளிப்பதைப்போல. அதற்குப் பொறுமையுடன் கவனமும் தேவை. உள்ளுணர்வைப் பற்றிக் கூறவே வேண்டாம்.

அந்த அடுக்குமாடிக்குத் தினசரி நான் சென்றுகொண்டிருந்ததில் மாடிப்படிகளை வேறு பலரும் பயன்படுத்துகிறார்களென்பதைக் கண்டுபிடித்தேன். மிட்டாய் உறைகளைத் தரையில் பார்த்தேன். சாம்பல் குடுவையில் மால்பரோ துண்டுகள், கைவிடப்பட்ட ஒரு செய்தித்தாள்.

ஒரு ஞாயிற்றுக்கிழமை பிற்பகல் மாடிப்படிகளில் ஓட்டமாக ஏறிக் கொண்டிருந்த ஒருவனைக் கடந்தேன். முப்பது வயதுமிக்க ஒரு குள்ளமான தீவிர முகபாவம் கொண்டவன். பச்சைநிற ஓட்டப்பயிற்சி உடைகளும் ஆஸிக்ஸ் காலணிகளும் அணிந்திருந்தான். ஒரு பெரிய காஸியோ கைக்கடிகாரமும் கட்டியிருந்தான்.

"ஹாய் தேர்" என்று அழைத்தேன், "ஒரு நிமிடம் நிற்கிறீர்களா?"

"நிச்சயமாக" அவன் நின்று தன் கைக்கடிகாரத்தில் ஒரு பட்டனை அழுத்தினான். ஆழமாக இரண்டுமுறை மூச்சையிழுத்துக் கொண்டான். அவனது நைகி மேற்சட்டை வியர்வையில் மார்போடு ஒட்டிக் கொண்டிருந்தது.

''மாடிப்படிகளில் ஏன் ஓடுகிறாய்? உடற்பயிற்சியா?'' என்றேன்.

''ஆம். முப்பத்தி இரண்டாம் தளம் வரை. கீழே இறங்கும்போது லிஃப்டை உபயோகிப்பேன். படிகளில் கீழே ஓடுவது ஆபத்தானது''

''இதைத் தினமும் செய்கிறாயா?''

''இல்லை வேலைகள் அனுமதிப்பதில்லை. வார இறுதிகளில் சில சுற்றுகள் செய்கிறேன். வேலையிலிருந்து சீக்கிரம் வந்துவிட்டால் வாரநாட்களில் சிலவேளை ஓடுவேன்''

''நீ இந்தக் கட்டிடத்தில்தான் வசிக்கிறாயா?''

''ஆம், பதினேழாவது தளத்தில்''

''இருபத்தி ஆறாவது தளத்தில் வசிக்கும் திரு குரூமிஸாவாவை உனக்குத் தெரியுமா என்று யோசிக்கிறேன்''

''திரு குரூமிஸாவா?''

''அவர் ஒரு பங்குச் சந்தையாளர், உலோக ஃபிரேமிட்ட ஆர்மனி கண்ணாடி அணிந்திருப்பார். எப்போதும் மாடிப்படிகளை உபயோகிப்பவர். ஐந்து அடி எட்டு அங்குலம். நாற்பது வயது''

அந்த ஓட்டக்காரன் யோசித்தான். ''ஆம், அந்த ஆளை எனக்குத் தெரியும். ஒருமுறை அவரோடு பேசியிருக்கிறேன். நான் ஓடும்போது அவரைச் சிலமுறை கடந்திருக்கிறேன் இந்த சோபாவில் அவர் உட்கார்ந்திருப்பதைப் பார்த்திருக்கிறேன். லிஃப்ட்டைப் பயன்படுத்தப் பிடிக்காமல் படிகளை உபயோகப்படுத்துகிறவர்களில் அவர் ஒருவர் சரியா?''

''அவரேதான்'' என்றேன் ''அவரைத்தவிர படிகளைத் தினமும் பயன்படுத்துகிறவர்கள் இருக்கிறார்களா?''

''ஆம், இருக்கிறார்கள்'' என்றான். ''அதிகம் பேரில்லாமல் இருக்கலாம். ஆனால் வழக்கமாகச் சிலர் உண்டு எனலாம். லிஃப்ட்டில்

ஏற விரும்பாதவர்கள். ஆனால் என்னைப் போலவே படிகளில் ஓடுபவர்கள் வேறு இரண்டு பேரை நான் பார்த்திருக்கிறேன். பக்கத்தில் ஓட்டப்பயிற்சிக்கென மைதானம் எதுவும் கிடையாது. எனவே நாங்கள் மாடிப்படிகளைப் பயன்படுத்துகிறோம். மேலும் சிலர் உடற்பயிற்சியாக மாடிப்படி ஏறுகிறவர்கள் இருக்கிறார்கள். பெரும்பாலான அடுக்குமாடிகளைவிட இங்கே படிகளை நிறையபேர் உபயோகிப்பதாக நினைக்கிறேன் - இங்கே நல்ல வெளிச்சம்,, விசாலமாக சுத்தமாக இருக்கிறது''

''இவர்களில் யாருடைய பெயராவது உனக்குத் தெரிந்துள்ளதா?''

''ம்ஹூம், தெரியாது அவர்களுடைய முகங்கள் மட்டுமே தெரியும். ஒருவரையொருவர் கடக்கும்போது 'ஹாய்' சொல்லிக் கொள்வோம். ஆனால் அவர்களுடைய பெயர்கள் எனக்குத் தெரியாது. இது ஒரு மிகப்பெரிய கட்டிடம்''

''அப்படியா, சரி நேரம் ஒதுக்கியதற்காக நன்றி'' என்றேன் ''ஓடிக்கொண்டிருந்தவரை நிறுத்தியதற்காக மன்னிக்கவும், உனது ஓட்டப்பயிற்சிக்கு வாழ்த்துக்கள்''

அவன் தனது ஸ்டாப் வாட்ச்சின் பட்டனை அழுத்திவிட்டு, தன் ஓட்டத்தைத் தொடர்ந்தான்.

செவ்வாய்க்கிழமை அந்தச் சோபாவில் நான் உட்கார்ந்திருந்தபோது, ஒரு வயதான நபர் படிகளில் கீழிறங்கி வந்தார். சாம்பல் முடியும் கண்ணாடியுமாக அவருக்கு எழுபதுகளின் மத்தியில் வயதிருக்கும் என்பேன். சான்டல் செருப்புகளும், சாம்பல் நிற தளர் காற்சட்டையும் முழுக்கைச் சட்டையும் அணிந்திருந்தார். ஓய்வு பெற்ற தொடக்கப் பள்ளி தலைமையாசிரியர் போல அவர் எனக்குத் தோன்றினார்.

''ஹலோ'' என்றார்.

''ஹலோ'' நான் பதிலளித்தேன்.

"நான் இங்கே புகை பிடித்தால் ஆட்சேபிப்பீர்களா?"

"பரவாயில்லை" என்றேன். "பிடியுங்கள்"

அந்தக் கிழவர் என் பக்கத்தில் அமர்ந்து டிரவுசர் பாக்கெட்டிலிருந்து செவன் ஸ்டார்ஸ் பாக்கெட்டை எடுத்தார். தீப்பெட்டியையும் எடுத்து, சிகரெட்டைப் பற்றவைத்து, தீக்குச்சியை ஊதி அணைத்துவிட்டு குச்சியை சாம்பல் குடுவையில் பத்திரமாகப் போட்டார்.

மெதுவாகப் புகையை விடுவித்துக்கொண்டே, "நான் இருபத்தி ஆறாவது தளத்தில் வசிக்கிறேன்" என்றார். "என் மகனோடும் மருமகளோடும் இருக்கிறேன். அவர்கள் வீடெல்லாம் புகையாகி விடுவதாகக் கூறுகிறார்கள். அதனால் சிகரெட் பிடிக்க வேண்டுமென்றால் இங்கே வந்துவிடுவேன். நீங்கள் புகைப்பீர்களா?"

"அப்பழக்கத்தைப் பனிரெண்டு வருடங்களுக்கு முன்பாகவே விட்டுவிட்டேன்"

"நான் கூட விட்டுவிடவேண்டும்" என்றார் அம்முதியவர். "நான் ஒரு நாளைக்கு இரண்டு சிகரெட்டுகள் மட்டுமே பிடிக்கிறேன். எனவே அது ஒன்றும் மோசமில்லைதான். ஆனால் சிகரெட் வாங்கக் கடைக்குப் போவதும், இங்கே வந்து புகைபிடிப்பதும் பொழுதைக் கழிக்க உதவுகிறது. எழுந்து நடப்பதும், படியேறுவதும் அதிகம் சிந்திக்க வேண்டியிருப்பதிலிருந்து என்னைத் தடுக்கிறது"

"உங்கள் ஆரோக்கியத்திற்காகப் புகைப்பிடிப்பதாகச் சொல்ல வருகிறீர்களா?" என்றேன்.

அம்முதியவர் ஒரு தீவிரமான முகபாவத்துடன், "அதேதான்" என்றார்.

"இருபத்தி ஆறாவது தளத்தில் வசிப்பதாகக் கூறினீர்கள்"

"ஆம்"

‘‘2609ல் வசிக்கும் திரு குரூமிஸாவை உங்களுக்குத் தெரியுமா?’’

‘‘தெரியும் கண்ணாடி போட்டிருப்பார். சாலமன் பிரதர்ஸில் பணிபுரிவதாக நினைக்கிறேன்’’

‘‘மெர்ரில் லின்ச். அவரோடு இங்கே பேசியிருக்கிறேன். அவர் இந்தச் சோபாவைச் சிலவேளைகளில் பயன்படுத்துவார்’’

‘‘இங்கே உட்கார்ந்து என்ன செய்வார்?’’

‘‘உண்மையிலேயே எனக்குத் தெரியாது. வெறுமனே இங்கே உட்கார்ந்துகொண்டு எதிரே வெறித்துக் கொண்டிருப்பார். அவர் புகைபிடிப்பவராகத் தெரியவில்லை’’

‘‘எதைப் பற்றியாவது யோசித்துக் கொண்டிருப்பதாகத் தெரிவாரா?’’

‘‘வெறுமனே வெறித்துக் கொண்டிருப்பதற்கும், சிந்தித்துக் கொண்டிருப்பதற்கும் இருக்கிற வித்தியாசத்தை என்னால் சொல்லமுடியுமாவென்று தெரியவில்லை. நாம் எந்நேரமும் சிந்தித்துக் கொண்டேயிருக்கிறோம், இல்லையா? சிந்திப்பதற்காக வேண்டி நாம் வாழ்வதில்லை, ஆனால் இதற்கு எதிர்க்கருத்தும் உண்மையல்ல - நாம் வாழ்வதற்காக வேண்டி சிந்திக்கிறோம் என்பதும். தெகார்த் சொன்னது போலின்றி நாம் இல்லாதிருப்பதற்காகச் சிலவேளைகளில் நாம் சிந்திக்கிறோமென்று நான் நம்புகிறேன். வெளியை வெறித்துக் கொண்டிருப்பது எதிர்ப்பாரா வகையில் எதிர்விளைவுகளையும் ஏற்படுத்திவிடலாம். எப்படிப் பார்த்தாலும் இது ஒரு கடினமான கேள்விதான்’’

அம்முதியவர் தன் சிகரெட்டை ஆழமாக இழுத்தார்.

‘‘திரு குரூமிஸாவா தனது பணியிடத்திலோ அல்லது வீட்டிலோ ஏதாவது பிரச்சனைகள் இருப்பதாக எப்போதாவது குறிப்பிட்டிருக்கிறாரா?’’ என்று கேட்டேன்.

முதியவர் தலையை ஆட்டி மறுத்துவிட்டு சாம்பல் குடுவையில் சிகரெட்டைப் போட்டார். ''தண்ணீர் கீழே பாய்வதற்கு எப்போதும் மிகச் சுருக்கமான வழியைத்தான் தேர்ந்தெடுக்குமென்று உங்களுக்குத் தெரியும்தானே. சிலவேளைகளில், இருப்பதிலேயே சுருக்கமான வழி தண்ணீரால்தான் உருவாக்கப்படுகிறது. மனிதச் சிந்தனா முறை பலவிதங்களில் அதுபோல்தான். குறைந்தபட்சம், அதுதான் எனது கருத்து. ஆனால் உங்கள் கேள்விக்கு நான் பதிலளிக்கவில்லை. திரு குரூமிஸாவும் நானும் குடியிருப்பாளர் சங்கத்தின் விதிமுறைகள் என்பது போன்றவற்றைப் பற்றித்தான் பேசியிருக்கிறோம்''

''புரிகிறது. உங்கள் நேரத்தை எடுத்துக் கொண்டதற்காக மன்னியுங்கள்''

''சிலவேளைகளில் வார்த்தைகள் நமக்குத் தேவையாயிருப்பதில்லை'' நான் சொன்னதையே கேட்காததுபோல அக்கிழவர் பேசினார். ''வாஸ்தவத்தில் வார்த்தைகளுக்குத்தான் நாம் தேவைப்படுகிறோம். நாம் இங்கே இல்லாது போய்விட்டால் வார்த்தைகள் அவற்றின் மொத்த இயக்கத்தையும் இழந்துவிடும். என்ன சரிதானே? எப்போதும் பேசப்படாத வார்த்தைகளாக முடிந்து போகும். பேசப்படாத வார்த்தைகள் வார்த்தைகளாக இருக்க முடியாது''

''நிச்சயமாக'' என்றேன். ''கேட்பதற்கு இது ஏதோ ஜென்கோவான் போலிருக்கிறது''

''உண்மைதான்'' அம்முதியவர் தலையை ஆட்டிக்கொண்டே தனது குடியிருப்பிற்குத் திரும்ப எழுந்தார். ''சரி, உங்களைக் கவனித்துக் கொள்ளுங்கள்'' என்றார்.

''குட்பை'' என்றேன்.

அதற்கடுத்த வெள்ளிக்கிழமை பிற்பகல் இரண்டு மணிக்கு, அந்த இருபத்திஐந்திற்கும் இருபத்தி ஆறாம் தளத்திற்கும் இடையிலிருந்த

லவுஞ்சை அடைந்தபோது ஒரு சிறுமி அந்தச் சோபாவில் அமர்ந்து கொண்டு எதிரேயிருந்த கண்ணாடியை வெறித்துக்கொண்டு தனக்குள் ஏதோ பாடிக்கொண்டிருப்பதைக் கண்டேன். துவக்கப் பள்ளியில் சேர்ந்து விட்டிருக்கக்கூடிய வயதிருக்கும். இளஞ்சிவப்பில் ஷர்ட்டும், டெனிம் ஷார்ட்ஸ்களும் அணிந்து முதுகில் பச்சைநிற பொட்டலப் பையும் மடியின் மேல் ஒரு தொப்பியும் வைத்திருந்தாள்.

"ஹாய், தேர்" என்றேன்.

பாடுவதை நிறுத்திவிட்டு, "ஹாய்" என்றாள்.

அவளுக்குப் பக்கத்தில் சோபாவில் உட்கார விரும்பினேன். ஆனால் கடந்து செல்பவர் எவர் பார்த்தாலும் ஏதோ வினோதமாக நடப்பதாகச் சந்தேகப்படலாம். எனவே எங்களுக்கிடையில் போதிய இடைவெளிவிட்டு சாய்ந்து கொண்டேன்.

"பள்ளி விட்டாகிவிட்டதா?" என்று கேட்டேன்.

"பள்ளியைப் பற்றிப் பேச இஷ்டமில்லை," என்றாள் தீர்மானமாக.

"அப்படியென்றால் சரி, பேச வேண்டாம்," என்றேன். "நீ இந்தக் கட்டிடத்திலா வசிக்கிறாய்?"

"ஆமாம்," என்றாள், "இருபத்தியேழாவது தளத்தில்"

"அத்தனை மாடியையும் ஏறியா செல்கிறாய்?"

"லிஃப்ட் ஒரே நாற்றமடிக்கிறது," என்றாள் அச்சிறுமி, "லிஃப்ட் நாற்றம் அதனால் இருபத்தேழாவது மாடி வரை நடந்தே போய்விடுவேன்." கண்ணாடியில் தன்னைப் பார்த்துவிட்டு பெரிதாகத் தலையை ஆட்டிக் கொண்டாள். "எப்போதும் அல்ல, சில வேளைகளில்."

"நீ களைப்படைய மாட்டாயா?"

அவள் பதிலளிக்கவில்லை. ''உங்களுக்கு ஒன்று தெரியுமா? மாடிப்படிகளில் இருக்கிற எல்லா கண்ணாடிகளிலும் இந்தக் கண்ணடிதான் மிக நன்றாகப் பிரதிபலிக்கும். எங்கள் குடியிருப்பில் உள்ள மற்ற கண்ணாடிகளைப் போலில்லை இது.''

''எப்படிச் சொல்கிறாய்?''

ஓர் அடி முன்னால் வந்து கண்ணாடியெதிரே நின்று என் பிம்பத்தைக் கொஞ்ச நேரம் கவனித்தேன். ஆம், நான் கண்ணாடியில் பார்த்த பிம்பம், நான் பார்த்துப் பழக்கப்பட்ட பிம்பத்திலிருந்து சில டிகிரிகள் நகர்ந்து காணப்பட்டது. கண்ணாடியிலிருந்த என் பிம்பம் மேலும் குண்டாகவும் மேலும் சந்தோஷத்தோடும் தெரிந்தது. சூடான பான் கேக்குகளின் ஒரு அடுக்கை அப்போதுதான் காலியாக்கினதைப்போல.

''உங்களிடம் நாய் இருக்கிறதா?'' என்று கேட்டாள் அப்பெண்.

''இல்லை, என்னிடம் சில வெப்பமண்டல மீன்கள் இருக்கின்றன.''

''ஹ்ம்ம்,'' என்றாள். வெப்பமண்டல மீன்களின் மீது அவளுக்கு ஆர்வமில்லை போலிருக்கிறது.

''உனக்கு நாய்களென்றால் பிடிக்குமா?'' என்று கேட்டேன்.

அவள் அதற்கு பதிலளிக்காமல் வேறொரு கேள்வியைக் கேட்டாள். ''உங்களுக்குக் குழந்தைகள் இருக்கிறதா?''

''இல்லை,'' என்றேன்.

அவள் என்னைச் சந்தேகத்துடன் உற்று நோக்கினாள். ''குழந்தைகள் இல்லாத ஆட்களிடம் பேசவே கூடாதென்று அம்மா சொல்வார்கள். அவர்கள் புதிரான நபர்களாக இருப்பதற்கு வாய்ப்புண்டு என்று அம்மா சொல்வார்கள்.''

''அப்படியொன்றும் அவசியமில்லை,'' என்றேன். ''உனக்குப் பழக்கமில்லாத ஆட்களோடு பேசும்போது நீ ஜாக்கிரதையாக

இருக்கவேண்டும் என்பதை வேண்டுமானாலும் நான் ஒப்புக்கொள்கிறேன்.''

''ஆனால் நீங்கள் புதிரான ஆளென்று எனக்குத் தோன்றவில்லை''

''நான் அப்படிக் கிடையாதுதான்''

''உங்களுடைய .... ஐ என்னிடம் காட்ட மாட்டீர்கள்தானே?''

''மாட்டேன்''

''சின்னப் பெண்களுடைய ஜட்டிகளை நீங்கள் கழற்றிக்கொண்டு போய்விடமாட்டீர்கள்தானே?''

''சேச்சே''

''நீங்கள் எதையாவது சேகரிப்பதுண்டா?''

''நான் இதைப்பற்றி யோசிக்க வேண்டியிருந்தது. நவீன கவிதை நூல்களின் முதல் பதிப்புகளை நான் சேகரிப்பதுண்டு. ஆனால் அதைப் பற்றிச் சொல்வது பிரயோசனமில்லை. நீ எப்படி?''

அந்தப் பெண் அதைப் பற்றிக் கொஞ்சம் யோசித்துவிட்டுத் தலையை இருமுறை ஆட்டினாள். ''நானும் எதையும் சேகரிப்பதில்லை.''

கொஞ்சநேரத்திற்கு இருவரும் அமைதியாக இருந்தோம்.

''ஹேய், மிஸ்டர் டோநட்டில் எந்த டோநட் உங்களுக்கு ரொம்பப் பிடிக்கும்?''

''ஓல்ட் / ஃபேஷண்டு,'' நான் உடனே கூறினேன்.

''எனக்கு அதைத் தெரியாது,'' என்றாள், ''எனக்கு எவை பிடிக்குமென்று தெரியும்? என்கு ஃபுல் மூன்ஸம் பன்னி விப்ஸம்.''

''நான் அவற்றைக் கேள்விப்படதில்லை.''

"பழம் அல்லது ஜாம் உள்ளே வைத்திருக்கும், அபாரமாக இருக்கும். ஆனால், எப்போது பார்த்தாலும் இனிப்பு சாப்பிட்டுக் கொண்டிருந்தால் ஊமையாகிவிடுவார்களென்று அம்மா சொல்வார்கள். அதனால் அவற்றை அதிகம் வாங்கித் தரமாட்டார்கள்"

"கேட்கவே நன்றாக இருக்கிறதே"

"நீங்கள் இங்கே என்ன செய்து கொண்டிருக்கிறீர்கள்? நேற்று உங்களைப் பார்த்தேன்." என்றாள் அப்பெண்.

"நான் ஒன்றைத் தேடிக் கொண்டிருக்கிறேன்"

"என்னது?"

"எனக்கு ஐடியாவே இல்லை," நான் ஒப்புக்கொண்டேன், "அது ஒரு கதவைப்போல இருக்கலாமென்று நினைக்கிறேன்."

"கதவா?" அந்தப் பெண் திருப்பிக் கேட்டாள்.

"எந்த மாதிரியான கதவு? எல்லா வடிவங்களிலும், வண்ணங்களிலும் கதவுகள் இருக்கின்றன."

நான் அதைப் பற்றிச் சிந்தித்தேன். என்ன மாதிரியான வடிவமும் வண்ணமும்? இதைப் பற்றி யோசிக்கும் போதுதான் கதவுகளின் வடிவம் மற்றும் வண்ணம் பற்றி ஒருமுறைகூட நான் யோசித்ததேயில்லையென்பது உறைத்தது. "எனக்குத் தெரியவில்லை. அது என்ன வடிவத்தில், நிறத்தில் இருக்குமென்று யோசிக்கிறேன். ஒருவேளை அதுஒரு கதவாக இல்லாமல்கூட இருக்கலாம்"

"ஒருவேளை அது ஒரு குடை அல்ல வேறேதாவதாக இருக்குமென்று சொல்கிறீர்களா?"

"குடையா?" என்றேன். "அது ஒரு குடையாக இருக்கமுடியாதென்பதற்கு எந்தக் காரணமுமில்லையென்றுதான் தோன்றுகிறது"

"ஆனால் குடைகளும் கதவுகளும் வெவ்வேறு வடிவங்களையும், நிறங்களையும் கொண்டவையல்லவா? அவை செய்வதும் வெவ்வேறான வேலைகள்"

"உண்மைதான். ஆனால் அதைப் பார்த்தால் நான் அடையாளம் கண்டுகொள்வேன். 'ஹே! இதுதான்' என்று அது ஒரு குடையாகவோ, ஒரு கதவாகவோ அல்லது ஒரு டோ நட்டாகவோ இருந்தாலும் கூட.''

''ம்ம்ம்'' என்றாள் அவள். வெகுகாலமாக நீங்கள் தேடிக் கொண்டிருக்கிறீர்களா?''

"வெகுகாலமாக, நீ பிறப்பதற்கு முன்பிருந்தே"

"உண்மையாகவா? அவள் தன் உள்ளங்கையைக் கொஞ்ச நேரத்திற்கு உற்றுப்பார்த்துக்கொண்டிருந்துவிட்டுக் கேட்டாள்.

"நான் உங்களுக்கு உதவட்டுமா?"

"அதை நான் உண்மையில் விரும்புவேன்,'' என்றேன்.

''எனவே ஏதோவொன்றை நான் தேடவேண்டும். அது என்னவென்று எனக்குத் தெரியாது, ஆனால் அது ஒரு கதவாகவோ, அல்லது குடையாகவோ அல்லது டோ நட்டாகவோ அல்லது ஒரு யானையாகவோ இருக்கலாம்?''

''அதேதான்'' என்றேன், ''ஆனால் அதனை நீ பார்த்தால் அதுதானென்று உனக்குத் தெரிந்துவிடும்.''

''வேடிக்கையாக இருக்கிறது,'' என்றாள். '''ஆனால் இப்போது நான் வீட்டிற்குச் செல்ல வேண்டும். எனக்குப் பாலே நடனப்பாடம் இருக்கிறது.''

பிறகு சந்திப்போம், ''என்றேன். ''என்னுடன் பேசிக் கொண்டிருந்ததற்கு நன்றி''

‘‘உங்களுக்குப் பிடித்தமான அந்த டோ நட்டின் பெயரை மீண்டும் சொல்லுங்கள்.’’

‘‘ஓல்ட்-ஃபேஷண்டு’’

முகத்தைச் சுளித்துக்கொண்டு அப்பெண் திரும்பத்திரும்ப ஓல்ட்-ஃபேஷண்ட்டு என்று சொல்லிப் பார்த்துக் கொண்டாள். பின் எழுந்து, பாடிக்கொண்டே படியேறி மறைந்தாள். நான் என் விழிகளை மூடிக்கொண்டேன். குறிப்பில்லாமல் காலம் அடித்துச் செல்வதற்கு என்னை மீண்டும் ஒப்புவித்துக் கொண்டேன்.

சனிக்கிழமை காலை, என் வாடிக்கையாளரிடமிருந்து அழைப்பு வந்தது. ஹலோ கூட கூறாமல், ‘‘என் கணவர் கிடைத்துவிட்டார்’’ என்றாள். ‘‘நேற்று மதியம் போல காவல் துறையினர் என்னைத் தொடர்புகொண்டனர். அவர் செண்டாய் நிலையத்தில் ஓய்வறை ஒன்றின் பெஞ்சில் தூங்கிக்கொண்டிருப்பதை அவர்கள் பார்த்திருக்கின்றனர். அவரிடம் பணமோ, அல்லது அடையாள அட்டையோ இல்லை. ஆனால் கொஞ்சநேரம் கழித்து தனது பெயர், முகவரி மற்றும் தொலைபேசி எண் எல்லாம் அவரது நினைவுக்கு வந்திருக்கிறது. நான் செண்டாயிற்கு விமானம் பிடித்து உடனே போய் விட்டேன். அது என் கணவர்தான்’’

‘‘ஆனால் அவர் ஏன் செண்டாயிற்குச் சென்றிருக்க வேண்டும்?’’ என்று வினவினேன்.

அவர் அங்கே எப்படிப் போய்ச் சேர்ந்தார் என்பதுபற்றி அவருக்கு எந்த நினைவுமில்லை. ஒரு இரயில்வே ஊழியர் அவரது தோளை உலுக்கி எழுப்பியபோதுதான் விழித்திருக்கிறார். எந்தப் பணமும் இல்லாமல் அவர் எப்படிச் செண்டாய்வரை சென்றார், கடந்த இருபது நாட்களாக எப்படிச் சாப்பிட்டார். ஒரு விஷயம்கூட அவருக்கு ஞாபகத்தில் இல்லை’’

‘‘எப்படி உடையணிந்திருந்தார்?’’

"எங்கள் குடியிருப்பை விட்டுச் சென்றபோது அணிந்திருந்த அதே உடைகளைத்தான் அணிந்திருந்தார். தாடி வளர்ந்து இருபது பவுண்டிற்கு மேல் எடையிழந்திருக்கிறார். அவர் கண்ணாடியைக்கூட எங்கோ தொலைத்துவிட்டிருக்கிறார். இப்போது செண்டாயில் உள்ள ஒரு மருத்துவமனையிலிருந்து பேசுகிறேன். இவர்கள் ஏதோ டெஸ்ட்டுகள் எடுத்துக்கொண்டிருக்கின்றனர். சி.டி. ஸ்கேன்கள், எக்ஸ்ரேக்கள், நரம்புப் பரிசோதனைகள் அவரது மனநலம் எல்லா விதத்திலும் நன்றாகவே இருக்கிறது. உடம்பில்கூட எதுவும் காயம் இல்லை. ஆனால் ஞாபகம்தான் இல்லை. அவரது அம்மாவின் வீட்டை விட்டுக் கிளம்பி, படியேற ஆரம்பித்தது அவருக்கு நினைவில் இருக்கிறது. ஆனால் அதற்குப் பிறகு ஒன்றுமேயில்லை. எப்படியோ, நாளைக்கு டோக்கியோவிற்கு நாங்கள் வந்து விடுவோம்"

"அது மிகவும் நல்ல செய்திதான்"

"அவரைக் கண்டுபிடிக்க நீங்கள் முயற்சிசெய்த அனைத்திற்கும் உண்மையாகவே நன்றி கூறுகிறேன். இப்போது இம்மாதிரியாகி விட்டதால் உங்கள் விசாரணையை நீங்கள் தொடர வேண்டியதில்லை."

"தேவையில்லைதான்," என்றேன்.

"மொத்த விஷயமும் அபத்தமானதாக, விளங்கமுடியாததாக இருக்கிறது, எப்படியோ என் கணவர் பத்திரமாக வந்துவிட்டார். நன்றாகவும் இருக்கிறார். அதுதான் முக்கியம்."

"வாஸ்தவம்தான்" என்றேன். "அதுதான் முக்கியமானது"

"உங்களுடைய சேவைக்காக நீங்கள் எதுவும் பெற்றுக்கொள்ளப் போவதில்லையா? நிச்சயமாகக் கூறுகிறீர்களா?"

"நாம் முதல் முறை சந்தித்தபோதே நான் கூறியதைப் போல எந்தவிதமான கட்டணத்தையும் நான் பெற்றுக்கொள்ள இயலாது. எனவே அதைப் பற்றி அலட்டிக்கொள்ள வேண்டாம். ஆனால் உங்கள் அக்கறைக்கு நன்றி தெரிவித்துக் கொள்கிறேன்"

அமைதி. நாங்கள் இருவரும் ஒரு பரஸ்பர ஒப்புதலுக்கு வந்துவிட்டதை அடக்கிய ஒரு புத்துணர்வூட்டும் அமைதி. இதற்கு ஆதரவளிக்க இந்த அமைதியை ரசித்தபடியிருந்தேன்.

''சரி உங்களைக் கவனித்துக்கொள்ளுங்கள்,'' அபபெண் இறுதியாகக் கூறிவிட்டு, தொலைபேசியை வைத்தாள். அவள் குரலில் இரக்கத்தின் சாயல் இருந்தது.

தொலைபேசியை வைத்தேன். கொஞ்சநேரத்திற்கு அங்கேயே அமர்ந்தபடியே ஒரு புதிய பென்சிலை நிதானமாகச் சுற்றிக்கொண்டு என்னெதிரேயிருந்த காலியான குறிப்பேட்டை வெறித்துக் கொண்டிருந்தேன். சலவைக்குப் போய்விட்டு வந்த போர்வையை அந்த வெண்ணிறக் குறிப்பேடு எனக்கு நினைவுபடுத்தியது. ஓர் இனிமையான மதியத் தூக்கத்தில் அதன்மீது படுத்திருக்கும் வெண்பஞ்சுப் பூனை ஒன்றை அந்தப் போர்வை நினைக்க வைத்தது. அந்தப் பிம்பம் - புதிதாகச் சலவை செய்யப்பட்ட போர்வையில் படுத்துறங்கும் ஒரு பூனை - என்னை இறுக்கம் தளரச் செய்தது. என் ஞாபகங்களில் தேடி, அந்தப் பெண் குறிப்பிட்ட விஷயங்களில் முக்கியமானவற்றை, ஒன்றன்பின் ஒன்றாக என் குறிப்பேட்டில் கவனமாக எழுதினேன். 'சென்டாய் நிலையம், வெள்ளிக்கிழமை மதியம் வாக்கில், தொலைபேசி, இருபது பவுண்டுகள் இழப்பு, அதே உடைகள், கண்ணாடி தொலைந்திருக்கிறது. இருபது நாட்களில் ஞாபகங்கள் அழிந்து விட்டிருக்கின்றன'

பென்சிலை மேசைமீது வைத்துவிட்டு, என் நாற்காலியில் பின்னால் சாய்ந்து, உத்தரத்தை வெறித்தேன். உத்தரத்தில் சில ஒழுங்கற்ற கறைகள் அங்குமிங்கும் இருந்தன. கண்களைச் சுருக்கிப் பார்த்தபோது அவை வானியல் வரைபடங்கள் போலத் தோன்றின. அந்தக் கற்பனையான நட்சத்திர இரவை வெறித்துக்கொண்டு மீண்டும் புகைபிடிக்கத் தொடங்கலாமா - என் ஆரோக்கியத்திற்காக - என்று யோசித்தேன்.

மாடிப்படிகளில் ஏறும் பெண்ணின் குதியுயர்ந்த செருப்பொலிகள் என் தலையை நிரப்பின.

உத்தரத்தின் ஒரு மூலையை நோக்கி, ''திரு குரூமிஸாவா,'' என்றழைத்தேன். ''நிஜ உலகிற்குத் திரும்பியதற்கு நல்வரவு'' உங்கள் அழகான முக்கோண உலகிற்கு - அச்ச நோய் தாக்கிய உங்களது தாய், கத்தி முனைகள் போலக் குதியுயர்ந்த செருப்பணிந்த உங்கள் மனைவி, உங்களது மெர்ரில் லின்ச் திரும்பியதற்கு''

என் தேடல் எங்கேயோ தொடரும் என்று நினைத்தேன். ஒரு கதவைப் போல வடிவம் கொண்ட ஒன்றிற்கான தேடல். அல்லது ஓரளவிற்கு ஒரு குடையை ஒத்ததாக இருக்கும் ஒன்றிற்கு அல்லது ஒரு டோநட் அல்லது ஒரு யானை. நான் கண்டறியக்கூடிய இடத்திற்குக் கொண்டு செல்லக்கூடிய ஒரு தேடலாக இருக்குமென்று நம்பினேன்.

மீள்சிறகு

ஷினாகவா குரங்கு

சில நேரங்களில் அவளுக்குத் தன்னுடைய பெயரையே ஞாபகப்படுத்திக் கொள்வதில் சிரமமிருந்தது. எதிர்பாராத நேரத்தில் யாராவது அவளுடைய பெயரைக் கேட்டுவிட்டால் இதுபோல நடந்துவிடுகிறது. துணிக்கடையில் தனது சட்டையின் கைப்பகுதிக்குத் திருத்தம் சொல்லிக்கொண்டிருந்தபோது அந்த விற்பனைப் பெண் "உங்கள் பெயர், மேடம்" என்றால், அதை நினைவிற்குக் கொண்டுவர ஒரே வழியாக அவளுடைய டிரைவிங் லைசன்ஸைப் பையிலிருந்து வெளியே எடுத்துப்பார்த்தால், எதிரே பேசிக் கொண்டிருப்பவருக்கு வினோதமாகத்தான் படும். அவள் தொலைபேசியில் பேசிக்கொண்டிருக்கையில் இது நிகழ்ந்தால், அவளது கைப்பையைத் துழாவுகிற நேரத்தின் அசௌகரியமான நிசப்தம் எதிர்முனையில் இருப்பவரை என்னதான் நடக்கிறது என்ற குழப்பத்தில் ஆழ்த்தி விடுகிறது.

மற்ற எல்லாவற்றையும் அவளால் நினைவில் வைத்திருக்க முடிகிறது. அவளைச் சுற்றியுள்ள யாருடைய பெயரையும் அவள் மறந்ததேயில்லை. அவளது விலாசம், தொலைபேசி எண், பிறந்தநாள்,

பாஸ்போர்ட் எண், எதுவுமே அவளுக்குப் பிரச்சனையாக இருந்ததில்லை. அவள் நண்பர்களின் தொலைபேசி எண்களையும், முக்கியமான வாடிக்கையாளர்களின் எண்களையும் சரளமாகச் சொல்லிவிடுவாள். அவளாகத் தன்னுடைய பெயரைக் கூற முற்படும் போது, நினைவிற்குக் கொண்டுவருவதில் பிரச்சனை எழுந்ததில்லை. எதை எதிர்பார்க்கலாம் என்று முன் கூட்டியே தெரிந்திருக்கும் பட்சத்தில் அவள் ஞாபகம் நன்றாகவே செயல்படுகிறது. அவள் அவசரத்திலோ, தயாரில்லாமல் இருக்கும்போதோதான் ஏதோ ஓர் இணைப்பு துண்டிக்கப் பட்டிருப்பதைப் போலாகிவிடுகிறது. எவ்வளவு அதிகமாகத் திண்டாடுகிறாளோ அந்தளவிற்குத் தன்னை இவ்வளவு காலமாக எப்படி அழைத்து வந்திருக்கின்றனர் என்பது நினைவிற்கு வராமல் போய் விடுகிறது. சுத்தமாக அழித்துவிட்டதைப்போல.

திருமணமானபின் அவள் பெயர் மிசூகி ஆண்டிடோ, அதற்கு முன் ஒஸாவா, இரண்டு பெயர்களுமே தனித்துவமிக்கவையோ அல்லது குறிப்பிடும்படியானவையோ இல்லையென்றாலும், அவளது பரபரப்பான வேலைக்கு மத்தியில் அவை எப்படி அவளது நினைவிலிருந்து அழிந்துபோகுமென்று விளங்கவில்லை. டகாஷி ஆண்டோ என்பவனைத் திருமணம் செய்து மூன்றாண்டுகளுக்கு அவள் மிசூகி ஆண்டோவாக இருந்திருக்கிறாள். முதலில் அவளது புதிய பெயர் அவளுக்குப் பழக்கப்படாமலிருந்தது. அந்தப் பெயரின் தோற்றமும், ஒலிக்கும் விதமும் அவளுக்குப் பொருத்தமாகப் படவில்லை. படிப்படியாக அதைத் தொடர்ந்து சொல்லிச்சொல்லிப் பழக்கப்பட்டுவிட்டது. உதாரணத்திற்கு மற்ற சாத்தியங்களான மிசூகி அல்லது மிசூகி மிகி (வாஸ்தவத்தில் சென்றிருக்கிறாள்) என்பவற்றை விட மிசூகி ஆண்டோ ஒன்றும் மோசமாக இல்லை.

அவள் திருமணமாகி இரண்டு வருடங்களாயிருக்கும்போது அவளிடமிருந்து பெயர் நழுவிச் செல்லத் தொடங்கியது. முதலில் மாதத்திற்கு ஒருமுறை போல நிகழ்ந்தாலும், நாளாக ஆக அடிக்கடி

நடந்தது. இப்போது வாரத்திற்குக் குறைந்தபட்சம் ஒருமுறை அவளது பெயரை மறந்து கொண்டிருந்தாள். கைப்பையை அவள் வைத்திருக்கும் வரை பிரச்சனையில்லை. எப்போதாவது பையைத் தொலைத்துவிட்டிருந்தால் அவளும் தொலைந்தே போயிருப்பாள். அவளது விலாசத்தையும் தொலைபேசி எண்ணையும் அவள் நினைவில் வைத்திருப்பதால் முற்றிலுமாக அடையாளமற்றுப் போயிருக்கமாட்டாளென்பது உண்மைதான். திரைப்படங்களில் வரும் டோட்டல் அம்னீஷியா கேஸ்களைப் போலல்ல இது. இருந்தும் தன்னுடைய பெயரை மறந்துபோவதென்பது மன அமைதியைக் குலைக்கிற விஷயம்தான். பெயரில்லாமல் ஒரு வாழ்க்கை என்பது உங்களால் விழித்தெழமுடியாத ஒரு கனவைப் போல என்று அவள் கருதினாள்.

மிசூகி ஒரு நகைக்கடைக்குச் சென்று சின்னதாக, எளிமையாக ஒரு கைவளையும் வாங்கி அதில் ''மிசூகி (ஒஸாவா) ஆண்டோ'' என்று தன் பெயரைப் பொறித்துக் கொண்டாள். ஒரு பூனை அல்லது நாயைப்போல உணர்ந்தாலும், வெளியே செல்லும்போது அந்தக் கைவளையைக் கவனமாக அணிந்துகொண்டாள். பெயர் மறந்து போனால் மணிக்கட்டை, ஒரு பார்வை பார்த்துக் கொண்டால் போதும். லைசன்ஸைத் துழாவி எடுக்க வேண்டியதில்லை. மற்றவர்கள் வினோதமாகப் பார்ப்பதும் இதனால் போய்விட்டது.

தனது பிரச்சனையைக் கணவனிடம் அவள் கூறவில்லை. அதற்குக் காரணம் அவர்களுடைய திருமணத்தில் அவள் சந்தோஷமற்று இருக்கக்கூடுமென்ற முடிவுக்குத்தான் அவன் வருவான் என்பது அவளுக்குத் தெரியும். எல்லாவற்றையும் அதிகப்படியாகத் தருக்கப்படுத்திவிடுவது அவன் இயல்பு. அதை வைத்துப் பிறரைக் கஷ்டப்படுத்துவது அவன் நோக்கமாக இருக்காவிட்டாலும், எப்போதும் ஊகமான கோட்பாடுகளை உருவாக்கிக்கொள்வான். அவன் ஒரு சரியான பேச்சாளிகூட. எதைப் பற்றியாவது பேச

ஆரம்பித்துவிட்டால் லேசில் பின் வாங்கமாட்டான். அதனால் எல்லாவற்றையும் அவளுக்குள்ளேயே வைத்துக்கொண்டாள். இருந்தும் அவள் கணவன் சொல்வது, அல்லது அந்தப் பிரச்சனையை அறிந்திருந்தால் அவன் சொல்லியிருக்கக்கூடியது சரியானதல்ல என்றே அவள் கருதினாள். அவர்கள் திருமணத்தில் அவள் அதிருப்தியுற்றிருக்கவில்லை. அவள் கணவனின் அவ்வப்போதைய அதீத பகுத்தறிவுடைமையைத் தவிர அவன்மீது எந்தப் புகாரும் அவளுக்கில்லை.

மிசூகியும் அவள் கணவனும் சமீபத்தில் ஷினாகவாவில் ஒரு புதிய அடுக்குமாடிக் கட்டிடத்தில் ஒரு ஃபிளாட்டைக் கடனில் வாங்கியிருந்தனர். இப்போது முப்பது வயதாகிற அவள் கணவன் மருந்து தயாரிப்புக் கம்பெனி ஒன்றின் ஆய்வுக்கூடத்திலும் இருப்பதியாறு வயதான மிசூகி ஒரு ஹோண்டா விற்பனைக் கூடத்திலும் பணியாற்றி வந்தனர். மிசூகி தொலைபேசி அழைப்புகளுக்குப் பதிலளிப்பது வாடிக்கையாளர்களுக்கு காபி வரவழைத்துத் தருவது, நகல்கள் எடுத்துத் தருவது, வாடிக்கையாளர்களின் டேட்டா பேஸை நிரப்புவது, அப்டேட் செய்வது போன்ற வேலைகள், ஹோண்டாவில் ஓர் எக்ஸிகியூட்டிவ்வாக இருந்த மிசூகியின் மாமா, அவள் டோக்கியோவிலுள்ள பெண்கள் இளநிலைக் கல்லூரி ஒன்றில் பட்டப்படிப்பு முடித்ததும் அவளுக்கு இந்த வேலையை வாங்கித் தந்திருந்தார். அவள் கற்பனை செய்து வைத்திருந்ததைப் போல அதுவொன்றும் அவ்வளவு கிளர்ச்சியூட்டும் வேலையாக இருந்திராவிட்டாலும், அவளுக்கென்று சில பொறுப்புகள் இருந்ததால் அந்தளவிற்கு மோசமாகவும் இல்லை. விற்பனையாட்கள் இல்லாதபோதெல்லாம் அவள் பொறுப்பேற்றுக் கொள்வாள். வாடிக்கையாளர்களின் கேள்விகளுக்கு எப்போதுமே நிறைவான பதில்களைத் தந்துகொண்டிருந்தாள். விற்பனையாட்கள்

பணிபுரியும்போது உன்னிப்பாகக் கவனித்து, தேவையான தொழில்நுட்பத் தகவல்களை விரைவாகக் கிரகித்து வைத்திருந்தாள், ஷோருமிலுள்ள எல்லா மாடல்களுக்குமான மைலேஜ் விபரங்களை மனப்பாடாமாக ஒப்பித்து எவரையும் ஏற்றுக்கொள்ள வைத்துவிடுவாள். உதாரணமாக, ஒரு சாதாரண செடானைவிட ஒடிஸ்ஸியை ஒரு மினி வேனைப் போல் கையாள முடியும் என்பதைப்போல. மிருகி மிக நன்றாக உரையாடக்கூடியவள். அவளது பிரகாசமான புன்னகை வாடிக்கையாளர்களின் இறுக்கத்தைத் தளர வைத்துவிடக் கூடியது. வாடிக்கையாளர்களின், மனநிலையைக் கணித்து, உத்திகளை நுட்பமாக மாற்றிக்கொள்கிற சாமர்த்தியமும் அவளுக்கிருந்தது. தள்ளுபடி வழங்குதல், பேரம் பேசுதல், இலவசச் சலுகைகளை வழங்குதல் போன்ற அதிகாரங்கள் எதுவும் துரதிஷ்டவசமாக அவளுக்கு இல்லாததால் படிவத்தில் கையெழுத்துப் போட வாடிக்கையாளர் தயாராக இருந்தாலும், அந்தப் பேரத்தின் முடிவறிக்கையை அவள் ஏதாவது ஒரு விற்பனையாளன் வசம்தான் ஒப்படைக்க நேரும். அந்த விற்பனையாளனுக்கான கமிஷனை அவன் பெற்றுக் கொள்வான். அவளுக்குக் கிடைக்கக்கூடிய ஒரே பலன், அவ்வப்போது விற்பனையாளர்கள் தமது ஆதாயத்திலிருந்து வழங்கும் இலவச விருந்துகள்மட்டுமே.

தன்னிடம் விற்பனைப் பொறுப்பை விட்டால் அந்த நிறுவனம் இதைவிடக் கூடுதலாகக் கார்களை விற்கும் என்று அவ்வப்போது அவளுக்குத் தோன்றும். ஆனால் அந்த ஐடியா வேறு யாருக்குமே தோன்றாததுதான் சோகம். விற்பனைப் பிரிவு என்பது ஒரு தனி உலகம். அலுவலக ஊழியர்கள் என்பவர்கள் வேறொரு உலகம். மிக அரிதாகவே இந்த எல்லைகள் மீறப்படும். இப்படித்தான் ஒரு கம்பெனி நடத்தப்படுகிறது. ஆனாலும் அதைப்பற்றி அவளுக்குக் கவலை இல்லை. அவளுக்கொன்றும் பெரிய குறிக்கோள்களோ, உயர்ந்த பொறுப்புகளை அடையும் இலட்சியமோ இல்லை. ஒன்பதிலிருந்து

ஐந்துவரை அவளது எட்டுமணி நேர வேலையைச் செய்துவிட்டு, கிடைக்கக்கூடிய ஆண்டுவிடுமுறை சலுகைகளையும், ஓய்வு நேரத்தையும் அனுபவிப்பதே போதுமென்று அவளுக்கிருந்தது.

பணியிடத்தில் மிசூகி தன் கன்னிப் பெயரையே தொடர்ந்து உபயோகித்து வந்தாள். அதைமாற்றுவதென்றால் கம்ப்யூட்டர் சிஸ்டத்திலுள்ள அவள் சம்பந்தப்பட்ட எல்லா டேட்டாக்களையும் மாற்றவேண்டுமென்று அவளுக்குத் தெரியும். வரி விவகாரங்களுக்காகத் திருமணமாகிவிட்டதாகக் குறிப்பிட்டு இருந்தாலும் பெயரை மாற்றிக்கொள்ளவில்லை. இவ்வாறு செய்வது சரியல்லவென்று அவளுக்குத் தெரிந்திருந்தாலும் அந்த நிறுவனத்தில் யாரும் அதைப்பற்றி எதுவும் கூறவில்லை. எனவே, அவளுடைய வர்த்தக அட்டையிலும், நேர அட்டையிலும் அவர் பெயர் மிசூகி ஒஸாவா. அவள் கணவனுக்கு, அவள் தன்னுடைய கன்னிப்பெயரைத் தான் பணியிடத்தில் உபயோகித்து வருகிறாள் என்பது தெரியும் (சிலமுறை அவன் அங்கு வந்திருக்கிறான்.) ஆனாலும், அதைப்பற்றி அவனுக்குப் பிரச்சனை இருந்ததாகத் தெரியவில்லை. சௌகரியத்துக்காக என்று அவன் புரிந்து வைத்திருந்தான். அவள் புரிகிற காரியங்களில் தருக்கத்தை அவன் காணமுடிகிறவரை அவனுக்குப் புகார் இல்லை. அந்த விதத்தில் அவன் லேசாக எடுத்துக்கொள்ளக் கூடியவன்தான்.

தன் பெயரை மறந்துவிடுவதென்பது ஏதோ பயங்கரமான வியாதியின், ஒருவேளை அல்ஜீமர்ஸின் ஆரம்ப அறிகுறியாக இருக்குமோ என்று மிசூகி கவலைப்படத் தொடங்கினாள். எதிர்பார்க்க முடியாத, உயிர்க்கொல்லி வியாதிகள் உலகம் முழுக்க நிறைந்திருக்கின்றன. மையாஸ்தீனியா, ஹன்டிங்கடன் போன்ற நோய்கள் இருப்பதாகச் சமீபத்தில்தான் அவளுக்குத் தெரிந்தது. அவள் இதுவரை கேள்விப்பட்டிராத கணக்கற்ற வியாதிகள் எவ்வளவோ இருக்க வேண்டும். இவற்றில் பெரும்பான்மையானவற்றிற்கு ஆரம்ப

அறிகுறிகள் அற்பமானவையாகத்தான் இருக்கின்றன. அற்பமான, ஆனால் அசாரணமான அறிகுறிகள். சொந்தப் பெயரையே மறந்து விடுவதைப்போல?

ஒரு மிகப்பெரிய மருத்துவமனைக்குச் சென்று தன் பிரச்சனையை விளக்கினாள். பொறுப்பிலிருந்த அந்த இளம் டாக்டர் அவனே மிகவும் வெளுத்து, களைத்து ஏறக்குறைய நோயாளியைப் போலிருந்தான். அவளை சீரியஸாக எடுத்துக் கொள்ளவில்லை. ''உங்கள் பெயரைத் தவிர வேறு எதையாவது மறந்து போகிறீங்களா?'' என்று கேட்டான். ''இல்லை, தற்போதைக்கு என் பெயரை மட்டும்தான்,'' என்றாள்.

''ஹம்ம், இது அநேகமாக ஒரு மனோவியாதியைப் போலத் தோன்றுகிறது.'' என்றான். அவன் குரலில் ஆர்வமோ கருணையோ இல்லாதிருந்தது. ''வேறு எதையாவது நீங்கள் மறக்கத் தொடங்கினால், தயவுசெய்து எங்களிடம் வந்து ஆய்வு செய்து கொள்ளுங்கள். அப்போது நாம் சில பரிசோதனைகள் செய்துகெள்ளலாம்.'' உன்னை விட சீரியஸாக எத்தனையோ நோயாளிகள் எங்களிடம் இருக்கின்றனர் என்று அவன் மறைமுகமாகக் குறிப்பிடுவதைப் போலிருந்தது.

ஒரு நாள் உள்ளூர் செய்தித்தாளில் அவளது குடியிருப்பு வட்ட அலுவலகத்தில் ஓர் ஆலோசனை மையம் துவங்கப்பட்டிருப்பதாகச் செய்தி வந்திருப்பதை மிசூகி பார்த்தாள். சாதாரணமாக அவள் கவனிக்காமல் போயிருக்கக்கூடியளவிற்கு ஒரு குட்டிச் செய்தி அது. அம்மையம் மாதத்திற்கு இருமுறை திறந்திருக்குமென்றும், தொழில்முறை ஆலோசகர் ஒருவரால் பெரிதும் குறைக்கப்பட்ட கட்டணத்தில் ஆலோசனைகள் வழங்கப்படுமென்றும், ஷினாகவா வட்டத்தின் பதினெட்டு வயதிற்கு மேற்பட்ட எவரொருவரும் இவ்வாய்ப்பைப் பயன்படுத்திக்கொள்ளலாமென்றும், அனைத்தும் ரகசியமாக நம்பிக்கையுடன் பாதுகாக்கப்படுமென்றும் அச்செய்தியில் இருந்தது. மிசூகிக்குக் குடியிருப்பு வட்டம் நடத்துகிற ஆலோசனை

மையத்தால் தனக்குப் பலனிருக்குமாவென்ற சந்தேகம். இருந்தாலும் முயற்சிசெய்து பார்க்க முடிவெடுத்தாள். அவள் அலுவலகத்தில் வாரஇறுதி நாட்களில்தான் வேலை அதிகமிருக்கும். ஆனால் மற்ற வேலைகளில் இருப்பவர்களுக்கு விடுப்பு எடுக்கக் கடினமாக இருக்கும் வார தினங்களில் அவளுக்கு விடுப்பு எடுத்துக்கொள்வது பிரச்சனையில்லை என்பதால் ஆலோசனை மையத்தின் வேலை நாட்களுக்குத் தகுந்தாற்போல் தனது தேதியைப் பதிவு செய்து கொண்டாள். முப்பது நிமிட அமர்வுக்கு இரண்டாயிரம் யென் என்பது அவளுக்கொன்றும் கஷ்டமான தொகையல்ல.

அந்த ஆலோசனை மையத்திற்குச் சென்றபோது அங்கே அவளைத் தவிர வேறு வாடிக்கையாளர் யாருமில்லை. ''இந்தச் சேவை திடீரென்று துவங்கப்பட்டது'' என்று வரவேற்பாளர் விளக்கினார். ''பெரும்பாலோருக்கு இதைப்பற்றி இன்னும் தெரியவில்லை. தெரிய ஆரம்பித்ததும் கூட்டம் அதிகரித்துவிடும்.''

டெட்சூகோ சகாகி என்ற அந்த ஆலோசகர் பின் நாற்பதுகளில் இருந்த ஓர் இனிய, கனத்துப் பருத்த பெண்மணி. குட்டை முடி இளம் பழுப்பில் சாயமடிக்கப்பட்டு, அகன்ற முகத்தில் நட்பார்ந்த புன்னகை வரவிருந்தது. வெளிறிய கோடைக்கால சூட்டும், பளபளக்கும் பட்டுச்சட்டையும், செயற்கை முத்துக்களால் கழுத்தணியும், குட்டையான மிதியடிகளையும் அணிந்திருந்தாள். பார்ப்பதற்கு ஓர் ஆலோசகர் என்பதைவிட, சினேகிதமான பக்கத்து வீட்டுக்காரர் போலத் தோன்றினாள்.

அறிமுகத்தின்போது, ''என் கணவர் இங்கே வட்ட அலுவலகத்தில் பணிபுரிகிறார், தெரியுமா?'' என்றாள். ''பொதுப்பணித்துறையின் இப்பிரிவுத் தலைவர். அவர் மூலம்தான் வட்ட அலுவலகத்தின் அனுமதியைப் பெற்று இம்மையத்தை எங்களால் திறக்க முடிந்தது- உண்மையில் எங்களது முதல் வாடிக்கையாளர் நீங்கள்தான். அதைப்பற்றி மிகவும் மகிழ்கிறோம். இன்று எனக்கு வேறெந்த

அப்பாய்ண்ட்மெண்ட்டும் இல்லை. எனவே நேரத்தைப் பற்றிக் கவலையின்றி நாம் மனம் விட்டுப்பேசலாம்'' அந்தப் பெண்மணி அளந்தெடுத்த வேகத்தில் பேசினாள். அவளிடம் எல்லாமே மெதுவாக, நிதானமாக இருந்தன.

''உங்களைச் சந்தித்ததில் எனக்கு மிகுந்த மகிழ்ச்சி'' என்றாள் மிசூகி. ஆனால், இத்தகைய நபரால் தனக்கு ஏதாவது உபயோகம் இருக்குமாவென்றும் உள்ளுக்குள் தோன்றியது.

மிசூகியின் மனதைப் படித்தவள்போல, ''கவுன்ஸிலிங்கில் நான் பட்டம் பெற்றிருக்கிறேன். நிறைய அனுபவமும் உண்டு'' என்றாள்.

எளிமையான அலுவலக மேசை ஒன்றின் பின் திருமதி சகாகி அமர, கிடங்கிலிருந்து எடுத்து வந்திருந்ததைப் போன்ற ஒரு சிறிய பழங்கால சோபா ஒன்றில் மிசூகி உட்கார்ந்தாள். ஸ்பிரிங்குகள் எந்த நேரமும் தெறித்துவிடும்போல முனகின. அதிலிருந்து எழுந்த புளித்த வீச்சம் அவள் நாசியைத் திருகியது.

சோபாவின் முதுகில் நன்றாகச் சாய்ந்துகொண்டு தனக்கு நிகழ்பவற்றை மிசூகி விளக்கினாள். திருமதி சகாகி அவள் பேசப்பேச தலையை அசைத்துக்கொண்டிருந்தாள். குறுக்கே கேட்கவோ, வியப்பை வெளிப்படுத்தவோ இல்லை. எப்போதாவது சிலமுறை எதனையோ தீவிரமாகப் பரிசீலிப்பதைப் போல அவள் முகம் சுருங்கியதைத் தவிர முகத்தில் மாற்றமேதுமின்றி மிக உன்னிப்பாகக் கேட்டு வந்தாள். அவளது மெல்லிய புன்னகை வேனிற்பருவ மாலை நிலவைப் போல அசையாதிருந்தது.

மிசூகி பேசிமுடித்ததும், ''உங்கள் பெயரைக் கைவளையில் பொறித்துக்கொண்டது. அற்புதமான விஷயம்'' என்று குறிப்பிட்டாள். ''இதை நீங்கள் அணுகியவிதம் எனக்குப் பிடித்திருக்கிறது. அசௌகரியத்தைக் குறைத்துக் கொள்ள ஒரு நடைமுறைத் தீர்வுக்கு வருவதுதான் முக்கியம். அதைப்பற்றி விசனப்பட்டுக் கொண்டிராமல்

யதார்த்தமான முறையில் பிரச்சனையைக் கையாண்டது உங்கள் புத்திசாலித்தனத்தைக் காட்டுகிறது. இந்தக் கைவளைகூட அழகாக, உங்கள் கைக்கு நன்றாகப் பொருந்தியிருக்கிறது''

''பெயரை மறந்து போவதென்பது ஏதாவது பயங்கரமான வியாதியின் அறிகுறியாக இருக்குமோ? இதைப் போன்ற கேஸ்களை கேள்விப்பட்டிருக்கிறீர்களா?''

''இப்படி வரையறுக்கப்பட்ட ஆரம்ப அறிகுறிகளைக் கொண்ட வியாதிகள் ஏதும் இருப்பதாக எனக்குத் தெரியவில்லை.'' என்றாள் திருமதி சகாகி, ''ஆனால் கடந்த ஒரு வருடத்தில் இந்த அறிகுறிகள் அதிகரித்திருப்பதுதான் எனக்குக் கவலையளிக்கிறது. இது வேறு சில சிக்கல்களுக்கு இட்டுச் செல்லலாம், அல்லது உங்களது ஞாபக இழப்பு மற்ற இடங்களுக்கும் பரவலாம். அதனால் படிப்படியாக இதை அணுகி, எங்கிருந்து இது துவங்கியிருக்கிறது என்று பார்க்க வேண்டும்''

திருமதி சகாகி, மிசூகியின் கடந்த காலத்தைப் பற்றிக் கேட்கத் தொடங்கினாள் ''உங்களுக்கு மணமாகி எவ்வளவு காலமாகிறது?'' ''எந்த மாதிரியான வேலை நீங்கள் பார்க்கிறீர்கள்'' உங்களது ஆரோக்கியம் எப்படி?'' அவளைப் பற்றி, அவளது குழந்தைப்பருவம், குடும்பம், பள்ளிப்பருவம் பற்றித் தொடர்ந்து வினவினாள். அவளுக்குப் பிடித்த, பிடிக்காத விஷயங்கள். கேள்விகளுக்கு மிசூகி நேர்மையாகவும், விரைவாகவும் பதிலளிக்க முயன்றாள்.

மிசூகி மிகச் சாதாரணமான குடும்பத்தில் பிறந்து வளர்ந்தவள். அவள் அப்பா மிகப் பெரிய இன்சூரன்ஸ் கம்பெனி ஒன்றில் பணியாற்றி வந்தார். அவளது பெற்றோர் எந்த விதத்திலும் செல்வச் செழிப்பு மிக்கவர்களாக இருந்திராதபோதிலும் பணத்திற்காக அவர்கள் கஷ்டப்பட்ட மாதிரி அவளுக்கு நினைவிலில்லை. அவள் அப்பா மிகவும் சீரியஸான மனிதர். அம்மா மென்மையானவள், ஆனால் கொஞ்சம் நச்சரிப்பு. மிசூகிக்கு தான் கொஞ்சம் மேலோட்டமான,

கொஞ்சம் கோழைத்தமான பெண் என்ற நினைப்புண்டு. இருந்தும் மிசூகிக்கு அவள் குடும்பத்துடன் விசேஷமாக எந்தப் பிரச்சனையோ, சண்டையோ பெரிதாக வந்ததில்லை. சிறுமியாக இருந்தபோது எந்த விசேஷத்திறமையும் அவளுக்கு இருந்ததில்லை. ஆனால் அவள் மிகவும் ஆரோக்கியமான பெண். எந்த வியாதியும் வந்ததில்லை. அவளது தோற்றம், அழகு குறித்து அவளுக்கு எந்தப் பிரமையும் கிடையாது. அவள் அழகாக இருப்பதாக யாரும் சொன்னதில்லை. தன்னை ஓரளவு புத்திசாலியான பெண்ணாகவே கருதி வந்திருக்கிறாள். வகுப்பில் முதலாவதாக வருபவர்களுக்கு அருகிலிருந்தாலும் எந்தக் குறிப்பிட்ட துறையிலும் அவள் மிளிர்ந்ததில்லை. பள்ளியில் அவளுக்குச் சில நல்ல நண்பர்கள் இருந்தனர். ஆனால் அவர்களில் பெரும்பாலானோருக்கு இப்போது திருமணமாகி, வேறு ஊர்களுக்குச் சென்று, தற்போது அரிதாகவே தொடர்பு கொள்கின்றனர்.

அவர்களுடைய மணவாழ்க்கையைப் பற்றி மோசமாகச் சொல்வதற்கு எதுவுமில்லை. ஆரம்பத்தில் புதுமணத் தம்பதிகள் புரிகிற வழக்கமான தவறுகளை அவர்களும் செய்திருக்கின்றனர். ஆனால் நாளாக நாளாக ஒழுங்கானதொரு தாம்பத்திய வாழ்க்கைக்குத் தகவமைத்துக் கொண்டனர். அவள் கணவன் குறைகளற்றவனல்ல, ஆனாலும் அவனிடம் பல நல்ல குணங்கள் இருந்தன. இரக்கம், பொறுப்பு, சுத்தம். எதைப் பரிமாறினாலும் சாப்பிடுவான். எதற்கும் குறை கூறமாட்டான். அவனுடைய சக தொழிளார்களிடமும் உயர் அதிகாரிகளிடமும் நல்ல உறவு முறை இருந்ததாகவே தெரிந்தது.

இந்தக் கேள்விகளுக்கெல்லாம் அவள் பதிலளித்து வரும்போதுதான் எத்தகைய சுவாரசியமற்றதொரு வாழ்க்கையை வாழ்ந்து வந்திருக்கிறோமென்று அவளுக்கு உறைத்தது. திருப்பங்களோ, திடுக்கிடும் அனுபவங்களோ எதுவுமே அவள் வாழ்வில் இல்லை. அவள் வாழ்க்கை மட்டும் ஒரு திரைப்படமாக இருந்தால், அது குறைந்த பட்ஜெட்டில் எடுக்கப்படும் நிலவியல்

டாகுமென்ட்ரிகளைப் போல உத்திரவாதமாகப் பார்ப்பவர்களைத் தூங்கவைத்துவிடுகிற படமாக இருக்கும். பரபரப்பான காட்சிகள், குளோஸ் - அப்புகள், வியப்பளிக்கும் விஷயங்கள், அர்த்தம் பொதிந்த குறியீடுகள் எதுவுமில்லாது, தொடுவானம்வரை பரந்திருக்கிற வெற்று நிலப்பரப்பு மட்டும் தொடர்ந்து வந்துகொண்டிருக்கிற திரைப்படம்! தன்னிடம் ஆலோசனை கேட்க வருபவர்கள் கூறுவதைக் கவனமாகக் கேட்டாக வேண்டியது அவளது பணிதான் என்றாலும், இத்தகைய சலிப்பூட்டும் வாழ்க்கைக் கதையைக் கேட்க வேண்டியிருந்த அந்தப் பெண் மணிக்காக மிசூகி பரிதாபப்பட்டாள். அவளிடத்தில் நானிருந்து, இதைப் போன்ற உப்புச் சப்பற்ற கதைகளை முடிவேயின்றி கேட்டுக்கொண்டிருக்க வேண்டி வந்தால் பாதியிலேயே மயங்கி விழுந்து விட்டிருப்பேனென்று மிசூகி நினைத்துக் கொண்டாள்.

ஆனால் டெட்சுகோ சகாகி, மிசூகி சொன்னதைக் கவனமாகக் கேட்டுச் சில சுருக்கமான குறிப்புகளை எடுத்துக் கொண்டிருந்தாள். அவளது பேச்சில் லேசான சலிப்புகூடத் தென்படவில்லை. அன்பும், உண்மையான அக்கறையும் மட்டுமே இருந்தது. பேசி முடித்ததும் மிசூகிக்கு வினோதமாக ஒரு அமைதி கவிந்திருந்தது. அவளை இதுவரை யாரும் இவ்வளவு பொறுமையோடு கேட்டதில்லை. ஒருமணி நேரத்திற்குச் சற்று கூடுதலாக அமைந்த அவ்வமர்வு முடிந்ததும் அவளிடத்தில் ஒரு பாரம் அகற்றப்பட்டதைப் போன்றிருந்தது.

திருமதி சகாகி அகலமாகப் புன்னகைத்தபடி, "அடுத்த புதன்கிழமை இதே நேரத்திற்கு உங்களால் வரமுடியுமா திருமதி ஆண்டோ?" எனக் கேட்டாள்.

"ஆம், வருவேன், உங்களுக்கொன்றும் சிரமமில்லையே?"

"நிச்சயமாக இல்லை, உங்களுக்கு இதில் ஆர்வமிருந்தால் சரி. முன்னேற்றம் தெரிவதற்குப் பல அமர்வுகள் தேவைப்படலாம். இது

ரேடியோவில் நடத்தப்படும் கேள்வி நேரம் அல்ல, ரெடிமேட் பதிலைத் தருவதற்கு. இந்தப் பிரச்சினையை நாம் பொறுமையாகக் கையாண்டு, நல்லவிதமாகத் தீர்ப்போம்''

இரண்டாவது அமர்வின்போது, ''பெயர்களைத் தொடர்பு கொண்ட நிகழ்ச்சி ஏதாவது உங்களுக்கு நினைவிற்கு வருகிறதா?'' என்று திருமதி சகாகி கேட்டாள். ''உங்களுடைய பெயரோ, மற்றவர்களுடைய பெயரோ, வளர்ப்புப் பிராணியின் பெயரோ அல்லது நீங்கள் சென்றிருந்த இடத்தின் பெயரோ அல்லது ஏதாவது செல்லப் பெயரோ - அதைத் தொடர்புபடுத்தி ஏதாவது நிகழ்ச்சி ஞாபகத்தில் இருந்தால் அதைக் கூறுங்களேன். அது அற்பமானதாகக்கூட இருக்கலாம். பெயர் சம்மந்தப்பட்டதாக இருக்க வேண்டும் முயன்று பாருங்கள்''

மிசூகி சில நிமிடங்கள் யோசித்தாள். பின் இறுதியாக, ''பெயரை வைத்துக் குறிப்பிட்ட ஞாபகம் எதுவும் இருப்பதாகத் தோன்றவில்லை... தற்போதைக்கு எதுவும் தோன்றவில்லை. ஓ, இருங்கள்... பெயர் அட்டை ஒன்றைப் பற்றிய ஞாபகம் ஒன்று எனக்கு உள்ளது!''

''பெயர் அட்டை? வெரிகுட்!''

''ஆனால் அது என்னுடைய பெயர் அட்டையல்ல, வேறு ஒருத்தியுடையது''

''பரவாயில்லை, அதைப் பற்றிச் சொல்லுங்கள்''

''போனவாரம் நான் குறிப்பிட்டதைப் போல, நடுநிலை மற்றும் மேல்நிலைக் கல்விக்கு நான் ஒரு தனியார் மகளிர் பள்ளிக்குச் சென்றேன்'' மிசூகி தொடங்கினாள். ''நானிருந்த இடம் நாகோயா. பள்ளி இருந்தது யோகொஹாமாவில். எனவே பள்ளியின் டார்மிட்டரியில் தங்கி, வார இறுதியில் வீட்டிற்கு வருவேன். ஒவ்வொரு வெள்ளிக்கிழமை இரவும் ஷின்கான்ஸென் ரயிலைப் பிடித்து வீட்டிற்கு

வந்து, ஞாயிற்றுக்கிழமை இரவு விடுதிக்குத் திரும்பி விடுவேன். நாகொயாவிற்கு இரண்டு மணி நேரம்தானென்பதால் தனிமையாக உணரவில்லை''

திருமதி சகாகி தலையசைத்தாள். ''ஏன், நாகொயாவில் நல்ல தனியார் பள்ளிகள் இல்லையா என்ன? எதற்காக யோகொஹாமா வரை நீங்கள் செல்ல வேண்டியிருந்தது?''

''என் அம்மா அந்தப் பள்ளியில் படித்தவர். அங்கேயே அவரது பெண்களில் ஒருத்தியும் படிக்கவேண்டுமென்று விரும்பினார். எனக்கும் பெற்றோர்களை விட்டு விலகிச்சென்று படிப்பது பிடித்திருந்தது. அது ஒரு மிஷனரி பள்ளி, ஆனாலும் ஓரளவுக்குச் சுதந்திரமானது. எனக்கு அங்கே சில நல்ல நண்பர்கள் கிடைத்தனர். அவர்கள் எல்லோருமே என்னைப் போல. அவர்கள் வெவ்வேறு இடங்களிலிருந்து வந்திருந்தாலும் அவர்களுடைய அம்மாக்கள் இந்தப் பள்ளியில் படித்தவர்கள். அங்கே ஆறு வருடங்கள் இருந்தேன். சந்தோஷமாகவே இருந்தது. சாப்பாடுதான் மிக மோசமாக இருக்கும்''

திருமதி சகாகி புன்னகைத்தாள். ''உங்களுக்கு அக்கா ஒருவர் இருப்பதாகக் கூறினீர்கள்?''

''ஆம், என்னைவிட இரண்டு வயது மூத்தவள்''

''அவரை ஏன் அந்தப் பள்ளியில் சேர்க்கவில்லை''

''அவள் ஒரு வீட்டுப் பறவை. உடல் நலத்திலும் சில பிரச்சினைகள் அவளுக்கு இருந்ததால் உள்ளூரிலேயே ஒரு பள்ளிக்குச் சென்று வந்தாள். அவளைவிட நான் கொஞ்சம் சுதந்திரமானவள். தொடக்கக் கல்வியை நான் முடித்ததும் யோகொஹாமாவிலுள்ள பள்ளிக்குச் செல்கிறாயாவென்று என்னை என் பெற்றோர் கேட்டனர். நான் சரியென்றேன். ஒவ்வொரு வார இறுதியிலும் ஷின்கான்ஸெனில் போய் வருவதை நினைக்கவே எனக்குக் கிளர்ச்சியாக இருந்தது.''

"அங்கு பெரும்பாலும் என்னுடன் தங்க அறைத்தோழிகள் இருந்து வந்திருக்கின்றனர். ஆனால் நான் சீனியரான பிறகு எனக்குத் தனி அறை தரப்பட்டது. மேலும் மாணவப் பிரதிநிதியாகவும் நான் நியமிக்கப்பட்டேன். டார்மிட்டரியில் ஒவ்வொரு மாணவிக்கும் ஒரு பெயரட்டை இருக்கும். அவை கட்டிடத்தின் வாசலில் ஒரு போர்டில் மாட்டப்பட்டிருக்கும். பெயரட்டையின் முன்பக்கத்தில் பெயர் கருப்பிலும், பின் பக்கத்தில் சிவப்பிலும் அச்சிடப்பட்டிருக்கும். வெளியே செல்லும்போது அந்தப் பெயரட்டையைத் திருப்பிவிட்டுச் செல்ல வேண்டும். திரும்பி வந்தவுடன் பழையபடியே திருப்பி வைத்துவிட வேண்டும். ஆகவே ஒரு பெண்ணின் பெயர் கருப்பில் இருந்தால் அவள் டார்மெட்டரியில் இருப்பதாக அர்த்தம். சிவப்பில் இருந்தால் வெளியில் சென்றிருப்பதாக அர்த்தம். இரவு திரும்ப மாட்டீர்களென்றாலோ, விடுமுறையில் செல்வதாக இருந்தாலோ உங்கள் பெயரட்டையை போர்டிலிருந்து கழற்றி எடுத்துச் சென்றுவிட வேண்டும். அது ஒரு வசதியான முறை. யாருக்காவது டெலிபோன் வந்தால் முன் அறையிலிருக்கும் மாணவிகளுக்கு அந்தப் பலகையைப் பார்த்தே அவள் இருக்கிறாளா, இல்லையாவென்று சொல்லிவிட முடியும்''

''அப்புறம், இது அக்டோபரில் நிகழ்ந்தது. ஒருநாள் இரவு உணவிற்கு முன், என் அறையில் ஹோம் ஒர்க் செய்து கொண்டிருந்தபோது, யூகோ மட்சுனாகா என்ற ஒரு ஜூனியர் என்னைப் பார்க்க வந்தாள். விடுதியிலேயே மிக அழகான பெண் அவள். வெள்ளை நிறம், நீண்ட கூந்தல், பொம்மைக்கு இருப்பதைப் போல அழகான உடலமைப்பு. அவள் பெற்றோர்கள் கனாஸாவாவில் பிரபலமான உணவகம் ஒன்றை நடத்தி வந்தனர். நல்ல வசதியான குடும்பம். அவள் என் வகுப்பில் இல்லாவிட்டாலும், மிக நல்ல மதிப்பெண்கள் எடுக்கக்கூடியவளென்று கேள்விப்பட்டிருக்கிறேன். இளம் மாணவிகளில் பலபேர் அவளை வழிபட்டனர். ஆனால் யூகோ

கர்வமேயின்றி அனைவரோடும் நட்பாகவே இருந்தாள். தன் உணர்ச்சிகளை வெளிப்படுத்திக்கொள்ளாத அமைதியான பெண் அவள். என்ன சிந்தித்துக் கொண்டிருக்கிறாள் என்று தெரியவே தெரியாது. பல சின்னப் பெண்களுக்கு அவள் ஆதர்சமாக இருந்து வந்தாலும் அவளுக்கு நெருங்கிய நண்பர்கள் யாருமிருந்ததாக எனக்குத் தெரியவில்லை''

மிசூகி தனது அறைக் கதவைத் திறந்தபோது, இறுக்கமான டர்டில்நெக் ஸ்வெட்டரும், ஜீன்சும் அணிந்து யூகோ மட்சுனாகா அங்கே நின்றிருந்தாள். ''உங்களிடம் ஒரு நிமிடம் பேசலாமா?'' என்றாள். ''தாராளமாக, விசேஷமாக எந்த வேலையும் எனக்கு இல்லை'' என்றாள் மிசூகி ஆச்சரியத்துடன். யூகோவை அவளுக்குத் தெரிந்திருந்தாலும், மிசூகி தனிப்பட்ட முறையில் எப்போதும் அவளிடம் உரையாடியதில்லை. பர்ஸனலாகத் தன்னிடம் யூகோ எதையாவது கேட்கக் கூடுமென்றும் அவளுக்குத் தோன்றியதில்லை. மிசூகி அவளை அமரும்படி சைகை செய்துவிட்டு, தெர்மோஸில் இருந்த வென்னீரை எடுத்து தேநீர் தயாரிக்கத் தொடங்கினாள்.

''மிசூகி, நீங்கள் எப்போதாவது பொறாமைப்பட்டிருக்கிறீர்களா?'' என்றாள் யூகோ திடீரென்று.

மிசூகி இந்தக் கேள்வியால் வியப்புற்று, தீவிரமாக யோசித்துப் பார்த்தாள்.

''இல்லை, எப்போதுமே இல்லையென்றுதான் நினைக்கிறேன். ஏன் கேட்கிறாய்?''

''ஒருமுறை கூட இல்லையா?''

மிசூகி தலையை ஆட்டினாள். ''திடீரென்று நீ இப்படிக் கேட்கும்போது என்னால் நினைவுபடுத்த முடியவில்லை. எந்த மாதிரியான பொறாமையை நீ கூறுகிறாய்''

‘‘அதாவது நீங்கள் ஒருவரைக் காதலிக்க, அவன் வேறு யாரையாவது காதலிப்பதைப் போல, உங்களுக்கு வேண்டுமென்று மிகவும் ஆசைப்பட்ட ஒன்றை வேறு யாராவது அபகரித்துக் கொள்வதைப் போல, அல்லது உங்களால் சரிவரச் செய்ய முடியாத ஒன்றை வேறொருவர் அலட்சியமாகச் செய்து காட்டுவதைப் போல... அந்த மாதிரியான விஷயம்?’’

‘‘அதைப் போல நான் உணர்ந்ததாக நினைக்கவில்லை. உனக்குத் தோன்றுமா?’’

‘‘ஆம், அடிக்கடி’’

மிசூகிக்கு என்ன சொல்வதென்று தெரியவில்லை. எப்படி இந்த மாதிரியான ஒரு பெண்ணுக்கு இதைவிட அதிகமாகக் கிடைத்துவிட முடியும்? பணக்காரப் பெண், நன்றாகப் படிக்கிறாள், பிரபலமாக இருக்கிறாள், பெற்றோர்கள் செல்லமாக இருக்கின்றனர். அழகான கல்லூரி மாணவன் ஒருவனோடு இவள் டேட்டிங் செல்வதாக மிசூகி கேள்விப்பட்டிருக்கிறாள். பின் யார்மீது இவளுக்குப் பொறாமை ஏற்பட முடியும்?

‘‘உதாரணத்திற்கு எப்போதெல்லாம்?’’

‘‘அதைச் சொல்ல வேண்டாமென்று பார்க்கிறேன்’’ யூகோ கவனமாக வார்த்தைகளைத் தேர்ந்தெடுத்தாள். ‘‘எல்லா விபரங்களையும் பட்டியலிடுவது அர்த்தமற்றது. ஆனால் கொஞ்ச நாட்களாகவே உங்களிடம் இதைக் கேட்க வேண்டுமென்றிருந்தேன் - எப்போதாவது நீங்கள் பொறாமையுற்றதுண்டாவென்று’’

அவளிடம் யூகோ என்ன எதிர்பார்த்தாளென்று மிசூகிக்கு விளங்காவிட்டாலும் தன்னால் முடிந்தளவிற்கு நேர்மையாகப் பதிலளிக்க முடிவெடுத்தாள். ‘‘அதைப் போன்ற உணர்வு எனக்கு எப்போதும் ஏற்பட்டதில்லை. ஏனென்று எனக்குத் தெரியாது, ஒருவேளை அதைப் பற்றி யோசித்தால் கொஞ்சம் வினோதமாகக்கூட

இருக்கலாம். அதாவது, எனக்கொன்றும் அளவுகடந்த தன்னம்பிக்கை இருப்பதாகவோ நான் விரும்புகிற அனைத்தும் கிடைத்து விடுகிறதாகவோ அர்த்தமில்லை. உண்மையில் நான் எரிச்சலுறுவதற்கு ஏராளமான விஷயங்கள் இருக்கின்றன. ஆனால் அவை மற்றவர்கள் மீது பொறாமையாக ஏனோ உருவெடுப்பதில்லை. இதற்குக் காரணம் எனக்கும் தெரியவில்லை''

யூகோ மட்சுனாகா பலவீனமாகப் புன்னகைத்தாள். ''வசதி படைத்தவர்களாக இருப்பதால் பொறாமை வராதென்றும், அப்படியில்லையென்றால் பொறாமை பிடித்தவர்களாக இருப்பார்களென்றும் யாரும் தீர்மானமாகக் கூறிவிட முடியாது என்று நம்புகிறேன். பொறாமை அப்படியெல்லாம் வருவதில்லை. அது உங்களுக்குள்ளேயே வளர்கிற புற்றுநோயைப் போல. காரணகாரியத்தை மீறி கட்டுப்பாடின்றி வளர்ந்து செல்வது. அது உங்களிடம் இருப்பதாகத் தெரிந்தாலும் அதைத் தடுத்து நிறுத்த உங்களால் முடிவதில்லை''

மிசூகி குறுக்கிடாமல் கவனித்துக் கேட்டாள். இந்தப் பெண் இதற்கு முன்னால் இந்தளவிற்குப் பேசியிருப்பாளா?

யூகோ கொஞ்சம் இடைவெளி விட்டு மீண்டும் தொடர்ந்தாள்: ''பொறாமை என்பதை எப்போதுமே உணர்ந்திராத ஒருவருக்கு அதை விளக்க முடியாது. ஆனால் எனக்கு நன்றாகத் தெரிந்த ஒரு விஷயம் என்னவென்றால் அதை உள்ளுக்குள் வைத்துக்கொண்டு உங்களால் வாழ முடியாது. அது ஒரு நரகத்தைச் சுமந்துகொண்டு ஒவ்வொரு நாளையும் கடப்பதைப் போல. இதையெல்லாம் நீங்கள் உணர்ந்தேயில்லையென்றால் நீங்கள் அதற்காக நன்றி கூறவேண்டும்''

மிசூகி புன்னகைப்பதற்காக ஒரு கணம் யூகோ பேசுவதை நிறுத்தினாள். இவள் உண்மையிலேயே மிகவும் இனிமையான பெண் என்று மிசூகிக்குத் தோன்றியது. இவளைப் போல இருப்பது

எத்தகையதாக இருக்கும்? போகுமிடமெல்லாம் உங்களை நோக்கித் தலைகள் திரும்புவது உங்களைப் பெருமைப்பட வைக்குமா? அல்லது அது ஒரு சுமைதானா? இருந்தும் யூகோவின் மீது மிசூகிக்குக் கொஞ்சம் கூடப் பொறாமை ஏற்படவில்லை.

"இப்போது என் வீட்டுக்குச் செல்லப் போகிறேன்" யூகோ மடியில் வைத்திருந்த கைகளை உற்றுப் பார்த்தபடியே கூறினாள். "எங்கள் உறவினர் ஒருவர் இறந்து விட்டார். அவரது ஈமச்சடங்கிற்கு நான் செல்ல வேண்டியிருக்கிறது. விடுதித் தலைவரிடம் ஏற்கனவே அனுமதி பெற்றுவிட்டேன். திங்கட்கிழமை காலை திரும்பிவிடுவேன். அதுவரை என்னுடைய பெயர் அட்டையை உங்களால் வைத்திருக்க முடியுமா?"

அவள் தனது சட்டைப் பையிலிருந்து அவளது பெயரட்டையை எடுத்து மிசூகியிடம் கொடுத்தாள்.

"இதை வைத்துக் கொண்டிருப்பதில் எனக்கொன்றும் ஆட்சேபணையில்லை. ஆனால் எதற்கு இவ்வளவு சிரமப்பட்டு என்னிடம் வந்து தர வேண்டும்? மேஜை டிராயரில் போட்டுவிட்டுச் செல்லலாமே?"

மிசூகியின் பார்வையை யூகோ தடுத்து நிறுத்தினாள். "இந்த முறை எனக்காக இதை நீங்கள் வைத்திருக்க வேண்டுமென்று விரும்புகிறேன். ஏதோவொன்று என்னைச் சலனப்படுத்துகிறது. என் அறையில் இதை வைத்துவிட்டுச் செல்ல எனக்கு விருப்பமில்லை"

"ஓ.கே." என்றாள் மிசூகி.

"நான் இல்லாத நேரத்தில் ஏதாவது ஒரு குரங்கு இதை எடுத்துக் கொண்டு ஓடி விடுவதை நான் விரும்பவில்லை" என்றாள் யூகோ.

மிசூகி பிரகாசமுற்றாள். "இங்கே குரங்குகள் இருக்கின்றனவா, என்ன?" யூகோ ஜோக் அடிப்பதைப் போலத் தெரியவில்லை. யூகோ இருக்கையை விட்டு எழுந்து, மிசூகியின் அறையில்

பெயரட்டையையும், தொடவே தொடாத தேநீர் கோப்பையையும், அவளிருந்த இடத்தில் ஒரு விநோதமான வெற்றிடத்தையும் ஏற்படுத்திவிட்டு வெளியேறினாள்.

‘‘திங்கட்கிழமை யூகோ விடுதிக்குத் திரும்பி வரவில்லை’’ என்றாள் மிசூகி திருமதி சகாகியிடம். ‘‘அவள் வகுப்பாசிரியருக்குக் கவலை ஏற்பட்டு அவளுடைய பெற்றோர்களுக்கு ஃபோன் செய்தார். அவள் வீட்டிற்கு வந்திருக்கவில்லையென்று தெரிந்தது. அவள் உறவினர்களில் யாரும் இறந்திருக்கவில்லை. கலந்துகொள்ள வேண்டிய ஈமச்சடங்கு ஏதுமில்லை. எல்லாமே பொய் சொல்லியிருக்கிறாள். ஒரு வாரம் கழித்து அவர்கள் அவளது உடலைக் கண்டெடுத்தனர். நாகொயாவிலிருந்து அடுத்த ஞாயிற்றுக்கிழமை நான் திரும்பியபோதுதான் அதைப் பற்றிக் கேள்விப்பட்டேன். எங்கேயோ காட்டுக்குள்ளே சென்று தன் மணிக்கட்டை வெட்டிக் கொண்டிருக்கிறாள். ஏன் அப்படிச் செய்துகொண்டாளென்று யாருக்கும் தெரியவில்லை. எந்தக் குறிப்பும் எழுதி விட்டுச் சென்றிருக்கவில்லை. அவள் எப்போதும் போலவே இருந்ததாகவும், குறிப்பாக எதைப் பற்றியும் கவலையுற்றிருந்ததாகத் தெரியவில்லையென்றும் அவள் அறைத்தோழி கூறினாள். யூகோ யாரிடமும் ஒரு வார்த்தைகூடச் சொல்லாமல் தன் பாட்டுக்குத் தற்கொலை செய்துகொண்டாள்’’

‘‘ஆனால் இந்த மட்சுனாகா உங்களிடம் எதையோ சொல்ல முயற்சித்தாள் இல்லையா?’’ திருமதி சகாகி கேட்டாள். ‘‘உங்கள் அறைக்கு வந்து, அவளது பெயரட்டையை உங்களிடம் கொடுத்துவிட்டுச் சென்றபோது பொறாமையைப் பற்றிப் பேசினாள் இல்லையா?’’

‘‘அவள் என்னிடம் பொறாமையைப் பற்றிப் பேசியது உண்மைதான். நான் அந்தச் சமயத்தில் அதைப் பற்றி அதிகமாக எடுத்துக் கொள்ளவில்லை, இருந்தும் அவள் இறந்து போவதற்கு முன்

அதைப் பற்றி யாரிடமாவது சொல்லவேண்டுமென்று அவள் விரும்பியிருக்கலாமென்று பிற்பாடு நான் ஊகித்துக் கொண்டேன்''

''அவள் உங்களைப் பார்க்க வந்திருந்தாளென்று நீங்கள் யாரிடமாவது கூறினீர்களா?''

''இல்லை, எப்போதுமே சொல்லவில்லை''

''ஏன்?''

மிசூகி தலையைச் சாய்த்து சிறிது யோசித்தாள். ''மற்றவர்களிடம் கூறியிருந்தால் அது மேலும் குழப்பத்தையே ஏற்படுத்தியிருக்கும். யாராவது அதைப் புரிந்து கொண்டிருப்பார்களாவென்பது சந்தேகம்தான்''

''அவள் தற்கொலைக்குப் பொறாமைதான் காரணமாயிருக்கும் என்று கூறுகிறீர்களா?''

''ஆம், ஆனால் நான் சொன்னதைப் போல யூகோவைப் போன்ற ஒரு பெண்ணுக்கு உலகத்தில் யார்மீது பொறாமை வரக்கூடும்? அந்தச் சமயத்தில் நாங்கள் எல்லோருமே மனம் குலைந்து போயிருந்தோம். அதை எனக்குள்ளாகவே வைத்திருப்பதுதான் சிறந்ததென்று நான் முடிவெடுத்தேன். ஒரு பெண்கள் விடுதியில் அப்போது இருந்திருக்கக்கூடிய சூழலைக் கற்பனை செய்து பாருங்கள். அதைப் பற்றிப் பேச்செடுப்பதே எரிவாயு நிரம்பியிருக்கிற அறையில் தீக்குச்சியைக் கிழிப்பதற்கு ஒப்பாக இருந்தது''

''அந்தப் பெயரட்டைக்கு என்ன ஆயிற்று?''

அதை இன்னமும் வைத்திருக்கிறேன். என் தனியறையில் ஒரு பெட்டிக்குள் இருக்கிறது அது. என்னுடைய பெயரட்டையுடன்.

''ஏன் அதை வைத்திருக்கிறீர்கள்?''

''அந்தச் சமயத்தில் பள்ளியில் அப்படியொரு பதட்டம் நிலவியிருந்ததால் என்னால் அதைத் திருப்பமுடியவில்லை.

காத்திருக்கக் காத்திருக்க அதைச் சாவதானமாகத் திருப்புவதென்பது மேலும் கடினமாகி விட்டது. அதை வீசியெறியவும் என்னால் இயலவில்லை. அதுவுமின்றி, அந்தப் பெயரட்டையை நான் வைத்திருக்க வேண்டுமென்று யூகோ விரும்பியிருக்கலாம் என்று நினைக்கத் தொடங்கிவிட்டேன். அவள் ஏன் என்னைத் தேர்ந்தெடுத்தாள்? எனக்குக் காரணம் புரியவில்லை''

''ஒருவேளை ஏதோ காரணத்திற்காக உங்கள்மீது அவளுக்கு ஆர்வம் இருந்திருக்கலாம். உங்களிடமிருந்த ஏதோவொன்றினால் அவள் கவரப்பட்டிருக்கலாம்''

''அதைப் பற்றி எனக்குத் தெரியவில்லை'' என்றாள் மிசூகி.

திருமதி சகாகி மௌனமாகி, எதையோ நிச்சயப்படுத்திக்கொள்ள முயற்சிப்பதைப் போல மிசூகி இருந்த திக்கில் வெறித்தாள்.

''அதெல்லாம் போகட்டும், உண்மையாகக் கூறுங்கள். நீங்கள் பொறாமைப்பட்டதே கிடையாதா? இதுவரை உங்கள் வாழ்க்கையில், ஒருமுறைகூட..?''

மிசூகி உடனடியாகப் பதிலளிக்கவில்லை. இறுதியாக, ''இல்லை, நிச்சயம் இல்லை. என்னைவிட அதிர்ஷ்டம் மிகுந்தவர்கள் இருக்கிறார்களென்பது வாஸ்தவம்தான். ஆனால் அதற்காக அவர்கள்மீது நான் பொறாமைப்பட வேண்டுமென்பதில்லை. ஒவ்வொருவருடைய வாழ்க்கையும் ஒன்றிற்கொன்று வேறுபட்டவையென்றே கருதுகிறேன்''

''ஒவ்வொருடைய வாழ்க்கையும் வேறுபட்டவையென்பதால் ஒப்பிட்டுக் கொள்ள முடியாது என்கிறீர்கள்?''

''அப்படித்தான்''

''ம்... இது சுவாரசியமானதொரு கண்ணோட்டம்தான்'' சாய்வுநாற்காலியின் மீது தன் கைகளைக் கூப்பிக் கொண்டு, வியப்பைக்

காட்டாத ஒரு சாவகாசமான குரலில் திருமதி சகாகி கூறினாள். "எனவே பொறாமையென்றால் என்னவென்று உங்களுக்கு விளங்கவில்லை?"

"அதனை உண்டாக்குவது எதுவென்பதை நான் புரிந்து கொள்வதாக நினைக்கிறேன். ஆனால் அது எப்படி உணரப்படுகிறதென்று எனக்குத் தெரியவில்லை என்பது உண்மை. எவ்வளவு வலிமையான உணர்ச்சி அது, எவ்வளவு நேரம் நீடிக்கும், அதனால் எந்தளவிற்கு நீங்கள் பாதிக்கப்படுகிறீர்கள் என்றெல்லாம்... ம்ஹூம்"

மிசூகி வீட்டிற்கு வந்ததும் தனியறைக்குச் சென்று அவர்களுடைய பெயரட்டைகளை வைத்திருந்த பழைய அட்டைப் பெட்டியை வெளியே எடுத்தாள். அவள் வாழ்க்கையின் எல்லாவித ஞாபகச் சின்னங்களும் அந்தப் பெட்டியில் அடைக்கப்பட்டிருந்தன. கடிதங்கள், டைரிகள், போட்டோ ஆல்பங்கள், ரிப்போர்ட் கார்டுகள். இவை எல்லாவற்றையும் ஒழித்துக் கட்ட வேண்டுமென்றிருந்தாலும் அவற்றைப் பிரித்து ஆராய்வதற்குச் சமயம் இல்லாமல் அவள் போகுமிடத்திற்கெல்லாம் அந்தப் பெட்டியையும் இழுத்துக்கொண்டு செல்கிறாள். ஆனால் இப்போது அந்தப் பெயரட்டைகளைப் போட்டு வைத்திருந்த காகித உறையைக் காணவில்லை! அவள் குழப்பத்தில் தடுமாறிப் போனாள். இந்தக் குடியிருப்பிற்கு முதன் முதலாகக் குடியேறியபோது அந்தப் பெட்டியில் அந்த உறையைப் பார்த்தது அவளுக்குத் தெளிவாக நினைவில் இருந்தது. அதற்குப் பிறகு அந்தப் பெட்டியை அவள் திறக்கவில்லை. எனவே அந்த உறை இங்கேதான் இருக்க வேண்டும். வேறு எங்கே போயிருக்க முடியும்?

மிசூகி ஆலோசனை அமர்வுகளுக்குச் சென்று வருவதை தன் கணவனிடமிருந்து ரகசியமாகவே வைத்திருந்தாள். விசேஷமான காரணம் எதுவும் இல்லாவிட்டாலும் அவ்வளவு சிரமம் எடுத்துக்கொண்டு எல்லாவற்றையும் விவரித்துக் கொண்டிருப்பது

வியர்த்தமென்று அவளுக்குப் பட்டது. அதுவுமின்றி மிசூகி தன் பெயரை மறந்து போவதோ, வாரத்திற்கொருமுறை ஆலோசனை அமர்வுகளுக்குச் சென்று வருவதோ அவனை எவ்விதத்திலும் பாதிக்கும் விஷயங்களாக இருக்கப் போவதில்லை.

அந்த இரண்டு பெயரட்டைகள் தொலைந்து போனதையும் ரகசியமாகவே வைத்திருந்தாள். திருமதி சகாகிக்கு இது தெரிந்துவிட்டால் அவளது ஆலோசனைகளுக்கு அது எந்த வித்தியாசத்தையும் ஏற்படுத்தக்கூடாதென்று அவள் முடிவெடுத்தாள்.

இரண்டு மாதங்கள் கழிந்தன. ஒவ்வொரு புதன் கிழமையும் மிசூகி அந்த வட்ட அலுவலக ஆலோசனை அமர்வுக்குச் சென்று கொண்டிருந்தாள். வாடிக்கையாளர்களின் எண்ணிக்கை அதிகரித்துவிட்டதால் அவர்களுடைய ஒரு மணி நேர அமர்வுகளை முப்பது நிமிடங்களாகத் திருமதி சகாகி குறைந்துக்கொள்ள வேண்டியிருந்தது. ஆனால் நேரத்தை எவ்வாறு உபயோககரமாகப் பயன்படுத்திக்கொள்வது என்பதை அவர்கள் அதற்குள் அறிந்திருந்ததால், இந்த நேரக் குறைப்பால் எந்தப் பாதிப்பும் ஏற்படவில்லை. சில நேரங்களில் மிசூகிக்கு இன்னும் கொஞ்ச நேரம் பேசலாமே என்றிருந்தாலும், இந்தளவு குறைந்த கட்டணத்திற்குப் புகார் சொல்லக் கூடாது என்று நினைத்துக் கொள்வாள்.

''இது நமது ஒன்பதாவது அமர்வு'' அன்று அமர்வு முடிவதற்கு ஐந்து நிமிடங்களுக்கு முன்பு திருமதி சகாகி கூறினாள். ''உங்கள் பெயரை மறந்து போவது குறையாவிட்டாலும், மோசமாகி விடவில்லை இல்லையா?''

''இல்லைதான்'' என்றாள் மிசூகி.

''நல்லது'' திருமதி சகாகி தனது கருப்புநிற பால் பாயிண்ட் பேனாவைப் பாக்கெட்டிற்குள் வைத்துவிட்டு, மேசை மேல் தன் கைகளை இறுக்கமாகக் கோர்த்துக் கொண்டாள். ஒரு கணம்

மௌனமாகத் தயங்கிவிட்டு, பின் ''அடுத்த வாரம் நீங்கள் வரும்போது அநேகமாக - அநேகமாக மட்டுமே - நாம் விவாதிக்கும் இந்த விஷயத்தில் ஒரு பெரிய முன்னேற்றத்தைக் காண முடியலாம்''

''என் பெயரை மறந்து போவதைச் சொல்கிறீர்களா?''

''அதேதான். திட்டமிட்டபடி விஷயங்கள் நடந்தால், இதற்கு ஒரு நிச்சயமான காரணத்தை என்னால் கண்டுபிடிக்க முடிந்து அதை உங்களிடம் காட்டக் கூடச் செய்யலாம்''

''என் பெயரை மறந்து போவதற்கான காரணத்தையா?''

''ஆம்''

திருமதி சகாகி என்ன கூற வருகிறாளென்று மிசூகியால் சரிவரப் பற்ற இயலவில்லை. ''நிச்சயமான காரணம் என்று நீங்கள் கூறுவதென்றால்... அது கண்ணுக்குத் தெரியக்கூடியதா?''

''ஆம், பார்க்க முடிவதுதான்'' தன் உள்ளங்கைகளைத் திருப்தியோடு தேய்த்துக் கொண்டே திருமதி சகாகி கூறினாள். ''அடுத்த வாரம் வரை எதையும் விளக்கமாக என்னால் கூற முடியாது. இப்போதைக்கு இது நடக்குமா அல்லது நடக்காதா என்றுகூட எனக்கு நிச்சயமாகவில்லை. நடக்கலாமென்றுதான் நம்பிக் கொண்டிருக்கிறேன்''

மிசூகி தலையசைத்தாள்.

''எப்படியிருப்பினும் நான் சொல்வது என்னவென்றால், இந்த விஷயத்தில் நாம் மேலும் கீழும் போய் வந்திருக்கிறோம். இறுதியாக ஒரு தீர்வை நோக்கி விஷயம் செல்கிறது. வாழ்க்கையைப் பற்றிச் சொல்வார்களே, மூன்றடி முன்னால் சென்றுவிட்டு இரண்டடி பின்னால் செல்வதென்று? எனவே கவலைப்படாதீர்கள். என்னை நம்புங்கள். அடுத்த வாரம் பார்க்கலாம். போகும்போது அப்பாயிண்ட்மெண்ட் வாங்கிக்கொண்டு செல்வதற்கு மறந்துவிட வேண்டாம்''

திருமதி சகாகி சொல்லிவிட்டுப் பின் குறிப்பாகக் கண்ணிமைத்தாள்.

அடுத்த வாரம் ஆலோசனை அறைக்குள் மிசூகி நுழைந்தபோது அவள் இதுவரை பார்த்திராத அளவிற்கு அகலமான புன்னகையோடு திருமதி சகாகி வரவேற்றாள். குரலில் பெருமிதம் கலந்திருக்க, ''உங்கள் பெயரை நீங்கள் மறப்பதற்கான காரணம் கண்டுபிடிக்கப்பட்டு விட்டது'' என்றாள். ''அதற்காக ஒரு தீர்வையும் நான் கண்டுபிடித்துவிட்டேன்''

''எனவே நான் இனி என் பெயரை மறந்துபோக மாட்டேனா?''

''ஆம் உங்கள் பெயரை இனி மறந்துபோக மாட்டீர்கள். பிரச்சினை தீர்க்கப்பட்டது''

திருமதி சகாகி அவளுக்குப் பக்கத்திலிருந்து கருப்பு நிறக் கைப்பையிலிருந்து எதையோ வெளியே எடுத்து மேசையின் மீது வைத்தாள். ''இது உங்களுடையது என்று நினைக்கிறேன்''

மிசூகி எழுந்து மேசைக்குச் சென்றாள். மேசையின் மீது இரண்டு பெயரட்டைகள் இருந்தன. மிசூகி ஒஸாவா என்று ஒன்றின் மீதும், மற்றதில் யூகோ மட்சுனாகா என்றும் எழுதப்பட்டிருந்தன! மிசூகி வெளிறிப் போனாள். திரும்பிச் சென்று சோபாவில் விழுந்தாள். கொஞ்ச நேரத்திற்குப் பேச்சே வரவில்லை. வார்த்தைகள் வெளியே தப்பிடக்கூடாதென்பதைப் போல உள்ளங்கைகளால் வாயைப் பொத்திக் கொண்டாள்.

''நீங்கள் திகைத்துப் போனதில் ஆச்சரியமில்லை'' என்றாள் திருமதி சகாகி. ''ஆனால் இதில் பயப்படுவதற்கு எதுவும் கிடையாது''

''நீங்கள் எப்படி..?''

''உங்களது உயர்நிலைப்பள்ளி பெயரட்டைகளை நான் எப்படிக் கண்டுபிடித்தேன் என்பதுதானே?''

மிசூகி தலையையாட்டினாள்.

''உங்களுக்காக அவற்றை நான் மீட்டெடுத்திருக்கிறேன்'' என்றாள் திருமதி சகாகி. ''இந்தப் பெயரட்டைகள் உங்களிடமிருந்து களவாடப்படிருப்பதால்தான் உங்கள் பெயரை நினைவில் வைத்திருக்கச் சிரமப்பட்டிருக்கிறீர்கள்''

''ஆனால் யார் வந்து...''

''யார் உங்கள் வீட்டை உடைத்து உள்ளே வந்து, இந்த இரண்டே இரண்டு பெயரட்டைகளை, அதுவும் எதற்காகத் திருடிப் போயிருக்க முடியும்? அதுதானே உங்கள் கேள்வி? இதற்கு நான் பதிலளிப்பதை விடச் சம்பந்தப்பட்டவரையே நீங்கள் நேராகக் கேட்பதுதான் நல்லது''

மிசூகி திகைத்தாள் ''இவற்றைத் திருடிய நபர் இங்கேதான் இருக்கிறாரா?''

''ஆம். அவனைப் பிடித்து, பெயரட்டைகளை மீட்டெடுத்தோம். அதாவது நான் மட்டுமே அவனைப் பிடிக்கவில்லை. என் கணவரும் அவரது ஆட்களில் ஒருவரும் பிடித்தனர். பொதுப்பணித்துறையில் நமது வட்டத்தின் தலைவர் என் கணவரென்று சொல்லியிருக்கிறேன் இல்லையா?''

மிசூகி யோசிக்காமல் தலையையாட்டினாள்.

''அதனால் நாம் சென்று அந்தக் குற்றவாளியைப் பார்க்கலாமா? என்ன சொல்கிறீர்கள்? முகத்திற்கு நேராக வைத்து அவனை நீங்கள் திட்டலாம்!''

மிசூகி, திருமதி சகாகியைப் பின் தொடர்ந்து ஆலோசனை அலுவலகத்திலிருந்து வெளியேறி, கூடத்தைக் கடந்து, லிஃப்டில் ஏறி, அடித்தளத்தை நடந்து, நடந்து, நடந்து, இறுதியில் அமைந்திருந்த கதவைத் திறந்து உள்ளே நுழைந்தனர்.

உள்ளே இருவர் இருந்தனர். உயரமாக, மெலிந்திருந்தவருக்கு வயது ஐம்பதுகளில் இருக்கலாம். இருபதுகளின் மத்தியிலிருந்த அந்த

மற்றொரு பருத்த இளைஞனும் அவரும் சீருடையில் இருந்தனர். பெரியவரின் மார்பிலிருந்த பெயரட்டை சகாகி என்றது. இளைஞனின் பெயரட்டையில் சகுராடா. கையில் கருப்பு நிற லத்திக்குச்சி வைத்திருந்தான்.

''திருமதி ஆண்டோவா?'' என்றார் திரு சகாகி. ''நான் யோஷியோ சகாகி, டெட்சூகோவின் கணவன். இது திரு சகுராடா, என்னுடன் பணிபுரிகிறார்''

''உங்களைச் சந்திப்பதில் மகிழ்ச்சி'' என்றாள் மிசூகி.

திருமதி சகாகி தன் கணவரிடம், ''அவன் உங்களுக்கு ஏதாவது தொல்லை தருகிறானா?'' என்று கேட்டாள்.

''இல்லை. நிலைமை தெரிந்து அடக்கமாக இருக்கிறான். காலை முழுவதும் சகுராடா அவனைக் கண்காணித்துக் கொண்டிருந்தார். ஒழுங்காகத்தான் நடந்து கொள்கிறான். நாம் மேலே செல்வோம்''

அறையின் பின்னாலிருந்த மற்றொரு கதவை திரு சகாகி திறந்து விளக்கைப் போட்டார். விரைவாக அறையைச் சுற்றுமுற்றும் பார்த்துவிட்டு மற்றவர்களை நோக்கித் திரும்பினார். ''ஒழுங்காகத்தான் தெரிகிறான். உள்ளே வாருங்கள்''

ஏதோ கிடப்பு அறையைப் போலிருந்த அச்சிறிய அறைக்குள் நுழைத்தனர். அவ்வறையின் நடுவில் ஒரே ஒரு நாற்காலி மட்டும் இருந்தது. அதில் குரங்கு ஒன்று உட்கார்ந்திருந்தது!

சாதாரணக் குரங்கைவிடச் சற்றுப் பெரியது. வளர்ந்த ஆளைவிடச் சிறியதாக, ஆனால் தொடக்கப்பள்ளி மாணவன் ஒருவனைவிட அளவில் பெரியதாக இருந்த குரங்கு. குரங்குகளுக்குச் சாதாரணமாக இருப்பதை விடக் கொஞ்சம் நீண்டிருந்த ரோம அடர்த்தியில் சாம்பல் நிறத் தீற்றுகள். அதன் வயதைக் கணிப்பது கடினமாக இருந்தாலும் நிச்சயம் குட்டியல்ல. அதன் கைகளும் கால்களும் நாற்காலியில் இறுக்கமாகக் கட்டப்பட்டு அதன் நீண்ட வால் தரையில் தொங்கிக்

கொண்டிருந்தது. மிசூகி உள்ளே நுழைந்ததும் அவளை நோக்கி ஒரு பார்வை பார்த்துவிட்டுக் கண்களைத் தாழ்த்திக் கொண்டது.

''ஒரு குரங்கா?'' மிசூகி ஆச்சரியத்தில் கேட்டாள்.

''உண்மைதான்'' திருமதி சகாகி பதிலளித்தாள். ''உங்கள் அபார்ட்மெண்டிலிருந்து உங்களுடைய பெயரட்டைகளை ஒரு குரங்கு திருடிச் சென்றுவிட்டது. அதற்கு உடனேயே நீங்கள் உங்களுடைய பெயரை மறந்து போகத் தொடங்கிவிட்டீர்கள்''

இதை ஒரு குரங்கு எடுத்துக்கொண்டு ஓடிவிடுவதை நான் விரும்பவில்லை. யூகோ சொன்னது ஜோக் இல்லைதான் போலிருக்கிறது. அவள் முதுகுத் தண்டில் சிலீரென்று நெளிந்தது.

''மிகவும் வருந்துகிறேன். என்னை மன்னியுங்கள்'' என்றது குரங்கு. அதன் குரல் சன்னமாக இருந்தாலும், துடிப்போடு ஏறக்குறைய சங்கீத அம்சம் கலந்திருந்தது.

''இது பேசுகிறது!'' மிசூகி திணறிப்போய் கீச்சிட்டாள்.

''ஆம், பேசுவேன்'' குரல் பாவத்தில் மாற்றமின்றி குரங்கு பதிலளித்தது. ''வேறு ஒரு விஷயத்திற்காகவும் உங்களிடம் நான் மன்னிப்பு கோர வேண்டும். உங்கள் வீட்டிற்குள் நான் நுழைந்தபோது பெயரட்டைகளைத் தவிர வேறெதனையும் எடுத்துச்செல்ல நான் திட்டமிட்டிருக்கவில்லை. ஆனால் எனக்கிருந்த அகோரப் பசியில், மேசை மீதிருந்த இரண்டு வாழைப்பழங்களையும் எடுத்துக்கொண்டு சென்றுவிட்டேன். பார்ப்பதற்கு மிகமிகக் கவர்ச்சியாக இருந்ததால் ஆசையை அடக்க முடியவில்லை''

''எவ்வளவு திமிர் இதற்கு?'' சகுராடா தன் லத்தியை உள்ளங்கையில் தட்டிக்கொண்டே குரங்கை நெருங்கினான். ''வேறு எதையெல்லாம் இது சுருட்டியிருக்கிறதோ? இதைக் கொஞ்சம் குடாய்ந்து பார்க்கட்டுமா சார்?''

‘‘வேண்டாம் விடு’’ என்றார் திரு சகாகி. ‘‘வாழைப்பழங்களைப் பற்றித் தன்னிச்சையாகவேதான் சொல்லியிருக்கிறது. அது மட்டுமின்றி இதைப் பார்க்க அவ்வளவு காட்டுத்தனமாகத் தெரியவில்லை. மொத்த உண்மைகளையும் இதனிடமிருந்து கறப்பதற்கு முன்னால் அவசரப்பட்டு எதுவும் செய்துவிடக்கூடது. ஒரு விலங்கிடம் நாம் கொடுமையாக நடந்து கொண்டோமென்று தெரிந்தால் வட்ட அலுவலகத்தில் நமக்குப் பிரச்சனை வரும்’’

மிசூகி குரங்கைப் பார்த்துத் தயக்கத்துடன், ‘‘எதற்காக அந்தப் பெயரட்டைகளைத் திருடினாய்?’’ என்றாள்.

‘‘அதுதான் நான் செய்கிற விஷயம்’’ என்றது குரங்கு ‘‘மனிதர்களின் பெயர்களைத் திருடுகிற குரங்கு நான். என்னைப் பீடித்திருக்கும் வியாதி அது. ஒரு பெயரின் மீது எனக்கு ஆர்வம் வந்துவிட்டால் அப்புறம் என்னைக் கட்டுப்படுத்திக்கொள்ள முடியாது. எந்தப் பெயரை வேண்டுமானாலும் அல்ல, தெரிந்து கொள்ளுங்கள். ஒரு பெயர் என்னைக் கவர்ந்து விட்டால், அது எனக்குக் கிடைத்தாக வேண்டும். இது தவறென்று எனக்குத் தெரிகிறது, ஆனாலும் என்னைக் கட்டுப்படுத்திக் கொள்ள முடிவதில்லை’’

‘‘யூகோவின் பெயரட்டையைக் களவாடுவதற்காக எங்களுடைய விடுதிக்குள்ளே நுழைய முயற்சித்திருக்கிறாயோ?’’

‘‘ஆம், முயற்சித்திருக்கிறேன். மிஸ். மட்சுனாகாவின் மீது தலைகால் புரியாதபடிக்கு நான் காதலுற்றிருந்தேன். என் வாழ்க்கையில் வேறு யார் மீதும் அந்தளவிற்கு நான் மையல் கொண்டதில்லை. ஆனால் அவளை நான் அடைய முடியாமல் போன பின்பு, என்ன நடந்தாலும் சரி, குறைந்தபட்சம் அவள் பெயரையாவது நான் அடைய வேண்டுமென்று முயற்சித்தேன். அவள் பெயரை நான் கையகப்படுத்திக் கொண்டால் போதும், அதிலேயே நான் திருப்தியுற்றிருப்பேன். ஆனால், என் திட்டத்தை நான் நிறைவேற்றுவதற்கு முன்னால் அவள் மரணமடைந்து விட்டாள்’’

''அவளது தற்கொலைக்கு நீ எந்தவிதத்திலாவது காரணமா?''

குரங்கு தன் தலையைப் பலமாக ஆட்டியபடி, ''கிடையவே கிடையாது'' என்றது. ''அதற்கும் எனக்கும் சம்மந்தமில்லை. அவளுடைய அகத்தின் இருட்டு அவளை ஆக்கிரமித்துவிட்டது''

''சரி, இவ்வளவு வருடங்கள் கழித்து யூகோவின் பெயரட்டை என் வீட்டில்தான் இருக்கிறதென்று உனக்கு எப்படித் தெரிந்தது?''

''அதைக் கண்டுபிடிக்க எனக்கு நீண்ட காலம் பிடித்தது. மிஸ் மட்சுனாகா இறந்தவுடன் அவளது பெயரட்டையை அறிவிப்புப் பலகையிலிருந்து களவாட முயற்சித்தேன். ஆனால் அது அங்கே இல்லை. எங்கே போயிருக்குமென யாருக்கும் தெரியவில்லை. என் குண்டிதேய என்னென்னவோ செய்து அதைக் கண்டுபிடிக்க நான் முயற்சித்தாலும் எதுவும் நிறைவேறவில்லை. நீங்கள் இருவரும் அந்தளவிற்கு நெருக்கமாகவும் இருந்ததில்லை''

''உண்மைதான்''

''ஆனால் ஒருநாள் திடீரென எங்கிருந்தோ ஒரு யோசனை வெட்டியது ஒருவேளை - ஒருவேளை உங்களிடம் அவள் தந்திருக்கலாம். இது சென்ற வருட வேனிற்காலத்தில் நடந்தது. அப்புறம் உங்களைக் கண்டுபிடிக்கப் பல ஆண்டுகள் பிடித்தது - உங்களுக்கு மணமாகிவிட்டது. இப்போது உங்கள் பெயர் மிசூகி ஆண்டோ, ஷினாகவாவில் அடுக்குமாடி குடியிருப்பு ஒன்றில் வசிக்கிறீர்கள். நான் குரங்காக இருப்பது இதைப் போன்றதொரு விசாரணையின் வேகத்தை எந்தளவிற்குக் குறைத்துவிடுகிறது என்பது உங்களுக்குத் தெரிந்ததுதானே! எப்படியோ போகட்டும், இவ்வாறுதான் நான் அதைக் களவாடினேன்''

''ஆனால் எதற்காக என்னுடைய பெயரட்டையையும் சேர்த்துக் களவாடினாய்? யூகோவினுடையதை மட்டும் எடுத்துச்

சென்றிருக்கலாமே? நீ செய்த காரியத்தால் நான் எவ்வளவு பாதிக்கப்பட்டேன் தெரியுமா?''

அவமானத்தில் தலையைத் தொங்கப்போட்டு, ''ஐ யம் வெரி, வெரி ஸாரி'' என்றது. ''எனக்குப் பிடித்தமானதாக ஒரு பெயர் இருந்ததால் அதை நான் பிடுங்கிக் கொள்வது வழக்கமாகிவிட்டது. சொல்வதற்குச் சங்கடமாக இருந்தாலும் உங்களுடைய பெயர் என் பேதை நெஞ்சத்தைப் பெரிதும் உருக்கிவிட்டது. முன்பே நான் சொன்னதைப் போல இது ஒரு வியாதி. என்னால் கட்டுப்படுத்த முடியாத வெறி என்னை மூழ்கடித்து விடுகிறது. இது தவறென்று தெரிந்தாலும் அதை நான் செய்துவிடுகிறேன். உங்களுக்கு நிகழ்ந்த எல்லாப் பிரச்சனைகளுக்காகவும் என் மன்னிப்பை உங்களிடம் இறைஞ்சிக் கேட்டுக் கொள்கிறேன்''

திருமதி சகாகி குறுக்கிட்டு, ''இந்தக் குரங்கு ஷினாகவாவின் பாதாளச் சாக்கடைகளில் ஒளிந்துகொண்டிருந்தது. எனவே என் கணவரிடம் பணிபுரியும் இளைஞர்கள் சிலரை வைத்து இதைப் பிடித்தோம்''

'''இந்த இளைஞர் சகுராடாதான் அனேகமாக எல்லா வேலையையும் செய்தார்' என்றார் திரு சகாகி.

சகுராடா பெருமையுடன், ''இதைப் போல ஒரு ஜீவன் நமது சாக்கடைக்குள் ஒளிந்துகொண்டிருந்தால் பொதுப் பணித்துறை உஷாராக வேண்டும்தானே!'' என்றான். ''இது டகானாவிற்கு அடியில் ஒரு பாதாள அறையை அமைத்து, அங்கிருந்து டோக்கியோ முழுக்கச் செயல்பட்டுக்கொண்டிருந்தது''

''நகரத்தில் நாங்கள் வசிப்பதற்கு எங்கே இடமிருக்கிறது?'' என்று முதன்முதலாகத் தென்படும் எரிச்சல் பாவத்துடன் கேட்டது. ''மரங்கள் மிகச் சிலவே இருக்கின்றன. பகலில் ஒதுங்க நிழலிடங்களும் அதிகமில்லை. நாங்கள் வெளியே வந்தால் மக்கள் கூட்டமாகச் சேர்ந்து

எங்களைப் பிடிக்கப் பார்க்கிறார்கள். சிறுவர்கள் எதையாவது வீசியெறிகின்றனர். விளையாட்டுத் துப்பாக்கியில் கற்களை வைத்துச் சுடுகின்றனர். நாய்கள் துரத்துகின்றன. தொலைக்காட்சி ஆட்கள் எங்கள் மீது பிரகாசமாக ஸ்பாட்லைட் அடித்துப் படம் பிடிக்கின்றனர். ஆகவேதான் நாங்கள் பாதாளத்தில் ஒளிந்துகொள்ள வேண்டியிருக்கிறது''

மிசூகி, திருமதி சகாகியைப் பார்த்து, ''ஆனால் இந்தக் குரங்கு பாதாளச் சாக்கடையில்தான் ஒளிந்து கொண்டிருக்கிறதென்பது உங்களுக்கு எப்படித் தெரிந்தது?'' என்று கேட்டாள்.

''கடந்த இரண்டு மாதங்களாக நாம் உரையாடிவந்தபோது பல விஷயங்கள் எனக்கு மெதுவாகத் தெளிவடையத் தொடங்கின, பனி விலகுவதைப்போல. ஏதோவொன்று பெயர்களைத் திருடிச்செல்கிறது என்றும், அது எதுவாக இருந்தாலும் பூமிக்கு அடியில்தான் ஒளிந்து கொண்டிருக்க வேண்டுமென்றும் எனக்குப் பட்டது. இது சாத்தியக் கூறுகளைக் குறுக்கி விட்டது. ஒன்று பாதாளச் சாக்கடையில் அல்லது சுரங்கப்பாதையில். எனவே அது மனிதனாக இருக்க முடியாது. அனேகமாக பாதாளச் சாக்கடையில் ஒளிந்து இருக்கிற ஏதோ ஒரு ஜந்து என்று என் கணவரிடம் கூறி அதைத் தேடச்சொல்லிக் கேட்டுக் கொண்டேன். அதே போல அவரும் இந்தக் குரங்கைக் கண்டு பிடித்துக் கொண்டு வந்துவிட்டார்''

கொஞ்ச நேரம் மிசூகிக்கு வார்த்தைகளே எழவில்லை. ''ஆனால்... நான் சொன்னதை வைத்தே எப்படி இதையெல்லாம் ஊகித்துக் கொண்டீர்கள்? இதெல்லாம் எப்படிப் புலனாகிறது?''

திரு சகாகி தீவிரமான முகபாவத்துடன் குறுக்கிட்டார்; ''அவள் கணவன் என்ற முறையில் இது சம்மந்தமாகக் கொஞ்சம் சொல்ல வேண்டும். என் மனைவி ஒரு விஷேசமான பெண். அசாதாரணமான சில சக்திகள் அவளுக்கு உண்டு. எங்களுடைய இருபத்தியிரண்டு

வருட குடும்ப வாழ்க்கையில் பல வினோதமான சம்பவங்களைக் கண்டிருக்கிறேன். அதற்காகத்தான் இங்கே வட்ட அலுவலகத்தில் ஆலோசனை மையம் ஒன்றை ஆரம்பிக்க மிகவும் கஷ்டப்பட்டு முயற்சியெடுத்தேன். அவளுக்கென்று இடமொன்றை கொடுத்து, அவள் சக்தியை நல்ல விஷயங்களுக்குப் பயன்படுத்தினால் அது ஷினாகவா நகரத்தினருக்குத்தானே உபயோகரமாக இருக்கப் போகிறது!''

''இந்தக் குரங்கை என்ன செய்யப் போகிறீர்கள்?'' என்று கேட்டாள் மிசூகி.

சாகுராடா அலட்சியமாக, ''இதை உயிரோடு விட்டுவிட முடியாது'' என்றான். ''அது என்ன சொன்னாலும் சரி, இதைப் போன்றதொரு கெட்டபழக்கத்திற்கு அது அடிமையாகிவிட்டால் திரும்பத் திரும்ப அவற்றைத்தான் செய்து கொண்டிருக்கும் நிச்சயமாகக் கூறலாம்''

திரு சகாகி குறிக்கிட்டு, ''அதோடு நிறுத்து! ஏதாவது விலங்குகள் உரிமைச் சங்கம் நாம் குரங்கைக் கொன்றதைக் கண்டுபிடித்துவிட்டால், நம் மீது புகார் தொடுத்துவிடும். அப்புறம் நாம் என்ன சமாதானம் சொன்னாலும் எடுபடாது. அபராதமாக நம் சொத்தையே எழுதி வைக்க வேண்டி வரும். முன்பு அந்தக் காகங்களை நாம் கொன்றபோது நடந்த கலாட்டா ஞாபகமிருக்கிறதா? மறுபடியும் அதுபோல நடப்பதை நான் விரும்பவில்லை''

குரங்கு தன் தலையை வெகுவாகத் தாழ்த்தி, ''உங்களைக் கெஞ்சிக் கேட்டுக் கொள்கிறேன், தயவுசெய்து என்னைக் கொன்றுவிடாதீர்கள்'' என்றது. ''நான் செய்தது தவறு. அது எனக்குப் புரிகிறது. நிறையச் சிக்கல்கள் அதனால் உண்டாகிவிட்டன. இல்லை என்று உங்களிடம் நான் வாதம் செய்யவில்லை, ஆனால் என் செய்கைகளால் சில நன்மைகளும் நடக்கின்றன. அதையும் நீங்கள் கணக்கில் எடுத்துக் கொள்ள வேண்டும்''

திரு சகாகியே இப்போது எரிச்சலுடன், ''மனிதர்களின் பெயர்கள் திருடப்படுவதால் என்ன நன்மை விளைந்துவிடுகிறது?'' என்றார்.

''மனிதர்களின் பெயர்களை நான் திருடுகிறேன் என்பதில் சந்தேகமேயில்லை. ஆனால் அப்படிச் செய்வதன் மூலம் அந்தப் பெயர்களோடு ஒட்டியிருக்கிற எதிர்மறையான கூறுகள் சிலவற்றையும் நீக்கிவிட முடிகிறது. என்னைப் பற்றி நானே பீற்றிக்கொள்ள விரும்பவில்லையென்றாலும் யூகோ மட்சுனாகாவின் பெயரை அப்போதே நான் களவாடியிருந்தால் அவள் தற்கொலையே செய்து கொண்டிருக்க மாட்டாள்''

''ஏன் அப்படிக் கூறுகிறாய்?'' என்றாள் மிசூகி.

''அவள் பெயரோடு சேர்த்து அவளுக்குள்ளிருந்த இருட்டையும் கொஞ்சம் நான் எடுத்துச்சென்று விட்டிருப்பேன்'' என்றது குரங்கு.

''ஆ! நல்ல சாதுர்யமான கதைதான்'' என்றான் சகுராடா. ''யாரை ஏய்க்கிறாய்? இந்தக் குரங்கின் ஆயுள் முடிகிற காலம் வந்துவிட்டது! சீக்கிரம் உன் தரப்பு நியாயத்தைச் சொல்லி முடி''

திருமதி சகாகி தன் கைகளைக் கூப்பி, ''வேண்டாம், இது சொல்வதில் விஷயம் இருக்கலாம்'' என்றாள். குரங்கை நோக்கித் திரும்பி, ''நீ பெயர்களைக் களவாடும் போதும் அவற்றுடன் நல்லவை கெட்டவை இரண்டையுமே சேர்த்து எடுத்துக் கொள்வாயா?'' என்றாள்.

''ஆம், அதேதான். எனக்கு வேறுவழி கிடையாது. அவை இருக்கிறபடியே, மொத்தமாக எடுத்துக் கொள்வேன்''

மிசூகி குரங்கை உற்று நோக்கியபடியே, ''சரி, என் பெயரோடு என்னவிதமான கெட்ட விஷயங்கள் வந்தன?'' என்று கேட்டாள்.

குரங்கு, ''நான் சொல்ல வேண்டாமென்று பார்க்கிறேன்'' என்றது.

''தயவுசெய்து என்னிடம் சொல். நீ சொல்லிவிட்டால் உன்னை நான் மன்னித்துவிடுகிறேன். இங்கே இருப்பவர்களிடமும் உன்னை மன்னித்து விடும்படி சொல்கிறேன்''

"உண்மையாகத்தான் கூறுகிறீர்களா?"

மிசூகி திரு சகாகியிடம் கேட்டாள் : "இந்தக் குரங்கு என்னிடம் உண்மையைக் கூறிவிட்டால் இதை மன்னித்துவிடுவீர்களா? இதுவொன்றும் இயல்பிலேயே மோசமாகத் தெரியவில்லை. ஏற்கனவே தண்டனையும் அனுபவித்துவிட்டதால், என்னதான் சொல்கிறதென்று கேட்டுவிட்டு டகாவோ மலைக்கோ அல்லது வேறெங்கோ சென்று இதை விடுவித்துவிடலாமே! இனி வேறுயாரையும் இது தொல்லைப்படுத்துமென்று எனக்குத் தோன்றவில்லை. என்ன நினைக்கிறீர்கள்?"

"உங்களுக்குச் சரியென்றால் எனக்கொன்றும் ஆட்சேபணையில்லை" என்றார் திரு சகாகி. குரங்கிடம் திரும்பி, "என்ன, சரியா? உன்னை மலைப்பிரதேசத்தில் விடுவித்துவிட்டால் திரும்பவும் டோக்கியோ நகர எல்லைக்குள் வரமாட்டேனென்று சத்தியம் செய்வாயா?"

"ஆம் ஐயா, சத்தியமாகத் திரும்பி வரமாட்டேன்" என்றது பலவீனமாக. "உங்களுக்கு இனி தொல்லை தர மாட்டேன். எனக்கும் வயதாகி விட்டது. இது என் வாழ்க்கையில் புதிய ஆரம்பமாக இருக்கும்"

குரங்கின் சிறிய சிவப்புநிறக் கண்களை மிசூகி நேராகப் பார்த்தாள். "அப்படியென்றால் சரி, என் பெயரோடு ஒட்டியிருக்கிற தீய விஷயங்கள் என்னென்ன? சொல்லு"

"நான் சொன்னால் அது உங்களைக் காயப்படுத்தும்"

"எனக்குக் கவலையில்லை. மேலே சொல்"

நெற்றியில் ஆழமான கவலை ரேகைகள் சுருங்கக் கொஞ்ச நேரத்திற்குக் குரங்கு சிந்தித்தது. "நீங்கள் இதைக் கேட்காமலிப்பதே நல்லது என்று கருதுகிறேன்"

''என்ன இருந்தாலும் பரவாயில்லையென்று கூறி விட்டேன். எனக்குத் தெரிந்தாக வேண்டும், சொல்''

''ஓ.கே.'' என்றது குரங்கு. ''அப்படியென்றால் சொல்லி விடுகிறேன். உங்கள் அம்மா உங்களை நேசிப்பதில்லை. அவர் எப்போதுமே உங்களை நேசித்ததில்லை. நீங்கள் பிறந்ததிலிருந்து ஒரேயொரு நிமிடத்திற்குக்கூட. ஏனென்று எனக்குத் தெரியாது. ஆனால் அதுதான் உண்மை. உங்கள் அக்காவும் உங்களை நேசிப்பதில்லை. உங்களைக் கழற்றி விடுவதற்காகவே யோகஹாமாவிலுள்ள பள்ளிக்கு உங்கள் அம்மா அனுப்பினார். முடிந்தளவிற்குத் தூரமாக உங்களை அனுப்பிவிடுவதுதான் திட்டம். உங்கள் அப்பா மோசமானவரில்லை என்றாலும் உங்களுக்கு ஆதரவாக நிற்பவராக, நீங்கள் எதிர்பார்த்தளவிற்குக் கண்டிப்பானவராக அவர் இல்லை. இந்தக் காரணங்களினால் சிறுவயதிலிருந்தே உங்களுக்குப் போதுமான அளவு அன்பு கிடைக்கவில்லை. உங்களுக்கு இதெல்லாம் உள்ளூரத் தெரிந்தாலும், வேண்டுமென்றே உங்கள் பார்வையை இதிலிருந்து திருப்பிக் கொண்டிருப்பதாக நான் நினைக்கிறேன். இந்த வலிக்கும் நிஜத்தை உங்கள் இதயத்தின் ஆழத்தில் ஒரு சிறிய இருட்டு மூலையில் புதைத்து, மூடியை இறுக மூடிவைத்துவிட்டீர்கள். எந்த எதிர்மறையான உணர்வுகளும் எழுந்துவிடக் கூடாதென்பதில் உங்களுக்கு அந்தளவிற்கு அதீதமான ஜாக்கிரதையுணர்ச்சி! இந்தத் தற்காப்பு நிலைப்பாடு உங்களுடைய சுயத்தின் ஒரு பகுதியாக மாறிவிட்டது. இவை எல்லாவற்றின் காரணமாக உங்களுக்கு எப்போதும் யாரையும் ஆழமாக, நிபந்தனையின்றி நேசிக்க முடியாமல் போய்விட்டது''

மிசூகி அமைதியாக இருந்தாள்.

''உங்கள் மணவாழ்க்கை சந்தோஷமாக, பிரச்சனைகளின்றி இருப்பதாகத்தான் தெரிந்தது. ஒருவேளை அப்படியே இருந்துமிருக்கலாம். ஆனால் உங்கள் கணவரை நீங்கள் உண்மையாக

நேசிக்கவில்லை. நான் சொல்வது சரியா? உங்களுக்கு ஒரு குழந்தை பிறந்திருந்தாலும் இப்படியேதான் இருந்திருக்கும்''

மிசூகி எதுவும் பேசவில்லை. அப்படியே தரையில் சரிந்து அமர்ந்து கண்களை மூடிக்கொண்டாள். அவளுடைய மொத்த உடம்பும் தனித்தனியாகக் கழன்று விழுவதைப் போல உணர்ந்தாள். அவள் சருமம், அவள் அங்கங்கள், அவள் எலும்புகள், எல்லாமே நொறுங்கிக் கொண்டிருந்தன. தன் சுவாசத்தின் ஓசையை மட்டுமே அவளால் கேட்க முடிந்தது.

சகுராடா தலையை ஆட்டிக்கொண்டு, ''ஒரு குரங்கு பேசுகிற பேச்சா இது! ஐயா, என்னால் இதற்கு மேலும் பொறுத்திருக்க முடியாது. இதை அடித்து நொறுக்கிவிட வேண்டியதுதான்!'' என்றான்.

''வேண்டாம்'' என்றாள் மிசூகி. ''குரங்கு சொல்வதெல்லாம் உண்மையே. இதை வெகுநாட்களாக நான் அறிந்திருந்தாலும் இவ்வளவு நாட்களாகக் கண்களை மூடிக்கொண்டு, செவிகளை அடைத்துக் கொண்டிருந்திருக்கிறேன். இது உண்மையைத்தான் கூறுகிறது. தயவுசெய்து இதை மன்னித்துவிடுங்கள். ஏதாவது மலையில் கொண்டு விட்டுவிடுங்கள்''

திருமதி சகாகி மிசூகியின் தோள்களில் மென்மையாகக் கரம் பதித்தாள். ''அதுவே போதுமென்று உங்களுக்கு நிச்சயமாகப்படுகிறதா?''

''என் பெயர் என்னிடமே வந்துவிட்டால், அதிலொன்றும் எனக்கு ஆட்சேபணையில்லை. இப்போது முதல் என் பெயரோடு நான் வாழப் போகிறேன். அது என் பெயர். அது என் வாழ்க்கை''

குரங்கிடம் மிசூகி விடைபெறும்போது யூகோ மட்சுனாகாவின் பெயரட்டையை அதனிடம் கொடுத்தாள்.

''இது உன்னிடம்தான் இருக்க வேண்டும், என்னிடமல்ல. அவள் பெயரைப் பத்திரமாக வைத்திரு. வேறுயாருடைய பெயரையும் இனி திருடாதே''

குரங்கு தன் முகத்தைத் தீவிர பாவத்திற்கு மாற்றிக்கொண்டு ''இதை நான் பத்திரமாக வைத்திருப்பேன். இனி எப்போதும் திருட மாட்டேன். இது சத்தியம்,'' என்றது.

''யூகோ இறந்து போவதற்குமுன் எதற்காக இந்தப் பெயரட்டையை என்னிடம் விட்டுச் சென்றாள்? எதற்காக என்னைத் தேர்ந்தெடுத்தாள்?''

''ஏனென்று எனக்குத் தெரியாது. ஆனால் அவ்வாறு அவள் செய்ததால்தான் நீங்களும் நானும் சந்திக்க முடிந்தது. விதியின் விளையாட்டு என்றுதான் கருதுகிறேன்''

''நீ சொல்வது உண்மைதான்'' என்றாள் மிசூகி.

''நான் கூறியவை உங்களைப் புண்படுத்திவிட்டதா?''

''ஆம்'' என்றாள் மிசூகி. ''அதிகமாகவே புண்படுத்திவிட்டது''

''மன்னியுங்கள் நான் உங்களிடம் சொல்வதற்கே விரும்பவில்லை''

''பரவாயில்லை. உள்ளே ஆழத்தில் நான் ஏற்கனவே அறிந்திருந்தேன். அதை என்றாவது ஒருநாள் நான் சந்தித்திருக்க வேண்டும்''

''இதைக் கேட்க எனக்குப் பாரம் குறைந்தாற் போலிருக்கிறது''

''குட் பை,'' என்றாள் மிசூகி. ''இனி நாம் சந்திக்க முடியுமென்று தோன்றவில்லை''

''பத்திரமாக இருங்கள் அப்புறம் என் அற்ப உயிரைக் காப்பாற்றியதற்கு நன்றி''

சகுராடா தன் லத்தியை உள்ளங்கையில் தட்டியபடி எச்சரித்தான். ''இனி உன் முகத்தை ஷினாகவாவில் காட்டாமல் இரு. அதிகாரி சொன்னதால் இந்த முறை உன்னை விடுகிறோம். இனி எங்கள் கையில் அகப்பட்டால் உயிரோடு திரும்ப மாட்டாய்''

‘‘சரி, அடுத்த வாரம் நாம் என்ன செய்யலாம்?’’ மிசூகியோடு ஆலோசனை மையத்திற்குத் திரும்பியதும் திருமதி சகாகி கேட்டாள். ‘‘என்னிடம் ஆலோசிக்க வேறு ஏதாவது விஷயம் இருக்கிறதா?’’

மிசூகி தன் தலையை ஆட்டினாள். ‘‘இல்லை, நன்றி. என் பிரச்சனை தீர்ந்துவிட்டதாகவே நினைக்கிறேன். எனக்காக நீங்கள் செய்த அனைத்திற்காகவும் உங்களுக்கு நன்றியுடையவளாக இருப்பேன்’’

‘‘குரங்கு உங்களிடம் கூறிய விஷயங்களைப் பற்றி விவாதிக்கத் தேவையில்லையா?’’

‘‘வேண்டாம். அவற்றை நானே சமாளிக்க முடியுமென்று நினைக்கிறேன். என் நன்மைக்காக அதைப் பற்றி நான் சிறிது யோசிக்க வேண்டும்’’

திருமதி சகாகி தலையசைத்தாள். ‘‘உங்கள் மனதை அதில் செலுத்தினால் முடியும். அது உங்களை மேலும் வலுவாக்கும்’’

அந்த இரண்டு பெண்களும் கை குலுக்கிக்கொண்டு குட்பை சொல்லிக் கொண்டனர்.

வீட்டிற்குச் சென்றதும், மிசூகி தனது பெயரட்டையையும் கை வளையையும் எடுத்து ஒரு பழுப்புநிற உறையில் வைத்து அதைத் தனியறையிலிருந்து அட்டைப் பெட்டிக்குள் போட்டு மூடினாள். அவள் பெயர் இறுதியில் அவளுக்குக் கிடைத்துவிட்டது. இனி அவள் ஒரு சாதாரண வாழ்க்கையை ஆரம்பிக்கலாம். இனி எந்தப் பிரச்சினையும் எழாமல் இருக்கலாம். ஒருவேளை எழுந்தாலும் எழலாம். ஆனால் இப்போது அவளுக்கு அவளுடைய பெயர் கிடைத்துவிட்டது. அவளுக்கான, அவளுக்கே அவளுக்கான ஒரு பெயர்.

உயிர்மை

பூனைகள் நகரம்

கோஞ்சி ரயில் நிலையத்தில் சூவோ மார்க்கத்திலிருந்து வரும் அதிவிரைவு ரயிலில் டெங்கோ ஏறினான். பெட்டி காலியாக இருந்தது. அன்றைய தினத்தைச் செலவழிப்பதற்கான எந்தத் திட்டமும் அவனிடம் இல்லை. எங்கே செல்வது என்பதோ, என்ன செய்வது என்பதோ (அல்லது செய்யாமல் இருப்பதோ) முழுக்க முழுக்க அவன் விருப்பம். காற்று வீசாத கோடை தினம் ஒன்றின் காலை பத்துமணிக்கு வெயில் உக்கிரமாகவே இருந்தது. ரயில் ஷிஞ்சூகு, யோட்சுயா, ஒச்சானோமிசு நிலையங்களைக் கடந்து இறுதியில் டோக்கியோ சென்ட்ரல் ஸ்டேஷனில் வந்து நின்றது. எல்லோரும் இறங்கியபின் கடைசியாக இறங்கினான். அங்கிருந்த பெஞ்சில் அமர்ந்து எங்கே போவதென யோசித்தான். ''எங்கு வேண்டுமானாலும் நான் போகலாம்'' என்று தனக்குள்ளாகவே சொல்லிக்கொண்டான். ''இன்று வெயில் அதிகமாக இருக்கும் போலிருக்கிறது. கடற்கரைக்குச் செல்லலாம்.'' தலையை உயர்த்தி நடைமேடையிலிருந்த கால அட்டவணையைப் பார்த்தான்.

அவனுக்குத் திடீரென்று தான் செய்து கொண்டிருக்கும் காரியம் உறைக்க, தலையைப் பலமாகக் குலுக்கிக் கொண்டான். ஆனால்

மனதில் பதிந்து விட்டிருந்த எண்ணம் அகல மறுத்தது. கோஞ்சியில் சூவோ மார்க்க வண்டியில் ஏறும்போதே உள்மனதில் இதை அவன் தீர்மானித்துவிட்டிருக்கவேண்டும். பெருமூச்செறிந்துகொண்டே எழுந்து நிலையப் பணியாளர் ஒருவரிடம் சிகூராவுக்கு விரைவில் போய்ச்சேரக் கூடிய வண்டி எதுவென்று விசாரித்தான். அவர் ஒரு தடிமனான பதிவேட்டைப் புரட்டினார். அவன் 11.30க்கு டாடயாமாவுக்குச் செல்லும் சிறப்பு விரைவு வண்டியைப் பிடித்து அங்கிருந்து நகர் வண்டிக்கு மாறவேண்டும்; சிகூராவுக்குப் பகல் இரண்டு மணி சுமாருக்குப் போய்ச் சேரமுடியும் என்றார். டோக்கியோ - சிகூரா போகவர பயணச்சீட்டு வாங்கிக்கொண்டான். பின்பு நிலையத்திலிருந்த உணவகத்திற்குச் சென்று கறிச்சோறும் ஸாலட்டும் ஆர்டர் செய்தான்.

அப்பாவைப் போய்ப் பார்ப்பதென்பது அவனுக்கு மனக்குலைவை உண்டாக்கும் காரியம். அவரை அவன் எப்போதுமே பெரிதாக நேசித்ததில்லை. அவரும் அவன்மேல் விசேஷமாக அன்பு கொண்டிருந்ததாகச் சொல்லமுடியாது. அவர் நான்கு வருடங்களுக்கு முன் ஓய்வு பெற்றவுடனேயே சிகூராவிலுள்ள ஒரு சானடோரியத்தில் சேர்ந்துவிட்டார். அது அறிதிறன் குறைபாடுள்ள நோயாளிகளைப் பராமரிக்கும் இடம். டெங்கோ அங்கு அவரை இரண்டு முறைதான் போய்ப் பார்த்திருக்கிறான். முதல்முறை அவர் அங்கு சேர்ந்தபோது. அவருக்கிருக்கும் ஒரே உறவு அவன்தான் என்பதால் சேர்க்கை விதிகளுக்காக டெங்கோ அங்கு செல்ல வேண்டியிருந்தது. இரண்டாவது முறையும் ஒரு நிர்வாகக் காரணத்திற்காக. இரண்டே முறை, அவ்வளவுதான்.

அந்த சானடோரியம் கடற்கரையை ஒட்டியிருந்த ஒரு விஸ்தாரமான பரப்பிலிருந்தது. பழமை வாய்ந்த வசீகரத்தோடு மரக்கட்டிடங்களும் புதிதாகக் கட்டப்பட்டிருந்த மூன்றுமாடி கான்கிரீட் கட்டிடமுமாக ஒரு விநோதக் கலவை. காற்று புத்தம் புதிதாக வீச,

அலைகளின் ஓசையைத் தவிர அமைதி சூழ்ந்திருந்தது. தோட்டத்தின் விளிம்பில் பைன் மரத்தோப்பு காற்றுத்தடுப்பாக விரிந்திருந்தது. அபாரமான வைத்திய வசதிகள். டெங்கோவின் அப்பாவுக்கிருக்கும் மருத்துவக்காப்பீடு, ஓய்வுகால போனஸ், சேமிப்பு, ஓய்வூதியம் இவற்றைக்கொண்டு மிச்ச வாழ்நாளைச் சௌகரியமாக அவர் அங்கேயே கழித்துவிடலாம். அவனுக்காக அவர் பெரிதாக எந்தச் சொத்தையும் விட்டுச்செல்வதற்கு இல்லையென்றாலும், அவரைக் கடைசிவரை கவனித்துக்கொள்ள ஓர் இடம் கிடைத்திருக்கிறது என்பதற்காக அந்த நல்வாழ்வு இல்லத்திற்கு நன்றி பாராட்ட வேண்டியவனாக இருந்தான். டெங்கோவிற்கு அவரிடமிருந்து எதையும் எடுத்துக்கொள்வதற்கோ, அல்லது அவருக்கு எதையும் கொடுப்பதற்கோ உத்தேசம் எதுவுமில்லை. அவர்கள் இருவரும் தனித்தனியான மனிதர்களாகவே இருந்தார்கள். முற்றிலும் மாறுபட்ட இடங்களிலிருந்து வந்த, வெவ்வேறு திசைகளில் முற்றிலும் மாறுபட்ட இடங்களுக்குச் சென்று கொண்டிருப்பவர்கள். யதேச்சையாக அவர்கள் இருவரும் சில வருடங்களுக்கு ஒன்றாக வாழ்ந்திருக்கிறார்கள், அவ்வளவுதான். அவர்களிடையே இந்தளவு விலகல் இருப்பது அவமானத்திற்குரியதுதான். ஆனால் டெங்கோவால் வேறெதுவும் செய்யவும் முடியாது.

டெங்கோ பணத்தைச் செலுத்திவிட்டு, நடை மேடைக்குச் சென்று டாடயாமா ரயிலுக்காகக் காத்திருந்தான். அவனுடனிருந்த மற்ற பயணிகள் அனைவரும் கடற்கரையில் சில தினங்களைக் கழிக்கச் செல்லும் சந்தோஷமான குடும்பங்கள்.

■

பெரும்பாலோர் ஞாயிற்றுக்கிழமையை ஓய்வுதினம் என்று நினைக்கிறார்கள். ஆனால் சிறுவயதில் டெங்கோவிற்கு ஒரேயொரு முறைகூட ஞாயிற்றுக்கிழமையை சந்தோஷமாகக் கழிக்க

வாய்த்திருக்கவில்லை. அவனுக்கு ஞாயிற்றுக்கிழமை என்பது, நிலவின் மறுபக்கம் போன்றதாக இருந்தது. அதன் இருண்ட பாகத்தை மட்டுமே காட்டுகின்ற, வடிவமைதியற்ற நிலவு. வார இறுதி வந்தவுடன் அவன் மொத்த உடம்பும் சோம்பல் மிகுந்து, வலியெடுக்கும். பசி மறைந்துபோகும். ஞாயிற்றுக்கிழமைகளே வரக்கூடாதென்று அவன் செய்த பிரார்த்தனைகள் பலிக்கவில்லை.

டெங்கோ சிறுவனாக இருந்தபோது அவன் அப்பா ஜப்பானின் பொதுத்துறை வானொலி மற்றும் தொலைக்காட்சி நிறுவனமான NHKவில் வரித் தண்டலராக இருந்தார். ஒவ்வொரு ஞாயிற்றுக் கிழமையும் அவர் டெங்கோவைக் கூட்டிக்கொண்டு வீடுவீடாகச் சென்று சந்தாதொகை வசூலிப்பார். இந்த நடைமுறை டெங்கோ மழலையர் பள்ளியில் சேருவதற்கு முன்பாகவே தொடங்கிவிட்டது. ஐந்தாம் வகுப்பு முடிக்கும்வரை ஒரேயொரு வார இறுதி நாளில் கூட அவனுக்கு ஓய்வு கிட்டியதில்லை. NHK-வின் மற்ற வரித்தண்டலர்கள் ஞாயிற்றுக்கிழமைகளில் கூட வேலை செய்கிறார்களாவென்று அவனுக்குத் தெரியவில்லை. ஆனால் அவன் நினைவு தெரிந்தவரை அவனுடைய அப்பா ஒவ்வொரு ஞாயிற்றுக்கிழமையிலும் வேலை பார்த்தார். சொல்லப்போனால் மற்ற தினங்களைவிட அன்று மேலும் துடிப்பாக வேலைசெய்தார். வார நாட்களில் வெளியில் சென்றிருப்பவர்களை ஞாயிற்றுக்கிழமைகளில்தான் வீட்டில் பிடிக்கமுடியும் என்பதுதான் காரணம்.

டெங்கோவின் அப்பா இந்த வரிவசூலுக்கு அவனைக் கூடவே அழைத்துச்சென்றதற்குப் பல காரணங்கள் இருந்தன. சிறுவனை வீட்டில் தனியாக விட்டுச்செல்ல முடியாது என்பது ஒரு காரணம். வாரநாட்களிலும் சனிக்கிழமைகளிலும் டெங்கோ பள்ளிக்கோ, பராமரிப்பு நிலையத்திற்கோ சென்றுவிடுவான். இவை ஞாயிற்றுக்கிழமைகளில் மூடப்பட்டிருக்கும். ஒரு தந்தை எந்த மாதிரியான வேலை பார்க்கிறார் என்பதை அவர் மகனுக்குக்

காட்டியாக வேண்டியது முக்கியம் என்பது டெங்கோவின் அப்பா சொன்ன இன்னொரு காரணம். அப்பா எப்படியெல்லாம் உழைத்து தன்னை வளர்க்கிறார் என்பதையும், உழைப்பின் அருமையையும் ஒரு பிள்ளை உணர்ந்துகொள்ள வேண்டுமென்பது அவர் கொள்கை. நினைவு தெரிந்த நாளிலிருந்து டெங்கோவின் அப்பா ஒவ்வொரு ஞாயிற்றுக்கிழமையிலும் அவருடைய அப்பாவின் வயலில் வேலைபார்க்க அனுப்பப்பட்டிருக்கிறார். வேலை அதிகமாக இருக்கும் காலங்களில் அவர் பள்ளிக்குக்கூட அனுப்பப்படமாட்டார். அத்தகையதொரு வாழ்க்கைதான் அவருக்குப் பழக்கப்பட்டிருந்தது.

டெங்கோவின் அப்பா வைத்திருந்த மூன்றாவது மற்றும் கடைசி காரணம் எல்லாவற்றையும்விட தன்னலமும் சூழ்ச்சியும் கொண்டதாக இருந்ததுதான், அவருடைய மகனின் இதயத்தில் ஆழமான வடுக்களை ஏற்படுத்தியிருந்தது. ஒரு சின்னக் குழந்தையைக் கூடவே அழைத்துச் செல்வது தனது வேலையை எளிதாக்கும் என்று டெங்கோவின் அப்பாவுக்கு நன்றாகத் தெரிந்திருந்தது. வரிப்பணம் கொடுக்கக்கூடாது என்ற உறுதியில் இருப்பவர்கள்கூட ஒரு சின்னப்பையன் அவர்களை வெறித்துப் பார்த்துக்கொண்டிருந்தால், சங்கடப்பட்டுப் பணத்தைக் கொடுத்துவிடுவார்கள். அதனால்தான் கொடாக்கண்டர்கள் வீடுகளை அவர் ஞாயிற்றுக்கிழமைகளுக்கு ஒதுக்கி வைத்திருந்தார். அவன் ஏற்று நடிக்கவேண்டிய பாத்திரம் இதுதான் என்று டெங்கோவிற்கு ஆரம்பத்திலேயே புரிந்திருந்தது. அதை முற்றிலுமாக வெறுத்தான். ஆனாலும், அப்பாவைத் திருப்திப்படுத்துவதற்காக அவன் கெட்டிக்காரத்தனமாக நடந்துகொண்டுதான் ஆகவேண்டுமென்பதும் அவனுக்குத் தெரிந்திருந்தது. அப்பாவின் மனம் கோணாமல் நடந்துகொண்டால், அன்றைய தினம் கரிசனத்தோடு நடத்தப்படுவான். இதற்குப் பதிலாக, தான் ஒரு பழக்கப்படுத்தப்பட்ட குரங்காக இருந்திருக்கலாம் என்று அவனுக்குத் தோன்றும்.

டெங்கோவிற்கு இருந்த ஒரே ஆறுதல் அப்பாவின் வரிவசூல் சுற்று அவர்கள் வீட்டிலிருந்து வெகுதொலைவில் இருந்தது. அவர்கள் இச்சிகாவா நகரத்தின் புறநகர் குடியிருப்புப் பகுதியில் வசித்து வந்தார்கள். அப்பாவின் வசூல் சுற்று நகரத்தின் மையப்பகுதியில் இருந்தது. ஆனாலும் சில நேரங்களில் கடைவீதிகளில் செல்லும்போது வகுப்புத்தோழன் யாராவது கண்ணில் படுவான். டெங்கோ உடனே தலையைக் குனிந்தபடி அப்பாவுக்குப் பின்னால் ஒளிந்துகொள்வான்.

திங்கட்கிழமை காலைகளில் பள்ளி நண்பர்கள் முந்தையதினம் எங்கு சென்றிருந்தார்கள், என்ன செய்தார்கள் என்று சந்தோஷமாகப் பேசிக் கொண்டிருப்பார்கள். அவர்கள் கண்காட்சிகளுக்கும், விளையாட்டுப் பூங்காக்களுக்கும் உயிரியல் பூங்காக்களுக்கும் செல்பவர்களாக இருந்தார்கள். கோடையில் நீச்சலுக்கும் பனிக்காலத்தில் பனிச்சறுக்கு விளையாட்டுக்கும் செல்கின்ற கதைகள் அவர்களிடம் இருந்தன. ஆனால் டெங்கோவிடம் சொல்வதற்கு எதுவும் இல்லை. ஞாயிற்றுக்கிழமை காலை முதல் மாலைவரை அந்நியர்கள் வீட்டு அழைப்பு மணிகளை அழுத்தி, கதவைத் திறப்பவர்களிடம் அவனுடைய அப்பா பணம் வசூலித்துக் கொண்டிருந்தார். பணம் கொடுக்க மறுப்பவர்கள் சிலரை அவர் மிரட்டினார், சிலரிடம் கெஞ்சினார். சாக்குப்போக்குச் சொல்லி நழுவுகிறவர்களிடம் குரலை உயர்த்தினார். சில நேரங்களில் அவர்களிடம் தெருநாய்களைப் போலக் குரைத்தார். இத்தகைய அனுபவங்கள் டெங்கோவின் நண்பர்களிடம் பகிர்ந்துகொள்ளக் கூடியவையல்ல. மத்திய வர்க்க அலுவலக ஊழியர் பிள்ளைகளின் சமூகத்தில் ஒருவித வேற்றுக்கிரகவாசி போல உணர்வதை அவனால் தடுக்க முடியாதிருந்தது. வேறோர் உலகத்தில் வேறொருவிதமான வாழ்க்கையை வாழ்பவன் அவன். அதிருஷ்டவசமாக அவன் அபாரமான மதிப்பெண்கள் வாங்கக் கூடியவனாக இருந்தான். விளையாட்டுத் திறமையில் நிகரற்றிருந்தான். எனவே அவன் ஓர்

அந்நியனாக இருந்தாலும் ஒதுக்கப்பட்டவனாக இல்லை. பெரும்பாலான சந்தர்ப்பங்களில் மரியாதையுடன் நடத்தப்பட்டான். மற்ற மாணவர்கள் அவனை ஞாயிற்றுக்கிழமைகளில் எங்காவது வரச்சொல்லியோ, அவர்களுடைய வீட்டுக்கோ அழைத்தால் அமைதியாக மறுத்துவிடுவான். பின்னர் அவர்கள் அவனை அழைப்பதை நிறுத்திக் கொண்டார்கள்.

கடும் உழைப்பைக் கோரும் வறட்சியான டொஹோகு பகுதியில் ஒரு விவசாயக் குடும்பத்தின் மூன்றாவது மகனாகப் பிறந்தவர் டெங்கோவின் தந்தை. சிறுவயதிலேயே வீட்டைவிட்டு வெளியேறி ஒரு பண்ணைத் தொழிலாளர் குழுவினரோடு சேர்ந்து ஆயிரத்து தொள்ளாயிரத்து முப்பதுகளில் மஞ்சூரியாவுக்குப் பெயர்ந்து சென்றார். மஞ்சூரியா ஒரு சொர்க்க பூமி, விஸ்தாரமான வளமான நிலப்பரப்பு என்றெல்லாம் அரசாங்கம் பிரச்சாரம் செய்வதை அவர் பெரிதாக எடுத்துக்கொள்ளவில்லை. சொர்க்கம் என்பது எங்கேயும் இல்லாதவொன்று என அவருக்குத் தெரியும். நிரந்தரப் பசியிலிருந்த ஏழை அவர். வீட்டிலேயே முடங்கியிருந்தால் பசியிலும் பஞ்சத்திலும்தான் வாழ்க்கை கழியும் என்பது மட்டும் அவருக்குத் தெரிந்திருந்தது. மஞ்சூரியாவில் அவருக்கும் மற்ற பண்ணைத் தொழிலாளிகளுக்கும் சில விவசாயக் கருவிகளையும் சிறு ஆயுதங்களையும் கொடுத்தார்கள். அவர்கள் நிலத்தைத் திருத்தி, சீராக்கிப் பயிர்வைக்கத் தொடங்கினார்கள். அந்த மண் வளமற்று, பாறைகள் மண்டியிருந்தது. குளிர்காலத்தில் எல்லா இடங்களும் பனியில் உறைந்து போயின. சில நேரங்களில் தெருநாய்களைத்தான் அவர்கள் வேட்டையாடித் தின்ன வேண்டியிருந்தது. இருந்தபோதிலும், முதல் சில வருடங்களை அவர்கள் அரசு மானியத்தால் கடத்திவிட முடிந்தது. ஒருவாறாக அவர்கள் வாழ்க்கை வேரூன்றத் தொடங்கியபோது 1945ஆம் வருடம் ஆகஸ்ட்டில் சோவியத்யூனியன் மஞ்சூரியாவின் மீது முழு அளவிலான

தாக்குதலைத் தொடங்கியது. டெங்கோவின் அப்பாவுக்கு நண்பராக இருந்த ஓர் அரசு அதிகாரியின் மூலம் வரவிருக்கும் இந்த ஆபத்தை முன்கூட்டியே அறிந்திருந்ததால் சோவியத் படைகள் எல்லையைக் கடந்திருக்கின்றன என்ற செய்தி எட்டியதுமே பக்கத்து ரயில் நிலையத்திற்கு ஓடிச்சென்று டா - லியென் வண்டியில் ஏறினார். இந்த வண்டிக்கு அடுத்ததோடு போக்குவரத்து முடக்கப்பட்டது. அவருடைய சகாக்களில் அந்த வருடம் ஜப்பானுக்குத் திரும்பி வந்தது அவர் ஒருவர் மட்டும்தான்.

யுத்தம் முடிந்ததும் டெங்கோவின் அப்பா டோக்கியோவுக்குச் சென்று கருப்புச்சந்தையில் சிலகாலம், மரத்தச்சர் ஒருவரின் உதவியாளராகச் சிலகாலம் என்று சிரம ஜீவனத்தில் காலத்தைக் கழித்து வந்தார். அஸாகுஸாவிலிருந்த ஒரு மதுக்கடையில் சுமைகூலியாக வேலைபார்த்துக் கொண்டிருந்தபோது மஞ்சூரியாவில் பழக்கமாகியிருந்த அந்த அதிகாரியை அங்கே யதேச்சையாகச் சந்தித்தார். டெங்கோவின் அப்பா பிழைக்கக் கஷ்டப்பட்டுக் ö Põs i ¸ ¨ £ø u A Ô¢x A Á º NHK அலுவலகத்தில் சந்தா வசூலிப்புப் பிரிவிலிருந்த தனது நண்பரிடம் சிபாரிசு செய்வதாகச் சொல்ல, டெங்கோவின் அப்பா மகிழ்வோடு ஒப்புக்கொண்டார். NHK-வைப் பற்றி அவருக்கு அநேகமாக எதுவுமே தெரிந்திருக்காவிட்டாலும், சீரான வருமானம் தரும் எந்த வேலைக்கும் அவர் தயாராகவே இருந்தார்.

NHKவில் டெங்கோவின் அப்பா உற்சாகத்தோடு வேலைபார்த்தார். அவரது பலங்களில் முதன்மையானது, இடர்ப்பாடுகள் சூழ்ந்த நேரத்திலும் அவர் திடமனதுடன் காட்டும் விடாமுயற்சி. பிறந்தநாளிலிருந்து ஒருவேளைகூட வயிறார சாப்பாடு கிடைக்காதிருந்த ஒருவருக்கு NHK சந்தா வசூலிப்பது ஒன்றும் திணறடிக்கும் வேலையல்ல. அவரை நோக்கி வீசப்பட்ட மிகமோசமான வசவுகள் அவரைச் சீண்டவேயில்லை. கடைநிலை

ஊழியர்களில் ஒருவராக இருந்தாலும் ஒரு முக்கியமான நிறுவனத்தின் ஓர் அங்கமாக இருப்பதில் அவர் திருப்தியுற்றிருந்தார். அவரது பணியும் நடத்தையும் மிகவும் சிறப்பாக இருந்ததினால் ஒரு வருடம் கழித்து ஒப்பந்த அடிப்படை ஊழியர் என்ற நிலையிலிருந்து நிரந்தரப் பணியாளராக அமர்த்தப்பட்டார். அது NHK-வில் அதுவரை கேள்விப்பட்டிராத ஒரு சாதனை. விரைவில் அவருக்கு அந்நிறுவனத்திற்குச் சொந்தமான குடியிருப்பு வழங்கப்பட்டது. கம்பெனியின் மருத்துவ உதவித் திட்டத்தில் சேர்த்துக் கொள்ளப்பட்டார். அவருக்கு வாழ்க்கையில் முதன்முதலாகக் கிடைத்த மகத்தான நற்பேறு அதுதான்.

டெங்கோ குழந்தையாக இருந்தபோது அவன் அப்பா ஒருநாளும் தாலாட்டுப் பாடி தூங்கவைத்ததில்லை, படுக்கையில் புத்தகம் வாசித்துக் காட்டியதில்லை. பதிலாக அவரது நிஜவாழ்க்கை அனுபவங்களைச் சொன்னார். அவர் ஒரு நல்ல கதைசொல்லி. அவரது பிள்ளைப்பிராய, இளம்பருவ அனுபவங்கள் அர்த்தம் பொதிந்தவையாக இல்லாவிட்டாலும் வேடிக்கையான கதைகள், நெகிழ்ச்சியான கதைகள், வன்முறைக் கதைகள் என சுவாரஸ்யமாக இருந்தன. ஒரு வாழ்க்கை என்பது அதன் அத்தியாயங்களின் நிறங்களாலும் பன்முகத் தன்மையாலும் அறுதியிடப்படுமென்றால் டெங்கோவின் அப்பாவின் வாழ்க்கை அதற்கேயுரிய தனித்துவமான வண்ணக் கலவையில் இருந்ததென்றே சொல்லவேண்டும். ஆனால் அவர் NHK ஊழியராகச் சேர்ந்த காலகட்டத்தை அடையும்போது அவை சட்டென்று நிறம் வெளுக்கத் தொடங்கின. அவர் ஒரு பெண்ணைச் சந்தித்தார், அவளை மணமுடித்தார், ஒரு குழந்தை - டெங்கோ - பிறந்தது; டெங்கோ பிறந்து சில மாதங்கள் கழித்து அவன் அம்மா நோய்வாய்ப்பட்டு இறந்துபோனாள். அப்பா அதன் பிறகு NHKவில் கடுமையாக உழைத்து அவனைத் தனியாகவே வளர்த்தார். அவ்வளவுதான். முற்றும். டெங்கோவின் அம்மாவை அவர் எப்படிச்

சந்தித்தார்? அவளை எப்படி மணமுடித்தார்? எந்த மாதிரியான பெண் அவள்? அவள் மரணத்திற்கு என்ன காரணம்? சட்டென்று இறந்து விட்டாளா, அல்லது பலநாட்கள் நலிவாகி இருந்து இறந்துபோனாளா? - டெங்கோவின் அப்பா இந்த விஷயங்களைப் பற்றிக் கிட்டத்தட்ட எதையுமே சொன்னதில்லை. அவன் கேட்க முயற்சித்தால், அவர் பேச்சை மாற்றினார். பெரும்பாலான நேரங்களில் அத்தகைய கேள்விகள் அவரை எரிச்சல்படுத்தின. டெங்கோ அம்மாவின் புகைப்படம் ஒன்றுகூட வீட்டில் இருக்கவில்லை.

அப்பா சொன்ன கதையை டெங்கோ அடியோடு நம்ப மறுத்தான். அவன் பிறந்து சில மாதங்கள் கழித்து அவள் இறக்கவில்லையென்று அவனுக்குத் தெரியும், அவளைப் பற்றிய ஒரேயொரு ஞாபகம் அவனுக்குள் இருந்தது. அவனுக்கு அப்போது ஒன்றரை வயதிருக்கும். அவன் படுத்திருக்கும் தொட்டிலுக்குப் பக்கத்தில் அவள் நின்றிருக்கிறாள். அவளை அணைத்துக்கொண்டு யாரோ நின்றிருக்கிறார்கள். அது டெங்கோவின் அப்பா அல்ல. அம்மா சட்டையைத் தலை வழியே கழற்றி எறிந்துவிட்டு உள்ளாடையின் பட்டையைத் தளர்த்திக் கீழிறக்கிக்கொள்ள, டெங்கோவின் அப்பாவாக இல்லாத அம்மனிதன் அவள் மார்புகளில் தலையைப் புதைத்து உறிஞ்சுகிறான். பின் அவர்கள் ஒன்றாகப் படுத்துக்கொள்ள, அவர்களுக்குப் பக்கத்தில் டெங்கோ தூங்குகிறான். இல்லை, முழுதாகத் தூங்கவில்லை. அம்மனிதனின் கனமான குறட்டை அவனைக் கலைக்கிறது. டெங்கோ தலையைத் திருப்பி அவன் அம்மாவைப் பார்த்துக் கொண்டிருக்கிறான்.

அம்மாவைப் பற்றிய டெங்கோவின் புகைப்படம் இதுதான். இந்தப் பத்து - வினாடிக் காட்சி அவன் மூளையில் மிகத் தெளிவாகப் பதிந்திருந்தது. அவளைப் பற்றி அவனிடமிருந்த ஒரே வலுவான ஆதாரம், அவளோடு அவன் மனதில் தொடர்புபடுத்திக் கொள்ளக்கூடிய ஒரே நொய்தான இணைப்பு அதுமட்டும்தான்.

அவனும் அவளும் இந்த அனுமானிக்கப்பட்ட தொப்புள் கொடியால் இணைக்கப் பட்டிருந்தனர். இப்படிப்பட்டதொரு தெளிவான காட்சி டெங்கோவின் ஞாபகத்தில் பதிந்திருக்கிறது என்பதோ, புல்லை மேய்கின்ற பசுமாடு போல இந்தக் காட்சியை அவன் நிறுத்தாமல் அசைபோட்டுக் கொண்டிருக்கிறான் என்பதோ, அவன் பசியாறிக்கொண்டிருப்பது இதிலிருந்துதான் என்பதோ அவனுடைய அப்பாவுக்குத் தெரியாது. தத்தமக்குள் ஆழ்ந்திருக்கும் இருட்டு ரகசியங்களோடு தழுவிப் பிணைந்திருக்கும் இரண்டு ஜீவன்கள் அந்த அப்பாவும் மகனும்.

■

வயதேறிய பிறகு, அவள் அம்மாவின் மார்பை உறிஞ்சிக் கொண்டிருந்தவன்தான் தன்னுடைய உண்மையான தகப்பனோ என்று A i UPi { ø Úzv ¸ UQÓõß . NHK வரித்தண்டலரை டெங்கோ எந்த விதத்திலும் ஒத்திருக்கவில்லை என்பதும் அதற்கு ஒரு காரணம். டெங்கோ உயரமாக, கட்டுறுதி வாய்ந்த உடலும் அகன்ற நெற்றியும் குறுகிய நாசியும் பிரதானமான செவிகளுமாக இருந்தான். அவன் அப்பா கவர்ச்சியற்ற குள்ளமான மோட்டா மனிதர். அவருக்குச் சிறிய நெற்றி, தட்டையான நாசி, குதிரைக்கு இருப்பதைப் போலக் கூரான காதுகள். டெங்கோ தளர்வாக, உதார இயல்பினனாக இருக்கும்போது, அவன் அப்பா பதற்றமாக, கஞ்சனாக இருந்தார். அவர்கள் இருவரும் ஒருவரிலிருந்து மற்றவர் எந்தளவுக்கு வேறுபட்டவர்களாக இருக்கிறார்களென்று பலரும் வெளிப்படையாகவே சொல்லியிருக்கிறார்கள்.

உருவ வேற்றுமைகளைவிட அவர்களிடையே காணப்பட்ட குணாம்ச வேறுபாடுகள்தான் டெங்கோவை அவனுடைய அப்பாவிடமிருந்து அடையாளப்படுத்திக்கொள்வதில் தடையாக

இருந்தது. அறிவார்வம் என்று சொல்லக்கூடிய ஒன்றே அவரிடம் இம்மியளவும் இல்லை. ஏழ்மையில் பிறந்து வளர்ந்ததால் அவருக்கு அடிப்படைக் கல்வியே கிடைக்கவில்லை என்பது உண்மைதான். அவர் வளர்ந்த சூழ்நிலையைப் பற்றி நினைக்கும்போது அவனுக்குச் சற்று பரிதாபம் ஏற்பட்டிருக்கிறது. ஆனால் மனிதர்களுக்கு இயல்பாக இருக்க வேண்டிய அறிவுத்தேடலுக்கான ஆதார இச்சை என்ற உந்துதல் அந்த மனிதரிடம் இருக்கவேயில்லை. உயிர் வாழ்ந்திருக்கத் தேவையான நடைமுறை ஞானம் மட்டும் அவருக்கு இருந்தது. ஆனால் பரந்து விரிந்திருக்கும் உலகை அறிந்துகொள்ளத் தன்னை ஆழப்படுத்திக்கொள்ளும் ஆர்வம் டெங்கோவின் அப்பாவுக்கு இம்மியளவும் இருக்கவில்லை. அவரது இடுக்கமான சின்ன வாழ்க்கையின் மூச்சுத்திணறவைக்கும் அடைசலில் அவருக்கு எவ்வித அசௌகரியமும் இருந்ததாகத் தெரியவில்லை. அவர் எந்தவொரு புத்தகத்தையும் கையில் எடுத்து அவன் பார்த்ததில்லை. அவருக்கு ஆர்வமிருக்கும் ஒரே விஷயம் அவரது வரிவசூல் வழித்தடம் மட்டும்தான் என்று தோன்றியது. அந்தப் பகுதியின் வரைபடத்தை வரைந்து, வண்ணப் பேனாக்களில் அடையாளம் வரைந்துகொண்டு நேரம் கிடைக்கும் போதெல்லாம் எடுத்து நுட்பமாகப் பார்த்துக் கொண்டிருப்பார், விஞ்ஞானி ஒருவர் குரோமோசோம்களை ஆராய்வதைப் போல.

இதற்கு நேர்மாறாக டெங்கோ எல்லாவற்றிலும் ஆர்வம் கொண்டவனாக இருந்தான். இயந்திர மண்வெட்டி நிலத்தைக் குடைந்து அள்ளும் நேர்த்தியோடு, அகன்று பரந்த பல்வேறு துறைகளிலிருந்தும் அவன் அறிவுச்செல்வத்தை அகழ்ந்தெடுத்து உறிஞ்சிக் கொண்டிருந்தான். சிறுவயதிலிருந்து அவனுக்குக் கணக்கில் புலி என்ற பெயர் இருந்தது. மூன்றாம் வகுப்பில் இருந்தபோதே உயர்நிலைப்பள்ளி கணக்குகளைப் போட்டு வந்தான். சிறுவன் டெங்கோவிற்குக் கணிதம் என்பது அவன் அப்பாவுடனான

வாழ்க்கையிலிருந்து தப்பி ஒதுங்குவதற்கான ஓர் அற்புத இடமாக இருந்தது. கணித உலகின் நீண்ட தாழ்வாரங்களில் எண்ணிடப்பட்ட கதவுகளை ஒவ்வொன்றாகத் திறந்துகொண்டே அவன் நடந்து போவான். ஒவ்வொரு முறையும் ஒரு புதிய அற்புதம் அவன் முன்னால் அவிழ்ந்து விழும்போது நிஜ உலகின் அசிங்கமான கசடுகள் அவனிடமிருந்து மறைந்து போகும். இந்த முடிவில்லா எண்களின் ராஜ்ஜியத்தில் அவன் அகழ்வாராய்ச்சி செய்துகொண்டேயிருந்த வரையிலும் அவன் சுதந்திரமாக இருந்தான்.

கணிதம் என்பது டெங்கோவிற்கு ஒரு மகத்தான கற்பனைக் கட்டிடமாக இருந்ததென்றால், இலக்கியம் என்பது ஒரு மாயவனமாக இருந்தது. வானத்தை நோக்கி கணிதத்தின் கிளைகள் முடிவேயின்றிக் கிளைத்து, உயர்ந்து கொண்டேயிருக்க, கதைகள் அவற்றின் கனத்த வேர்களைப் பூமிக்குள் ஊன்றிக்கொண்டு அவன் முன்னே விரிந்து கொண்டிருந்தன. இந்தக் காட்டில் வரைபடங்கள் இல்லை, தட்டுவதற்குக் கதவுகள் இல்லை. டெங்கோவிற்கு வயதாக ஆக, இலக்கிய ஆரண்யத்தின் கவர்ச்சி, கணித உலகத்தைவிடப் பலம் வாய்ந்ததாக வளர்ந்துவிட்டது. நாவல்கள் வாசிப்பதும் ஒருவித தப்பித்தல்தான். புத்தகத்தை மூடியவுடனேயே நிஜ உலகத்திற்குத் திரும்பி வரவேண்டும். ஆனால் ஒரு கட்டத்தில்தான் அவனுக்கு ஓர் உண்மை புரிந்தது. புதின உலகிலிருந்து நிஜ உலகிற்கு வரும்போது ஏற்படுகிற அதிர்ச்சி, கணித உலகிலிருந்து திரும்பும்போது உண்டாகிற அளவுக்கு நிலைகுலையவைப்பதாக இல்லை. அது ஏன்? பலத்த சிந்தனைக்குப் பிறகு அவன் ஒரு முடிவுக்கு வந்தான். கதையின் காட்டுக்குள் எவ்வளவுதான் தெளிவாக விஷயங்கள் தென்பட்டாலும், கணக்கில் கிடைப்பதைப் போல அறுதியான தீர்வு ஒன்று கிடைப்பதில்லை. ஒரு கதையின் பங்கை உத்தேசமாகச் சொல்வதென்றால், பிரச்சனை ஒன்றை அது இருக்கும் வடிவத்திலிருந்து மற்றொரு வடிவத்திற்கு இடமாற்றம் செய்வதுதான் எனலாம்.

பிரச்சனையின் இயல்பு, அது செல்லும் திசை ஆகியவற்றின் அடிப்படையில் ஏதாவது ஒரு தீர்வைக் கதை சொல்லலில் மறைமுகமாகக் குறிப்பிடலாம். அந்த யோசனையைக் கையோடு பற்றிக்கொண்டே டெங்கோ நிஜஉலகிற்குத் திரும்புவான். அது ஒரு மந்திர வசியத்தில் எழுதப்பட்ட பொருள் விளங்காத வாசகங்கள் கொண்ட காகிதத் துண்டைப் போல நடைமுறையில் உடனடி பலன் எதையும் ஏற்படுத்தாது. ஆனால் ஒரு சாத்தியக்கூறு மட்டும் அதில் ஒளிந்திருக்கும்.

அவனது வாசிப்புகளிலிருந்து அவனுக்குத் துலக்கமாகியிருந்த ஒரு சாத்தியமான தீர்வு இப்படியாக இருந்தது: என் உண்மையான அப்பா வேறு எங்கோ இருக்கிறார். டிக்கன்ஸ் நாவல் ஒன்றின் துரதிருஷ்டசாலிக் குழந்தையைப் போல டெங்கோவும் ஏதோ சில விநோதமான சந்தர்ப்ப சூழ்நிலைகளால் இந்த வஞ்சக மனிதர் மூலம் வளர்க்கப்பட்டு வந்திருக்கலாம். இத்தகைய ஒரு சாத்தியம் ஒரே சமயத்தில் கதிகலங்க வைப்பதாகவும் ஒரு மகத்தான நம்பிக்கையை ஏற்படுத்துவதாகவும் இருந்தது. 'ஆலிவர் ட்விஸ்ட்' படித்தபிறகு டெங்கோ நூலகத்திலிருந்த எல்லா டிக்கன்ஸ் புத்தகங்களையும் பேராவலோடு படித்துத்தள்ளத் தொடங்கினான். டிக்கன்ஸ்ஸின் கதைகள் ஊடாகப் பயணிக்கும் போது அவனது சொந்த வாழ்க்கையின் மறு கற்பனை வடிவங்களில் ஆழ்ந்துபோனான். இந்தக் கற்பனைகள் மென்மேலும் சிக்கலாகி பல்கிப் பெருகிக்கொண்டிருந்தன. அவையெல்லாமே ஒரே குறிப்பிட்ட மார்க்கத்தில், ஆனால் கணக்கிலடங்கா பலவித மாற்றங்களோடு வளர்ந்து கொண்டிருந்தன. அவை எல்லாவற்றிலும் அவன் அப்பாவின் வீடு அவனுக்கானது அல்ல என்று தனக்குள் சொல்லிக்கொள்வான். டெங்கோ தவறுதலாக இந்தக் கூண்டில் அடைக்கப்பட்டிருப்பவன். ஒருநாள் அவனுடைய உண்மையான பெற்றோர்கள் வந்து அவனைக் காப்பாற்றி அழைத்துச் செல்வார்கள். அதன்பின் அவன் மிக அழகான, அமைதியான, சுதந்திரமான ஞாயிற்றுக்கிழமைகளை அனுபவிப்பான்.

டெங்கோவின் அப்பாவுக்கு தன் மகன் அபாரமான மதிப்பெண்கள் வாங்குவதில் ஏக பெருமை. அக்கம் பக்கத்தாரிடம் பையனைப் பற்றி தம்பட்டம் அடித்துக்கொள்வார். ஆனால் அதே நேரத்தில் டெங்கோவின் அறிவு, திறமை குறித்து ஒருவித எரிச்சலும் அவருக்கு இருந்தது. டெங்கோ டெஸ்க்கில் அமர்ந்து படித்துக் கொண்டிருக்கும்போது அவனை இடைமறிப்பார், ஏதாவது வீட்டுவேலை செய்யச்சொல்வார், அவன் திமிராக நடந்துகொள்வதாகத் திட்டுவார். அவரது குறைசொல்லல்கள் எப்போதும் ஒரேமாதிரியாக இருந்தன. இவர் நாள் முழுக்க ஊரெல்லாம் ஓடிஓடிக் கஷ்டப்பட்டு உழைக்கிறார், கண்டவனும் இவரை வாய்க்கு வந்தபடி திட்டுவதைக் கேட்டுக்கொண்டு வேலைபார்க்கிறார், ஆனால் டெங்கோ எந்த வேலையும் செய்யாமல் சுகமாக உட்கார்ந்து அனுபவித்துக் கொண்டிருக்கிறான். "உன் வயதில் நான் இருக்கும்போது என்னைச் சக்கையாகப் பிழிவார்கள். எதற்கெடுத்தாலும் என் அப்பாவும் அண்ணன்மார்களும் என்னை அடித்துத் துவைப்பார்கள். எனக்கு வயிராற சாப்பாடு போட்டது கிடையாது. ஒரு மிருகத்தைப் போலத்தான் என்னை நடத்தினார்கள். ஏதோ நல்ல மதிப்பெண்கள் எடுப்பதால் மட்டுமே உன்னை ஒரு கொம்பன் என்று நினைத்துக் கொள்ளாதே."

ஒரு கட்டத்தில் அவர் தன்னைப்பார்த்துப் பொறாமைப் படுகிறார் என்று டெங்கோ நினைக்கத் தொடங்கினான். நான் இப்படிப்பட்டவனாக இருப்பதைப் பார்த்தோ அல்லது எனக்கு வாய்த்திருக்கும் வாழ்க்கையைப் பார்த்தோ அவருக்குப் பொறாமை. ஆனால் ஒரு அப்பாவுக்கு மகன்மீது உண்மையில் பொறாமை வருமா? டெங்கோ அவன் அப்பாவை மதிப்பிட விரும்பவில்லை, ஆனால் அவரது வார்த்தைகளிலும் செய்கைகளிலும் ஒருவித இரங்கத்தக்க அற்பத்தனம் இருப்பதாக அவனுக்குத் தோன்றியது. டெங்கோவை ஒரு மனிதன் என்ற அளவில் அவன் அப்பா வெறுத்ததாகச்

சொல்லமுடியாது. அவரது வெறுப்பு டெங்கோவிற்கு உள்ளேயிருக்கும் ஏதோ ஒன்றிற்காக. அவரால் மன்னிக்க முடியாத ஏதோ ஒன்றிற்காக.

■

டோக்கியோ ரயில் நிலையத்திலிருந்து வண்டி புறப்பட்டதும் டெங்கோ வழியில் வாங்கிய புத்தகத்தை எடுத்தான். அது ஒரு சிறுகதைத் தொகுப்பு. பயணம் என்ற மையக்கருத்தை உள்ளடக்கிய கதைகள் இருந்தன. அவற்றில் 'பூனைகள் நகரம்' என்ற தலைப்பில் டெங்கோ அதுவரை கேள்விப்பட்டிராத ஒரு ஜெர்மானிய எழுத்தாளர் எழுதிய கற்பனாவாதக் கதை அவன் கவனத்தை ஈர்த்தது. தொகுப்பின் முன்னுரையில் இக்கதை இரண்டு உலகப் போர்களுக்கும் இடைப்பட்ட காலத்தில் எழுதப்பட்டதாகக் குறிப்பிடப்பட்டிருந்தது.கதையில் இளைஞன் ஒருவன் எந்தவொரு இலக்குமின்றி தனியாகப் பயணம் செய்கிறான். ரயிலில் சென்றுகொண்டிருப்பவன் வழியில் எந்த இடமாவது ஆர்வத்தைத் தூண்டுவது போலிருந்தால், அதே இடத்தில் இறங்கிவிடுவதை வழக்கமாகக் கொண்டிருப்பவன். வாடகை அறை எடுத்துக்கொண்டு, சுற்றிப்பார்த்துவிட்டு, விரும்பும்வரை அதே இடத்தில் தங்கிவிட்டு, போதுமென்றானதும் இன்னொரு ரயிலைப் பிடித்துப் பயணத்தைத் தொடர்வான். ஒவ்வொரு விடுமுறை காலத்தையும் அவன் இப்படித்தான் செலவழித்து வருகிறான்.

ஒருநாள் ரயிலின் சன்னலுக்கு வெளியே அழகிய நதி ஒன்றைப் பார்க்கிறான். வளைந்து நெளிந்து ஓடும் நீரொழுக்கிற்கு வரம்பிட்டபடி தொடரும் மென்பச்சைக் குன்றுகள், அவற்றினிடையில் ஒரு பழங்கால கருங்கல் பாலத்தோடு அழகான சிறுநகரம். அந்நகரின் நிலையத்தில் வண்டி நிற்க, இளைஞன் தனது பையோடு இறங்கிவிடுகிறான். வேறுயாரும் ஏறவோ இறங்கவோ இல்லை. அவன் இறங்கியவுடனேயே ரயில் கிளம்பிவிடுகிறது.

நிலையத்தில் ஊழியர்கள் ஒருவரையும் காணவில்லை. நிலைய பராமரிப்பாளர்களெல்லோரும் எங்கே இருக்கிறார்கள்? இளைஞன் பாலத்தைக் கடந்து நகரத்திற்குள் செல்கிறான். எல்லா கடைகளும் மூடியிருக்கின்றன. டவுன்ஹால் காலியாக இருக்கிறது. நகரத்தின் ஒரே ஓட்டலில் பரிமாறுபவர் உட்பட யாருமே இல்லை, மனிதர்கள் யாருமே குடியிருப்பதாகத் தெரியாத இது எந்த இடம்? எல்லோரும் வேறு ஏதோ இடத்தில் தூங்கிக் கொண்டிருப்பார்கள்(கொண்டிருக்கிறார்களோ)? ஆனால் இப்போது காலை பத்தரை மணி. இன்னுமா தூங்கிக் கொண்டிருப்பார்கள்? எப்படியும் அடுத்த ரயில் மறுநாள் காலைதான். அன்றிரவு அங்கேயே தங்குவதைத் தவிர அவனுக்கு வேறு வழியில்லை. அவன் பொழுதைக் கடத்த நகரைச் சுற்றிப் பார்க்கக் கிளம்புகிறான்.

உண்மையில் அது ஒரு பூனைகள் நகரம். சூரியன் மறைந்ததும் ஏராளமான பூனைகள் அந்தப் பாலத்தைக் கடந்து வருகின்றன. எல்லாவித ரகங்களிலும் நிறங்களிலும் இருக்கும் பூனைகள். சாதாரணப் பூனைகளைவிட மிகவும் பெரிய அளவில் இருந்தாலும் அவை பூனைகள்தாம். இளைஞன் இந்தக் காட்சியால் அதிர்ந்து போகிறான். நகரின் மையத்திலிருந்த மணிக்கோபுரத்திற்கு ஓடிச்சென்று படிகளில் தாவி ஏறி, உச்சிக்குச் சென்று ஒளிந்து கொள்கிறான். பூனைகள் கடைகளின் கதவுகளைத் திறக்கின்றன, மேசையில் அமர்ந்து அன்றைய வேலையைக் கவனிக்கின்றன. கொஞ்சநேரத்தில் மேலும் நிறைய பூனைகள் பாலத்தைக் கடந்து மற்ற பூனைகளைப் போலவே நகருக்குள் நுழைகின்றன. கடைகளுக்குச்சென்று பொருட்கள் வாங்குகின்றன, நகரசபை அலுவலகத்தில் நிர்வாகப்பணி மேற்கொள்கின்றன, ஓட்டலில் சாப்பிடுகின்றன, அருந்தகத்தில் பீர் குடிக்கின்றன, இனிமையான பூனைப்பாடல்கள் பாடுகின்றன. பூனைகளால் இருட்டில் பார்க்க முடியுமென்பதால் விளக்குகளே பெரும்பாலும் தேவைப்படாமல் இருக்கிறது. ஆனால் அந்தக் குறிப்பிட்ட இரவில்

பௌர்ணமி என்பதால் முழுநிலவு நகரை ஒளிவெள்ளத்தில் மூழ்கடித்து, மணிக்கோபுரத்தின் உச்சியிலிருந்து பார்த்துக் கொண்டிருந்த இளைஞனுக்கு நகரத்தின் மூலைமுடுக்குகள் எல்லாவற்றையும் தெளிவாகக் காட்டிக் கொண்டிருக்கிறது. விடியல் நெருங்கும்போது பூனைகள் வேலையை முடித்துக் கடைகளை மூடிவிட்டுக் கூட்டமாகப் பாலத்தைக் கடந்து திரும்பிச் செல்கின்றன.

சூரியன் மேலேறி வந்தபிறகு ஒரேயொரு பூனைகூட இல்லாமல், நகரம் மீண்டும் வெறிச்சோடியிருக்கிறது. இளைஞன் இறங்கி வந்து, ஓட்டல் படுக்கை ஒன்றை எடுத்துப்போட்டுத் தூங்கிப்போகிறான். பசியெடுத்ததும் எழுந்து ஓட்டல் சமையலறையில் மிச்சமிருந்த ரொட்டி, மீன்கறியை எடுத்துச் சாப்பிடுகிறான். இருட்டத் தொடங்கியதும் மணிக்கோபுரத்தில் ஒளிந்துகொண்டு விடியும் வரை பூனைகளின் செயல்களைக் கவனித்துக் கொண்டிருக்கிறான். ரயில்கள் முற்பகலிலும் பிற்பகலிலும் நிலையத்தில் நிற்கின்றன. பயணிகள் யாரும் இறங்குவதுமில்லை, ஏறுவதுமில்லை. இருந்தும் ரயில்கள் நிலையத்தில் சரியாக ஒரு நிமிடநேரம் நின்றுவிட்டுக் கிளம்புகின்றன. இந்த ரயில்களில் ஒன்றில் அவன் ஏறி இப்பயங்கரப் பூனைகள் நகரத்தை விட்டுப் போய்விடலாம். ஆனால் அவன் செல்வதில்லை. இளம் வயதினன் என்பதால் ஆர்வமும், சாகசங்களை எதிர் நோக்கியிருந்த எதிர்பார்ப்பும் அவனை ஆட்கொண்டிருக்கின்றன. இந்த விநோதக் காட்சிகளை இன்னும் கொஞ்ச நாட்களுக்கு இங்கே தங்கியிருந்து பார்க்க விரும்புகிறான். இயலுமானால் இந்த இடம் எப்போது, எப்படி பூனைகள் நகரமாக மாறியது என்பதையும் கண்டறிந்துகொள்ள விரும்புகிறான்.

மூன்றாம் நாள் இரவில் மணிக்கோபுரத்தினடியிலிருந்து சதுக்கத்தில் ஒரு சலசலப்பு ஏற்பட்டிருப்பதை இளைஞன் கேட்கிறான். "ஏய், ஏதோ மனிதவாடை அடிக்கிறதே, நீ உணர்கிறாயா?" பூனைகளில் ஒன்று கேட்கிறது. "நீ இப்போதுதான் சொல்கிறாய். கடந்த சில நாட்களாக ஒரு

விநோதமான வாடை அடித்துக் கொண்டிருக்கிறதே என்று நினைத்தேன்.'' இன்னொரு பூனை மூக்கை நீவி விட்டபடி, ''எனக்கும் அந்த வாசனை வந்தது,'' என்கிறது. ''இது விசித்திரமாக இருக்கிறது. இங்கே எந்த மனிதனும் இருக்கக்கூடாதே!'' மேலும் சில பூனைக்குரல்கள், ''இல்லை, அதற்கு வாய்ப்பே இல்லை. இந்தப் பூனைகள் நகரத்துக்குள் எந்தவொரு மானிடனும் நுழைய முடியாது.''

பூனைகள் குழுக்களாகப் பிரிந்து அந்நகரை ஊர்க்காப்பு வீரர்களைப் போலச் சல்லடையிட்டுத் தேடத் தொடங்குகின்றன. மனிதவாடை அந்த மணிக்கோபுரத்திலிருந்துதான் வருகிறது என்பதைக் கண்டறிய அவற்றிற்கு அதிக நேரம் பிடிக்கவில்லை. உச்சியில் ஒளிந்திருந்த இளைஞனுக்குப் படிகளில் அவற்றின் பாதங்கள் மெத்தென்று பதிந்து மேலேறி வருவது கேட்கிறது. அவ்வளவுதான், நான் மாட்டிக் கொண்டேன் என்று நினைக்கிறான். அவன் வாசனை அப்பூனைகளின் கோபத்தைக் கிளப்பிவிட்டிருக்கிறது போல. மனிதர்கள் இந்நகரத்தில் காலெடுத்து வைக்கக் கூடாது. பூனைகளுக்குப் பெரிய, கூரான நகங்கள், வெள்ளை வெளேரென்ற கோரைப்பற்கள். கண்டுபிடிக்கப்பட்டால் தனக்கு என்ன பயங்கரம் நடக்கக் கூடுமென்று அவனால் ஊகிக்க முடியாவிட்டாலும் அந்தப் பூனைகள் அவனை அந்த ஊரைவிட்டு உயிரோடு செல்ல அனுமதிக்கப் போவதில்லை என்பது மட்டும் உறுதியாகத் தெரிகிறது.

அவன் ஒளிந்திருந்த உச்சாணி மண்டபத்திற்குள் மூன்று பூனைகள் மெதுவாக நுழைகின்றன. மூக்கை உறிஞ்சி மோப்பம் பிடிக்கின்றன. ''விநோதம்'' என்கிறது ஒரு பூனை தனது மீசையை நீவிக் கொண்டு. ''மனித வாடை நன்றாக வீசுகிறது, ஆனால் ஒருவரையும் இங்கே காணோமே?''

''விநோதம்தான்,'' என்கிறது இரண்டாவது பூனை. ''இங்கே யாருமே இல்லை. வா, கீழே சென்று மற்ற இடங்களில் தேடுவோம்.''

பூனைகள் தலையைக் குலுக்கியபடி ஒன்றும்புரியாமல் படியிறங்கிச் செல்கின்றன. அவற்றின் காலடியோசைகள் இரவின் இருட்டில் தேய்ந்து மறைவதைக் கேட்டபடி அவன் உட்கார்ந்திருக்கிறான். நிம்மதியோடு பெருமூச்செறிகிறான். ஆனால் அவனுக்கு நடந்தவை எதுவும் விளங்கவில்லை. அவற்றின் கண்களுக்கு அவன் தட்டுப்படாமல் போவதற்கு வாய்ப்பே இல்லை. எந்தக் காரணத்தாலோ அவன் உருவம் அவற்றிற்குப் புலப்படாமல் போயிருக்கிறது. எப்படியிருந்தாலும் காலை விடிந்ததும் ரயில்நிலையம் சென்று வண்டியைப் பிடித்து இந்த ஊரைவிட்டு ஓடிவிட வேண்டும் என்று முடிவெடுக்கிறான். அதிர்ஷ்டம் எப்போதுமே தனக்குத் துணைநிற்கும் என்று சொல்ல முடியாது.

ஆனால் அடுத்தநாள் அந்தக் காலை ரயில் ஸ்டேஷனில் நிற்காமல் செல்கிறது. வேகத்தைக்கூட குறைக்காமல் அது தடதடத்துக் கடப்பதைப் பீதியோடு பார்த்துக்கொண்டிருக்கிறான். பிற்பகல் ரயிலும் நிற்பதில்லை. வண்டியோட்டி தலையைத் திருப்பாமல் நேராகப் பார்த்தபடி ரயிலை ஓட்டிச் செல்வதை அவனால் பார்க்க முடிகிறது. அந்த இளைஞன் அங்கே நின்றிருப்பதை மட்டுமல்ல, அங்கே ஒரு ரயில்நிலையம் இருப்பதையே ஒருவரும் கவனிக்காதது போலிருக்கிறது. பிற்பகல் ரயில் தடத்திலிருந்து மறைந்ததும் அந்த இடம் எப்போதையும்விட அதிக நிசப்தத்தில் ஆழ்கிறது. சூரியன் அஸ்தமிக்கத் தொடங்குகிறது. பூனைகள் வரும் நேரம். இளைஞன் இனி திரும்பமுடியாதபடிக்குத் தொலைந்து போய்விட்டிருப்பதை உணர்கிறான். இது ஒன்றும் பூனைகளின் நகரம் அல்லவென்பதை இறுதியில் உணர்கிறான். இது அவன் காணாமற்போக வேண்டுமென்று விதிக்கப்பட்டிருக்கும் இடம். இது அவனுக்காக மட்டுமே விசேஷமாக தயாரிக்கப்பட்டிருக்கும் வேறோர் உலகம். இனி எப்போதும் ரயில் இந்த நிலையத்தில் நிற்கப்போவதில்லை. அவனை ஏற்றிக்கொண்டு, அவன் எங்கிருந்து வந்தானோ அந்த உலகத்திற்குத் திரும்ப அழைத்துச் செல்லப் போவதில்லை.

டெங்கோ அந்தக் கதையை இரண்டுமுறை வாசித்தான். "அவன் காணாமற் போக வேண்டுமென்று விதிக்கப்பட்டிருக்கும் இடம்" என்ற சொற்றொடர் அவன் கவனத்தை ஈர்த்தது. புத்தகத்தை மூடிவிட்டு ரயில் சன்னலுக்கு வெளியே தெரியும் சுவாரஸ்யமற்ற தொழிற்சாலைக் காட்சிகளை வெறித்துக்கொண்டு வந்தான். தூக்கம் அவனை ஆட்கொண்டது. நீண்ட உறக்கமல்ல, ஆனால் ஆழ்ந்த உறக்கம். அவன் எழுந்தபோது வியர்வையில் தொப்பலாக நனைந்திருந்தான். ரயில் போஸோ தீபகற்பத்தின் தெற்குக் கடற்கரையோரம் நடுவேனில் உஷ்ணத்தில் சென்று கொண்டிருந்தது.

■

ஐந்தாம் வகுப்பு படிக்கும்போது ஆழ்ந்த சிந்தனைக்குப்பிறகு ஒருநாள் காலை டெங்கோ அவன் அப்பாவிடம் இனி ஞாயிற்றுக்கிழமைகளில் வரிவசூல் செய்ய அவருடன் வரப்போவதில்லையென்று தெரிவித்தான். அந்த நேரத்தில் பாடங்கள் படிக்கவோ, அல்லது மற்ற பையன்களுடன் விளையாடவோ விரும்புவதாகச் சொன்னான். மற்றவர்களைப் போல ஒரு சாதாரண வாழ்க்கை வாழவேண்டுமென்பது தன் விருப்பம் என்றான்.

டெங்கோ தான் சொல்லவிரும்பியதைச் சுருக்கமாக கோர்வையாக சொல்லிமுடித்தபிறகு, எதிர்பார்த்தபடியே அவன் அப்பா வெடித்தார். மற்ற குடும்பங்களில் என்ன செய்கிறார்கள் என்பதைப் பற்றி அவருக்கு அக்கறை இல்லை என்றார். "நமக்கென்று ஒரு வழி இருக்கிறது. இன்னொருமுறை 'சாதாரண வாழ்க்கை'யைப் பற்றிப் பேசாதே. எல்லாம் தெரிந்த மேதாவியா நீ? 'சாதாரண வாழ்க்கை'யைப் பற்றி உனக்கு என்ன தெரியும்?" டெங்கோ அவரோடு விவாதிக்க முயலவில்லை. வெறுமனே மௌனமாக அவரை முறைத்துக்கொண்டு நின்றிருந்தான். தான் சொன்ன எதுவும் அவர் மண்டைக்குள்

ஏறியிருக்காது என்று அவனுக்குத் தெரியும். கடைசியில், அவன் அவர் சொல்படி கேட்காவிட்டால் அவனுக்கு அவர் சாப்பாடு போடமுடியாது, எங்காவது அவன் போய்த்தொலையலாம் என்றார்.

டெங்கோ அதற்கு உடன்பட்டான். அவன் தீர்மானித்துவிட்டான். அவன் பயப்படப்போவதில்லை. இப்போது கூண்டைவிட்டு வெளியேறுவதற்கு அனுமதி தரப்பட்டுவிட்டது. இது அவனுக்குப் பெரும் நிம்மதியைத் தந்தது. ஆனால் ஒரு பத்துவயதுப் பையன் எப்படித் தனியாக வாழமுடியும்? அன்று வகுப்பு முடிந்ததும் அவனது பிரச்சனையை வகுப்பு ஆசிரியையிடம் சொன்னான். அவள் முப்பதுகளின் மத்தியிலிருந்த மணமாகாத பெண். மிகவும் அன்பானவள். டெங்கோ சொல்வதைக் கனிவுடன் கேட்டுவிட்டு, அன்று மாலையே டெங்கோவை அழைத்துக்கொண்டு அவன் அப்பாவிடம் சென்று வெகுநேரம் பேசினாள்.

அவர்கள் பேசத் தொடங்குவதற்கு முன்பாகவே டெங்கோவை அந்த அறையைவிட்டு வெளியே போகச் சொல்லிவிட்டதால் அவர்கள் என்ன பேசினார்களென்று அவனுக்குத் தெரியவில்லை. ஆனால் அவன் அப்பா தனது கத்தியை உறையிலிட்டுக்கொள்ள வேண்டியிருந்தது என்று மட்டும் தெரிந்தது. அவருக்கு எவ்வளவுதான் கோபமிருந்தாலும் ஒரு பத்துவயதுப் பையனைத் தனியாகத் தெருவில் அலைய விட்டுவிட முடியாது. மகனைப் பார்த்துக்கொள்ள வேண்டியது பெற்றோரின் கடமை என்று சட்டமே இருக்கிறது.

அவன் அப்பாவோடு ஆசிரியை பேசியதன் பலனாக டெங்கோ அவன் விருப்பப்படியே ஞாயிற்றுக்கிழமையைச் சுதந்திரமாகச் செலவழிக்க முடிந்தது. அவன் அப்பாவிடமிருந்து வென்றெடுத்த ஒரே உருப்படியான உரிமை. சுதந்திரத்தை நோக்கி அவன் வைக்கும் முதல் அடி.

■

சானடோரியத்தின் வரவேற்பு மேசையில் இருந்தவளிடம் டெங்கோ அவனது பெயரையும் அவன் அப்பா பெயரையும் தெரிவித்தான். ''இன்று நீங்கள் பார்க்க வருவதைப் பற்றி முன்கூட்டியே தகவல் தெரிவித்திருக்கிறீர்களா?'' அந்த நர்ஸின் குரலில் கண்டிப்புத் தெரிந்தது. குள்ளமான பெண். உலோக ஃபிரேமிட்ட கண்ணாடி அணிந்திருந்தாள். குட்டையான கேசம் திட்டுத்திட்டாக நரைத்திருந்தது.

''இல்லை, இன்று காலை திடீரென்று தோன்றியது. ரயிலேறி வந்துவிட்டேன்,'' டெங்கோ நேர்மையாகப் பதிலளித்தான்.

அந்த நர்ஸ் அவனைச் சற்று வெறுப்போடு ஏறிட்டாள். ''பார்வையாளர்கள் நோயாளிகளைப் பார்க்க வருவதென்றால் ஒரு நாளைக்கு முன்பே எங்களிடம் தெரியப்படுத்தவேண்டும். எங்களுக்கு அட்டவணைப்படி செய்ய வேண்டிய பணிகள் சில இருக்கின்றன. நோயாளிகளின் விருப்பத்தையும் கேட்க வேண்டும்.''

''மன்னிக்கவும், எனக்குத் தெரியாது.''

''கடைசியாக நீங்கள் எப்போது வந்தீர்கள்?''

''இரண்டு வருடங்களுக்கு முன்,'' விருந்தினர் வருகைப் பதிவேட்டைப் பால்பாயின்ட் பேனாவால் சரிபார்த்துக்கொண்டே பேசினாள். ''அதாவது கடந்த இரண்டு வருடங்களில் ஒருமுறைகூட நீங்கள் வந்து பார்க்கவில்லை என்கிறீர்களா?''

''ஆம்,'' என்றான் டெங்கோ.

''எங்கள் பதிவேடுகளின்படி திரு. கவானா அவர்களுக்கிருக்கும் ஒரே உறவினர் நீங்கள் மட்டும்தான்.''

''உண்மைதான்.''

அவள் டெங்கோவை ஒருமுறை பார்த்துவிட்டு தழைத்துக்கொண்டாள். எதுவும் பேசவில்லை. அவள் கண்கள்

அவனைக் குற்றம் சொல்லவில்லை. வெறும் தகவல் சரிபார்த்தல் மட்டும்தான். இந்த விஷயத்தில் டெங்கோவின் நிலை விதிவிலக்காக இருக்கமுடியாது.

''தற்போது உங்கள் அப்பா கூட்டுப் புனரமைப்பு சிகிச்சையில் இருக்கிறார். அது இன்னும் அரை மணிநேரத்தில் முடிந்துவிடும். அப்புறம் அவரை நீங்கள் பார்க்கலாம்.''

''அவர் எப்படி இருக்கிறார்?''

''உடல் ரீதியாக ஆரோக்கியமாகவே இருக்கிறார். மற்ற விஷயத்தில்தான்...'' - அவள் நெற்றிப்பொட்டை விரலால் தட்டிக்காட்டினாள் - ''மேலும் கீழுமாக அலைபாய்ந்து கொண்டிருக்கிறார்.''

டெங்கோ அவளுக்கு நன்றி தெரிவித்துவிட்டு முகப்பறையில் காத்திருக்கச் சென்றான். கையிலிருந்த புத்தகத்தைப் புரட்டினான். அவ்வப்போது காற்று, கடலின் வாசத்தையும் பைன் மர அசைவொலிகளையும் சுமந்தபடி கடந்து சென்றது. மரக்கிளைகளிலிருக்கும் சுவர்க்கோழிகள் முழுத்தொண்டையில் கமறிக்கொண்டிருந்தன. கோடை உச்சத்தில் இருந்தபோதும் இந்தப் பருவநிலை வெகுநாட்களுக்கு நீடித்திருக்கப் போவதில்லையென்று சுவர்க்கோழிகளுக்குத் தெரிந்திருக்கிறது போல.

சற்று நேரம் கழித்து அந்தக் கண்ணாடி அணிந்த நர்ஸ் வந்து டெங்கோவிடம் இப்போது அவன் அப்பாவைப் பார்க்கலாம் என்றாள். ''அவர் அறையை உங்களுக்குக் காட்டுகிறேன்.'' டெங்கோ சோபாவிலிருந்து எழுந்து நடந்தான். சுவரில் பதிக்கப்பட்டிருந்த பெரிய நிலைக்கண்ணாடியைக் கடக்கும்போது எவ்வளவு அசிங்கமாக உடையணிந்து கொண்டிருக்கிறோம் என்பதை உணர்ந்தான். ஒரு ஜெஃப்பெக் ஜப்பான் டூர் டி - ஷர்ட். அதற்கு மேலே சாயம்போன ஒரு முரட்டு டங்கெரி சட்டை. பொருத்தமில்லாத பொத்தான்கள்,

முட்டிப்பகுதியில் பீட்ஸா கறைபடிந்த சினோஸ் காற்சட்டை, ஒரு பேஸ்பால் தொப்பி - இரண்டு வருடங்கள் கழித்து மருத்துவமனையில் அப்பாவைப் பார்க்கப்போகும் முப்பது வயது மகன் அணிந்திருக்கவேண்டிய உடை என்று சொல்லமுடியாது. பரிசாகக் கொடுப்பதற்கும் கையில் எதுவுமில்லை. அந்த நர்ஸ் அவனை அப்படி வெறுப்போடு பார்த்ததில் ஆச்சரியமில்லை.

டெங்கோவின் அப்பா அவரது அறையில் திறந்திருந்த சன்னலையொட்டிப் போடப்பட்டிருந்த நாற்காலியில் கைகளைக் கால் முட்டிகள் மேல் வைத்தபடி அசையாமல் அமர்ந்திருந்தார். அருகிலிருந்த மேசையில் வைத்திருந்த தொட்டிச்செடியில் அன்றலர்ந்த மஞ்சள் மலர்கள், கீழே விழுந்தால் பலமாக அடிபட்டுவிடக்கூடாதென்பதற்காக மெத்தென்று அமைக்கப்பட்ட தரை, முதலில் பார்க்கும்போது சன்னலுக்கருகில் உட்கார்ந்திருந்த கிழவர் அவன் அப்பாதானென்று டெங்கோவுக்குத் தெரியவில்லை. அவர் சுருங்கிப் போயிருந்தார் - ‘வாடி வதங்கி’ப்போயிருந்தார் என்று சொல்வதுதான் பொருத்தமாக இருக்கும். தலைமுடி குட்டையாக வெட்டப்பட்டு, பனிமூடிய புல்தரை போலிருந்தது. கன்னங்கள் உட்குழிந்திருந்ததாலோ என்னவோ முன்பைவிடக் கண்கள் பெரிதாகத் தெரிந்தன. நெற்றியை மூன்று ஆழமான சுருக்கங்கள் உழுதிருந்தன. அவருடைய புருவங்கள் மிகவும் நீளமாக அடர்ந்திருந்தன. கூரான செவிகள் வழக்கத்தைவிடப் பெரிதாக, வௌவாலின் இறக்கைகள் போலிருந்தன. தூரத்திலிருந்து பார்க்க ஒரு மனிதப்பிறவியைப் போலவே தெரியாமல் ஏதோ ஒருவித மாபெரும் எலி அல்லது அணிலைப் போன்ற ஒரு ஜந்துவைப் பார்ப்பது போலத்தான் இருந்தது - அதுவும் வஞ்சகம் மிக்கதொரு ஜந்து. ஆனால் அவர் டெங்கோவின் அப்பாதான். அல்லது டெங்கோவின் சிதைந்து போன அப்பா. டெங்கோவின் ஞாபகத்திலிருந்த அப்பா ஓர் உறுதியான கடும் உழைப்பாளி. ஆத்மசோதனையும் கற்பனாவளமும் அவருக்கு

அந்நியமாக இருக்கலாம்; ஆனால் அவருக்கென்று தனிப்பட்ட அறக்கோட்பாடுகளும் பலமான குறிக்கோளுணர்வும் இருந்தன. டெங்கோவுக்கு முன் இப்போது இருப்பவர் வெறும் காலியான ஓடாகத்தான் இருந்தார்.

நோயாளிகளிடம் பேசுவதற்கெனக் கற்பிக்கப்பட்ட நட்பிணக்கமற்ற தெளிவான குரலில் அந்த நர்ஸ், "திரு. கவானா!" என்று கூப்பிட்டாள். "திரு. கவானா! இங்கே யார் வந்திருப்பது என்று பாருங்கள்! உங்கள் மகன். டோக்கியோவிலிருந்து வந்திருக்கிறார்!"

டெங்கோவின் அப்பா அவனது திசையில் திரும்பினார். உணர்ச்சிபாவமற்ற அவரது கண்கள் டெங்கோவுக்கு இறவாரத்திலிருந்து தொங்கும் வெற்றான தூக்கணாங்குருவிக் கூடுகளை நினைவூட்டின.

டெங்கோ, "ஹலோ", என்றான்.

அவன் அப்பா எதுவும் பேசவில்லை. பதிலாக, அந்நிய மொழியில் எழுதப்பட்ட அறிக்கையைப் படிக்க முயற்சிப்பதைப் போல டெங்கோவை நேராகப் பார்த்துக்கொண்டிருந்தார்.

நர்ஸ் டெங்கோவிடம், "இரவு உணவு 6.30க்கு ஆரம்பிக்கிறது. அதுவரை நீங்கள் இவருடன் இருக்கலாம்," என்றாள்.

நர்ஸ் வெளியேறியதும் டெங்கோ ஒருகணம் தயங்கினான். எதிரே அமர்ந்திருந்தவரை மெதுவாக அணுகினான். அவரது நாற்காலியின் மெத்தை உறை சாயமிழந்திருக்க, நெடுநாளைய பயன்பாட்டில் நாற்காலியின் பாகங்கள் மழமழவென்று தேய்ந்திருந்தன. அவன் அப்பாவின் கண்கள் அவனைத் தொடர்ந்தன.

"எப்படி இருக்கிறீர்கள்?" என்றான்.

"நன்றாக இருக்கிறேன், நன்றி." அவன் அப்பா சம்பிரதாயமாகப் பதிலளித்தார்.

டெங்கோவுக்கு அதற்குப்பிறகு என்ன பேசுவது என்று தெரியாமல் டங்கெரி சட்டை பட்டன்களைத் திருகிக்கொண்டே பார்வையைச் சன்னலுக்கு வெளியே பைன் மரங்களுக்குத் திருப்பிக் கொண்டான். சில நொடிகள் கழித்து அவரைத் திரும்பிப்பார்த்தான்.

''டோக்கியோவிலிருந்து வந்திருக்கிறாயா?'' அவன் அப்பா கேட்டார்.

''ஆம், டோக்கியோவிலிருந்துதான்.''

''எக்ஸ்பிரஸ் ரயிலில் வந்திருக்கிறாய் போலிருக்கிறது.''

''ஆம், டாயாமாவிலிருந்து வந்தேன். பின் அங்கிருந்து சிகூராவுக்குப் புறநகர் வண்டி மாறினேன்.''

''இங்கே கடலில் நீந்துவதற்காக வந்திருக்கிறாயா?'' என்றார்.

''நான் டெங்கோ. டெங்கோ கவானா. உங்கள் மகன்.''

அவன் அப்பாவின் நெற்றிச்சுருக்கங்கள் ஆழமாகின. "NHK சந்தா கட்டுவதிலிருந்து தப்பிப்பதற்காக நிறைய பேர் பொய் சொல்கிறார்கள்.''

''அப்பா!'' அவன் குரல் உயர்ந்தது. அந்த வார்த்தையை அவன் பல வருடங்களாக உச்சரித்திருக்கவில்லை. ''நான் டெங்கோ. உங்கள் மகன்.''

அவர் அமைதியான குரலில், ''எனக்கு மகன் கிடையாது,'' என்றார்.

''உங்களுக்கு மகன் கிடையாது'' டெங்கோ இயந்திரத்தனமாக அவர் சொன்னதைத் திருப்பிச் சொன்னான்.

அவர் தலையசைத்து ஒப்புக்கொண்டார்.

''அப்படியானால் நான் யார்?''

''நீ எதுவுமில்லை,'' தலையை இரண்டுமுறை உலுக்கிக்கொண்டே சொன்னார்.

டெங்கோ மூச்சிழந்தான். வார்த்தைகள் வரவில்லை. அவன் அப்பாவும் வேறெதுவும் பேசவில்லை. இருவரும் சிந்தனையின் சிக்கல்களில் சிக்கிக்கொண்டு, வார்த்தைகளைத் தேடியபடி அமைதியாக அமர்ந்திருந்தனர். சுவர்க்கோழிகள் மட்டும் எந்தவிதமான மனக்குழப்பங்களும் இல்லாமல் உச்சஸ்தாயியில் பாடிக்கொண்டிருந்தன.

அவர் உண்மையைத்தான் பேசுவதாக நினைத்தான். அவரது ஞாபகங்கள் வேண்டுமானால் அழிக்கப்பட்டிருக்கலாம், ஆனால் அவர் வார்த்தைகள் உண்மையாகவே இருக்கக்கூடும்.

"என்ன சொல்கிறீர்கள்?"

"நீ எதுவும் இல்லை, அவ்வளவுதான்," உணர்ச்சியற்ற குரலில் அதையே திரும்பவும் சொன்னார். "நீ எதுவுமாகவும் இருந்ததில்லை, நீ எதுவுமாகவும் இருக்கவில்லை, நீ எதுவுமாகவும் இருக்கப்போவதில்லை"

டெங்கோவிற்குச் சட்டென்று எழுந்து ஸ்டேஷனுக்கு ஓடி டோக்கியோ வண்டி பிடித்து இங்கிருந்து போய்த்தொலைய வேண்டுமென்றிருந்தது. ஆனால் அவனால் எழுந்திருக்க முடியவில்லை. பூனைகள் நகரத்திற்குச் சென்ற இளைஞனைப் போலிருந்தான் அவன். அவனுக்குத் தன்னைப் பற்றிய ரகசியங்களைத் தெரிந்துகொள்ளவேண்டுமென்ற தவிப்பு இருந்தது. அவன் ஒரு தெளிவான பதிலை எதிர்பார்த்து வந்திருக்கிறான். அதில் அபாயம் பொதிந்திருப்பது என்னவோ உண்மைதான். ஆனால் இந்தச் சந்தர்ப்பத்தை நழுவவிட்டால், தன்னைப் பற்றிய ரகசியத்தை அறிந்து கொள்ளும் வாய்ப்பு அவனுக்குக் கிடைக்காமலே போகலாம். டெங்கோ அவன் தலைக்குள் வார்த்தைகளை மாற்றி மாற்றியமைத்து, கடைசியில் அவற்றைச் சொல்லிவிடத் தயாரானான். சிறுவயதிலிருந்து அவன் கேட்க நினைத்த, ஆனால் எப்போதுமே கேட்டிருக்க முடியாத கேள்வியைக் கேட்டுவிட்டான்: "நீங்கள் சொல்வதுபடி பார்த்தால்,

நீங்கள் என்னுடைய உண்மையான தகப்பன் அல்ல, அப்படித்தானே? அதாவது எனக்கும் உங்களுக்கும் எந்த ரத்தச் சம்மந்தமும் இல்லை, சரிதானே?''

''வானொலி அலைகளைத் திருடுவது சட்ட விரோதமானது,'' என்றார் டெங்கோவின் கண்களுக்குள் பார்த்தபடி. ''பணத்தை, மதிப்புமிக்க பொருட்களைத் திருடுவதற்கும் இதற்கும் வித்தியாசம் இல்லை, நீ என்ன நினைக்கிறாய்?''

''நீங்கள் சொல்வது சரிதான்.'' தற்போதைக்கு அவர் சொல்வதை ஒப்புக்கொள்வதென்று டெங்கோ முடிவெடுத்தான்.

''வானொலி அலைகள் மழையைப் போலவோ, பனியைப் போலவோ இலவசமாக வானத்திலிருந்து விழுபவையல்ல,'' என்றார்.

கால் முட்டிகளின் மேல் அமைப்பாக வைத்துக் கொண்டிருந்த அவர் கைகளை டெங்கோ கவனித்தான். சிறிய, கரிய கைகள். பற்பல வருட கடும் உழைப்பில் காய்ப்பேறிய கரங்கள்.

''நான் குழந்தையாக இருக்கும்போதே என் அம்மா நோய்வாய்ப்பட்டு இறந்துவிட்டார்கள் என்பது உண்மையல்ல, அப்படித்தானே?'' டெங்கோ மெதுவாகக் கேட்டான்.

அவர் பதிலளிக்கவில்லை. முகபாவம் மாறாமல், கைகளை அசைக்காமல், டெங்கோவையே உற்றுப் பார்த்துக்கொண்டிருந்தார், பழக்கமில்லாத எதையோ பார்ப்பதைப் போல.

''என் அம்மா உங்களை விட்டுச் சென்றுவிட்டாள். உங்களையும் என்னையும் விட்டுப் போய்விட்டாள். இன்னொருவனோடு ஓடிப்போய்விட்டாள். நான் சொல்வது தவறில்லையே?''

அவர் தலையாட்டினார். ''வானொலி அலைகளைத் திருடுவது நல்லதல்ல. உங்கள் விருப்பப்படி எதையாவது செய்துவிட்டுத் தப்பித்துக்கொள்ள முடியாது.''

ஹாருகி முரகாமி

இந்த மனிதருக்கு நான் கேட்கும் கேள்விகள் நன்றாகவே புரிகின்றன. ஆனால் நேரடியாகப் பதில் சொல்வதில் இவருக்கு விருப்பமில்லை என்று டெங்கோ நினைத்தான்.

"அப்பா, நீங்கள் என் உண்மையான அப்பாவாக இல்லாமலிருக்கலாம். ஆனால் வேறு எப்படி உங்களைக் கூப்பிடுவது என்று தெரியாததால் இப்போதைக்கு அப்படியே கூப்பிடுகிறேன். உண்மையைச் சொல்வதென்றால் நான் உங்களை எப்போதுமே நேசித்ததில்லை. பெரும்பாலான நேரங்களில் உங்களை மனதார வெறுத்து வந்தேன் என்றே சொல்ல வேண்டும். அது உங்களுக்கும் தெரியும், அப்படித்தானே? ஆனால் நமக்கிடையே ரத்த உறவு இல்லாவிட்டால்கூட இப்போது உங்களை வெறுப்பதற்கு என்னிடம் எந்தக் காரணமும் இல்லை. உங்கள்மேல் எனக்குப் பாசம் ஏற்படுமா, உங்கள் மேல் பிரியமும் அன்பும் ஏற்படுமாவென்று என்னால் சொல்லமுடியவில்லை; ஆனால் இப்போது உங்களைச் சரியாகப் புரிந்துகொள்ள முடியுமென்று நினைக்கிறேன். நான் யார், எங்கிருந்து வந்தேன் என்ற உண்மையைத் தெரிந்துகொள்ள வேண்டும், அவ்வளவுதான். இதைத் தெரிந்து கொள்வதற்காகத்தான் நெடுநாட்களாக முயன்று கொண்டிருக்கிறேன். இந்த உண்மையை இப்போது நீங்கள் சொல்லிவிட்டால் உங்கள் மீதிருக்கும் வெறுப்பு எனக்கு மறைந்துவிடும். உண்மையில் உங்கள் மீதான வெறுப்பைக் களைவதற்கு ஒரு சந்தர்ப்பம் கிடைக்காதாவென்றுதான் நான் காத்திருக்கிறேன்."

டெங்கோவின் அப்பா உணர்ச்சியற்ற கண்களால் தொடர்ந்து அவனை வெறித்துக்கொண்டிருக்க, டெங்கோவிற்குக் காலியான தூக்கணாங்குருவிக் கூடுகளுக்குள் எங்கோ ஆழத்தில் ஒரு குட்டி ஜ்வலிப்பு தெரிவதாக உணர்ந்தான்.

"நான் எதுவும் இல்லை" என்றான் டெங்கோ. "நீங்கள் சொல்வது சரிதான், கடலுக்குள் தூக்கியெறியப்பட்டுத் தனியாக மிதந்து

கொண்டிருப்பவன் போலத்தான் இருக்கிறேன். கை நீட்டிப் பார்க்கிறேன், கரைசேர்க்க யாருமில்லை. எதனோடும் எனக்குத் தொடர்பில்லை. குடும்பம் என்று நெருக்கமாகச் சொல்வதற்கு நீங்கள்தான் இருக்கிறீர்கள். ஆனால் நீங்கள் அந்த ரகசியத்தை உங்களுக்குள் புதைத்து வைத்துக் கொண்டிருக்கிறீர்கள். உங்கள் ஞாபகங்களும் நாளுக்கு நாள் சீரழிந்துகொண்டே வருகிறது. உங்கள் ஞாபகங்களோடு என்னைப் பற்றிய உண்மையும் தொலைந்து போய்விடும். அந்த உண்மையில்லாமல் நான் எதுவும் இல்லை. எதுவாகவும் என்னால் இருக்கவும் முடியாது. அதையும் நீங்கள் சரியாகவே சொல்லிவிட்டீர்கள்."

"அறிவு என்பது ஒரு விலைமதிப்பற்ற சமூகச் சொத்து," அவர் ஏற்றத்தாழ்வற்ற குரலில் பேசினார். முன்பைவிட அவர் குரல் இப்போது தழைந்திருந்தது, யாரோ வால்யூம் குமிழைத் திருகிக் குறைத்துவிட்டதைப்போல. "இந்தச் சொத்து அபரிமிதமாகச் சேமித்து குவிக்கப்பட்டு, மிகவும் கவனமாகப் பயன்படுத்தப்படவேண்டும். அடுத்த தலைமுறைக்குப் பலனுள்ள வகையில் வழங்கப்படவேண்டும். இந்தக் காரணத்திற்காகவும் NHKவிற்கு உங்கள் சந்தாத்தொகை தேவைப்படுகிறது; மேலும் –"

அவன் இடைமறித்து, "என் அம்மா எப்படிப்பட்டவள்? அவள் எங்கே சென்றாள்? அவளுக்கு என்ன ஆயிற்று?"

அவன் அப்பா தனது மந்திர உச்சாடனத்தை நிறுத்தினார். அவர் உதடுகள் இறுக்கமாகப் பூட்டிக்கொண்டன.

டெங்கோவின் குரல் இப்போது மிருதுவாகியது. "எனக்கு ஒரு காட்சி தோன்றிக்கொண்டேயிருக்கிறது. ஒரே காட்சி. திரும்பத்திரும்ப வந்து கொண்டேயிருக்கிறது, அது உண்மையில் நடந்த ஏதோவொன்றின் ஞாபகமா என்று தெரியவில்லை. நான் ஒன்றரை வயது குழந்தையாக இருக்கிறேன். என் பக்கத்தில் அம்மா இருக்கிறாள்.

அவளும் ஓர் இளைஞனும் கட்டிப்பிடித்துக் கொண்டிருக்கிறார்கள். அந்த ஆள் நீங்கள் அல்ல. அது யார் என்று எனக்குத் தெரியவில்லை, ஆனால் அது நிச்சயமாக நீங்கள் அல்ல.''

அவர் எதுவும் பேசவில்லை, ஆனால் அவர் கண்கள் வேறு எதையோ, அங்கே இல்லாத எதையோ, தெளிவாகப் பார்த்துக் கொண்டிருந்தன.

ஒரு நீண்ட மௌனத்திற்குப் பிறகு டெங்கோவின் அப்பா சம்பிரதாயமான தொனியில், ''எனக்கு ஏதாவது வாசித்துக்காட்ட முடியுமா?'' என்றார். ''எனக்குக் கண்பார்வை மிகவும் மோசமாகிவிட்டதால் புத்தகங்களை இப்போதெல்லாம் படிக்கவே முடியவில்லை. அந்த அலமாரியில் சில புத்தகங்கள் இருக்கின்றன. அவற்றில் எதையாவது எடுத்துப் படித்துக்காட்டேன்.''

டெங்கோ எழுந்துசென்று அந்தப் புத்தகங்களின் முதுகுகளை ஆராய்ந்தான். பெரும்பாலும் ஆதிகாலத்துச் சாமுராய்கள் உலவிக்கொண்டிருக்கும் சரித்திர நாவல்கள். புராதன மொழிநடையில் எழுதப்பட்ட, பூஞ்சைக்காளான் பீடித்த பழம்புத்தகங்களை எடுத்துப் படித்துக்காட்ட அவனுக்கு விருப்பமில்லை.

''உங்களுக்கு ஆட்சேபனை இல்லையென்றால் 'பூனைகள் நகரம்' என்றொரு கதையை வாசித்துக்காட்டுகிறேன்,'' என்றான். ''அது நான் படிப்பதற்கென்று இப்போது வாங்கிய ஒரு புத்தகத்திலுள்ள கதை.''

''பூனைகள் நகரம் பற்றிய கதை,'' அந்த வார்த்தைகளைத் தனக்குள்ளே மெதுவாக, ஒவ்வொரு வார்த்தையாகச் சொல்லிப் பார்த்துக் கொண்டார். ''உனக்குச் சிரமம் இல்லையென்றால் அந்தக் கதையையே படித்துக்காட்டு.''

டெங்கோ அவன் கைக்கடிகாரத்தைப் பார்த்தான். ''ஒரு சிரமமும் இல்லை. ரயிலுக்கு நிறைய நேரமிருக்கிறது. இது ஒரு விசித்திரமான கதை. உங்களுக்குப் பிடிக்குமாவென்று தெரியவில்லை.''

டெங்கோ அந்தப் புத்தகத்தை வெளியே எடுத்து, தெளிவாகக் கேட்கும்படியான குரலில் நிதானமாக வாசிக்கத் தொடங்கினான். அவ்வப்போது மூச்சு வாங்கிக்கொள்ள இடைநிறுத்தினான். அப்போதெல்லாம் அவன் அப்பாவின் முகத்தைப் பார்க்கும்போது அதில் எந்தவொரு மாற்றமும் இல்லாதிருந்தது. அவர் கதையை ரசிக்கிறாரா? அவனால் சொல்லமுடியவில்லை.

''அந்தப் பூனைகள் நகரத்தில் தொலைக்காட்சி இருக்கிறதா?'' டெங்கோ வாசித்து முடித்ததும் அவர் கேட்டார்.

''இந்தக் கதை ஆயிரத்துத் தொள்ளாயிரத்து முப்பதுகளில் ஜெர்மனியில் எழுதப்பட்ட கதை. அந்தக் காலத்தில் தொலைக்காட்சி இல்லை. ஆனால் வானொலி இருந்திருக்கிறது.''

''அந்த நகரத்தைப் பூனைகளா நிர்மாணித்திருக்கின்றன? அல்லது மனிதர்கள் நிர்மாணித்த நகரத்தில் பூனைகள் குடியேறிவிட்டனவா?'' அவர் தனக்குத்தானே பேசிக்கொள்வதைப் போலக் கேட்டார்.

''எனக்குத் தெரியவில்லை,'' என்றான் டெங்கோ. ''அது மனிதர்களால் நிர்மாணிக்கப்பட்டதாகத்தான் இருக்க வேண்டும். ஒரு வேளை மனிதர்கள் அந்நகரை விட்டு ஏதோ காரணத்திற்காக வெளியேறிவிட்டிருக்கலாம் - அல்லது ஏதாவது தொற்றுநோயால் எல்லோரும் இறந்து விட்டிருக்கலாம் - அதன்பின் பூனைகள் அங்கு குடியேறியிருக்கக்கூடும்.''

அவர் தலையசைத்துக் கொண்டார். ''வெற்றிடம் ஒன்று உருவாகும்போது வேறு ஏதோ ஒன்று அங்கு வந்து நிரம்பியாக வேண்டும். எல்லோரும் செய்வது அதைத்தான்.''

''அதைத்தான் எல்லோரும் செய்கிறார்கள்?''

''ஆம், அப்படித்தான்.''

ஹாருகி முரகாமி

"நீங்கள் எந்தவிதமான வெற்றிடத்தை நிரப்பிக் கொண்டிருக்கிறீர்கள்?"

அவர் முகத்தைச் சுளித்துக்கொண்டார். பின், "உனக்குத் தெரியவில்லையா?" என்றார் கேலியாக.

"எனக்குத் தெரியவில்லை."

அவர் நாசித்துவாரங்கள் விடைத்தன. ஒரு புருவம் மட்டும் சற்று மேலேறியது. "விளக்கம் அளிக்காமல் அதை உன்னால் புரிந்துகொள்ள முடியாதென்றால், விளக்கம் அளித்தாலும் அதை உன்னால் புரிந்துகொள்ள முடியாது."

அம்மனிதரின் முகபாவத்தைப் புரிந்துகொள்வதற்காக டெங்கோ கண்களைச் சுருக்கி உற்றுப்பார்த்தான். இதற்குமுன் அவன் அப்பா ஒருபோதும் இத்தகைய விநோதமான, பூடகமான மொழியில் பேசியதில்லை. நடைமுறைக்கு ஏற்ற வகையில், உறுதியான தொனியில் பேசுவதுதான் அவர் வழக்கம்.

"ஓஹோ. எனவே நீங்கள் ஏதோவொரு வெற்றிடத்தை நிரப்பிக் கொண்டிருக்கிறீர்கள்," என்றான் டெங்கோ. "சரி, அப்படியானால் நீங்கள் விட்டுச் செல்லப்போகும் வெற்றிடத்தை யார் நிரப்பப் போகிறார்கள்?"

"நீதான்," அவர் டெங்கோவை நோக்கிச் சுட்டுவிரலை நீட்டி அறிவித்தார். "இது வெளிப்படையாகத் தெரிவதுதானே? வேறு யாரோ உண்டாக்கிய வெற்றிடத்தை நான் நிரப்பிக் கொண்டிருக்கிறேன் என்றால், நான் உண்டாக்கிய வெற்றிடத்தைநீதான் நிரப்புவாய்."

"மனிதர்கள் அந்த நகரத்தைவிட்டு வெளியேறியதும் பூனைகள் நிரப்பியதைப் போலவோ?"

அவனை நோக்கி நீட்டியிருந்த கையை இன்னும் தாழ்த்தாமல் அப்படியே வைத்துக்கொண்டு "ஆம்" என்றார். நீட்டிக்கொண்டிருந்த

தனது சுட்டுவிரலை ஏதோ ஒரு மர்மமான, இடம் மாறி வந்துவிட்ட பொருளைப் போல வெற்றாகப் பார்த்தார்.

டெங்கோ பெருமூச்செறிந்தான். ''சரி, அப்படியானால் யார் என்னுடைய அப்பா?''

''வெறும் வெற்றிடம்தான். உன் அம்மா அவள் உடம்பை ஒரு வெற்றிடத்தோடு நிரப்பி உன்னைப் பெற்றெடுத்தாள். அந்த வெற்றிடத்தை நான் நிரப்பினேன்.''

இவ்வளவு சொன்னதே அதிகம் என்பதுபோல அவர் கண்களை மூடி வாயையும் அடைத்துக்கொண்டார்.

''என் அம்மா போய்விட்டபிறகு நீங்கள் என்னை வளர்த்தீர்கள். அதுதானே நீங்கள் சொல்வது?''

ஒரு மந்த புத்திக் குழந்தைக்கு எளிமையான உண்மை ஒன்றை விளக்க முயற்சிப்பதைப் போல அவர் நியமமாகத் தொண்டையைக் கனைத்துக்கொண்டு, ''அதனால்தான் சொன்னேன், விளக்கம் அளிக்காமல் உன்னால் புரிந்துகொள்ள முடியாதென்றால் விளக்கம் அளித்தாலும் உன்னால் புரிந்துகொள்ள முடியாது என்று.''

கைகளை மடக்கி மடிமேல் வைத்துக்கொண்டு அவன் அப்பாவின் முகத்தை நேராகப் பார்த்தான். இவர் ஒன்றும் காலியான ஓடு அல்ல என்று நினைத்துக்கொண்டான். குறுகலும் திடமுமான ஆன்மாவைக் கொண்ட, ரத்தமும் சதையுமான ஒரு மனிதர். கடலோரத்திலிருக்கும் இந்தத் துண்டு நிலத்தில் உயிர்போவதும் வருவதுமாக ஊசலாடிக்கொண்டிருக்கிறார். அவருக்குள் மெதுவாகப் பரவிக் கொண்டுவரும் வெற்றிடத்தோடு உடனொத்து வாழ்வதைத் தவிர அவருக்கு வேறு மாற்று இல்லாதிருக்கிறது. இறுதியில் இந்த வெற்றிடம் மிச்சமிருக்கும் அவர் ஞாபகங்கள் எல்லாவற்றையும் விழுங்கிக்கொள்ளப் போகிறது. வெகு சீக்கிரத்திலேயே.

■

மாலை ஆறுமணியாவதற்குச் சற்றுமுன்பாக டெங்கோ அவன் அப்பாவிடம் விடைபெற்றுக்கொண்டான். டாக்ஸி வரும்வரை அவர்கள் எதிரெதிரே சன்னலுக்குப் பக்கத்தில் உட்கார்ந்து கொண்டிருந்தார்கள். யாரும் எதுவும் பேசவில்லை. டெங்கோவிடம் கேட்பதற்கு நிறைய கேள்விகள் இருந்தன. அவற்றிற்குப் பதில் கிடைக்காது என்று அவன் அறிந்திருந்தான். அப்பாவின் இறுக்கமாக மூடியிருந்த உதடுகள் அதைத்தான் தெரிவித்தன. விளக்கமில்லாமல் ஒன்றை உங்களால் புரிந்துகொள்ள முடியவில்லையென்றால், விளக்கினாலும் அதை உங்களால் புரிந்து கொள்ள முடியாது. அப்பா சொன்னதைப் போல. கிளம்ப வேண்டிய நேரம் நெருங்கியதும் டெங்கோ அவரிடம், ''இன்று நிறையவே என்னிடம் சொல்லியிருக்கிறீர்கள். அவை நேரடியாக இல்லாமல், புரியவும் கடினமாக இருந்தாலும் உங்களால் இயன்றவரை நேர்மையாக, வெளிப்படையாகச் சொல்லியிருக்கிறீர்களென்று நினைக்கிறேன். அதற்காக உங்களுக்கு நான் கடமைப்பட்டிருக்க வேண்டும்.''

இப்போதும் அவர் எதுவும் பேசவில்லை. ரோந்துப் பணியில் அமர்த்தப்பட்ட போர்வீரன் தூரத்து மலையில் பழங்குடிகள் எழுப்பும் நெருப்பு சமிக்ஞைக்காகக் கூர்ந்து பார்த்துக்கொண்டிருப்பதைப் போல வெளியே நிலைத்த பார்வையோடு வெறித்திருந்தார். டெங்கோ அவர் பார்வையின் இலக்கை அறிந்து கொள்ள முயற்சித்தான். அங்கிருந்தது சூரிய அஸ்தமனத்தில் பொன்னிறமாகியிருந்த பைன் தோப்பு மட்டும்தான்.

''இதை நான் சொல்வதற்காக மன்னிக்கவேண்டும். உங்களுக்குள் ஒரு வெற்றிடம் உருவாகும் நேரம் வரும்போது நீங்கள் வலியில்லாமல் இருக்கவேண்டுமென்று விரும்புவதைத் தவிர உங்களுக்காக நான் எதையுமே செய்ய முடியாது. நீங்கள் ஏற்கனவே நிறைய வேதனையை அனுபவித்திருக்கிறீர்கள். என் அம்மாவை எந்தளவுக்கு நீங்கள் நேசித்திருக்கிறீர்களென்று என்னால் உணர

முடிகிறது. அம்மா விட்டுச்சென்றது உங்களைக் கடுமையாகப் பாதித்திருக்கும் - காலியான நகரத்தில் வாழ்வதைப் போல. இருந்தாலும் என்னை நீங்கள் அந்தக் காலியான நகரத்தில் வளர்த்திருக்கிறீர்கள்.''

காக்கைகள் கூட்டம் ஒன்று கரைந்தபடி கடந்து சென்றது. டெங்கோ எழுந்துநின்றான். அவன் அப்பாவிடம் நெருங்கி அவர் தோள்மீது கையை வைத்தான்.'' போய் வருகிறேன் அப்பா. விரைவில் மீண்டும் வருவேன்.''

கதவுப்பிடியில் கைவைத்துத் திறப்பதற்கு முன் டெங்கோ கடைசியாக ஒருமுறை அவன் அப்பாவைப் பார்க்கத் திரும்பியதும் அதிர்ந்து போனான். அவன் அப்பாவின் கண்களிலிருந்து ஒரேயொரு கண்ணீர்த்துளி தப்பித்து வெளியே வந்து, அறைக்கூரையிலிருந்த விளக்கின் ஒளியில் மங்கலான வெள்ளி நிறத்தில் மின்னியது. பின் அது மெதுவாகச் சேகரமாகிக் கன்னத்தில் இறங்கி வழிந்து அவர் மடியில் விழுந்தது. டெங்கோ கதவைத் திறந்துகொண்டு வெளியேறினான். வாடகைக் காரில் ரயில்நிலையம் சென்று, அவனை இங்கே கூட்டிவந்த அதே ரயிலில் திரும்ப ஏறிக்கொண்டான்.

காலச்சுவடு

விநோத நூலகம்

1

நூலகம் வழக்கத்தைவிட ஓசையடங்கியிருந்தது.

எனது புதிய தோல் காலணிகள் சாம்பல் நிற லினோலியத் தரையில் எழுப்பிய கடகடப்பொலி, எனது இயல்பான காலோசையைவிட வலுவாக, கடுமையாகக் கேட்டது. ஒவ்வொருமுறை புதிய ஷுக்களை அணியும்போதும் அதன் ஓசைக்கு பழக்கப்படுத்திக்கொள்ள கொஞ்ச நாட்கள் ஆகின்றன.

விநியோக மேசையில் இதுவரை நான் பார்த்திராத ஒரு பெண், கனமான புத்தகம் ஒன்றைப் படித்துக்கொண்டு அமர்ந்திருந்தாள். எவ்வளவு அகலமான புத்தகம்! அவளைப் பார்க்கும்போது, புத்தகத்தின் வலது பக்கத்தை அவளுடைய வலது கண்ணாலும், இடது பக்கத்தை இடது கண்ணாலும் படித்துக் கொண்டிருப்பதைப் போலிருந்தது.

''தொந்தரவுக்கு மன்னியுங்கள்,'' என்றேன்.

புத்தகத்தை அடித்து மூடி மேசைமேல் வைத்துவிட்டு என்னை நிமிர்ந்து பார்த்தாள்.

கையில் வைத்திருந்த புத்தகங்களை அவளெதிரே வைத்துவிட்டு, ''இவற்றைத் திருப்புவதற்காக வந்தேன்,'' என்றேன். ஒரு புத்தகம் *நீர்மூழ்கிக் கப்பலைக் கட்டுவது எப்படி?* இன்னொன்று *ஒரு மேய்ப்பனின் நினைவுக்குறிப்புகள்*

நூலகப் புத்தகங்களைப் பிரித்து முதல் பக்கத்தில் திருப்பவேண்டிய தேதியைச் சரிபார்த்தாள். காலம் கடந்திருக்கவில்லை. எப்போதுமே சரியான நேரத்தில் திருப்பிவிடுவேன். எந்த வேலையையும் நான் தாமதப்படுத்துவதில்லை. அப்படித்தான் அம்மா என்னை பழக்கியிருக்கிறார். மேய்ப்பர்களும் அப்படித்தான் இருப்பார்கள். கால நேரத்தைப் பின்பற்றாவிட்டால் ஆடுகள் திசைமாறித் தொலைந்துவிடும்.

அட்டையில் 'திருப்பிக் கொடுக்கப்பட்டது' என்று முத்திரையிட்டுவிட்டு, மூடிவைத்த புத்தகத்தைப் படிக்கத் தொடங்கினாள்.

''இன்னும் சில புத்தகங்களைத் தேடிக்கொண்டிருக்கிறேன்,'' என்றேன்.

''நேராகப் போய் அந்தப் படிக்கட்டுகளில் கீழே இறங்கி வலதுபுறம் திரும்பு,'' என்றாள் தலையை நிமிராமல். ''அந்தத் தாழ்வாரத்தில் நேராகப் போனால் அறைஎண் 107 வரும். அங்கே போ.''

2

அந்தப் படிக்கட்டுகள் முடிவில்லாமல் இறங்கிக்கொண்டே இருந்தன. எவ்வளவு படிக்கட்டுகள்! இறுதியில் முடிவை அடைந்து வலப்பக்கம் திரும்பி, பாதி இருண்டிருந்த நடைவழியில் நடந்தேன்.

அவள் சொன்னதைப் போல அறைக்கதவு ஒன்றில் 107 என்றிருந்தது. இதுவரை இந்த நூலகத்துக்குப் பலமுறை வந்திருக்கிறேன், ஆனால் இப்படி ஓர் அடித்தளம் இங்கே இருக்குமென்று தெரியாது.

கதவைத் தட்டினேன். வழக்கமாக, தினமும் கதவை எப்படித் தட்டுவேனோ, அப்படித்தான் தட்டினேன். ஆனால் யாரோ பேஸ்பால் மட்டையால் நரகத்தின் வாசற்கதவை ஓங்கி அடிப்பதைப் போலச் சத்தம் எழுந்தது. தாழ்வாரத்தில் அது மேலும் பயங்கரமாக எதிரொலிக்க, திரும்பி ஓடிவிடலாமென்று யத்தனித்தேன். ஆனால் கட்டுப்படுத்திக்கொண்டேன். நான் அப்படி வளர்க்கப்படவில்லை. அம்மா எனக்குக் கற்றுக் கொடுத்திருக்கிறார், கதவைத் தட்டினால் அவர்கள் வந்து திறக்கும்வரை காத்திருக்க வேண்டுமென்று.

"உள்ளே வரலாம்" என்று உள்ளேயிருந்து கேட்ட குரல் அடங்கியது, ஆனால் கூர்மையான குரல்.

கதவைத் திறந்தேன்.

அறையின் மத்தியில் ஒரு சிறிய பழைய மேசைக்குப் பின்னால் அந்தக் குள்ளமான கிழவர் உட்கார்ந்திருந்தார். முகத்தில் ஈ மொய்த்திருப்பதைப் போலச் சிறிய கரும்புள்ளிகள். வழுக்கைத் தலை. கனமான கண்ணாடி அணிந்திருந்தார். முழு வழுக்கை என்று சொல்ல முடியாமல் தலையின் பக்கவாட்டில் வெள்ளை முடிக்கற்றைகள் சுருள் சுருளாக ஒட்டிக்கொண்டிருந்தன. பெரிய காட்டுத்தீக்குப் பிறகான மலையைப் போலிருந்தது அவர் தலை.

"நல்வரவு, சிறுவனே," என்றழைத்தார் கிழவர். "என்ன உதவி என்னிடமிருந்து வேண்டும்?"

"சில புத்தகங்களைத் தேடிக்கொண்டிருக்கிறேன்," என்றேன் பலவீனமான குரலில். நீங்கள் வேலையாக இருக்கிறீர்கள் என்று தெரிகிறது. நான் பிறகு வருகிறேன்..."

"அபத்தம்!" என்று வெடித்தார். "இது என் வேலை. பிஸி எல்லாம் ஒன்றும் கிடையாது! சொல்லு, என்ன மாதிரியான புத்தகங்களைத் தேடிக் கொண்டிருக்கிறாய்? அவை எங்கே இருக்குமென்று இடத்தைக் காட்டுகிறேன்."

அவர் பேசும் விதமே வேடிக்கையாக இருப்பதாகத் தோன்றியது. அவர் முகமே முழு வினோதம். செவிமடல்களிலிருந்து நீளமான முடிகள் துருத்திக் கொண்டிருந்தன. காற்றுபோன பலூனைப்போல முகவாய்க்குக் கீழே தோல் மடிப்புகள் தளர்ந்திருந்தன.

"நீ தேடிக்கொண்டிருப்பது என்னவென்று சரியாகச் சொல், என் இளம் நண்பனே."

"ஆட்டமன் சாம்ராஜ்ஜியத்தில் வரிவசூல் எப்படி செய்யப்பட்டது என்று தெரிந்துகொள்ள வேண்டும்," என்றேன்.

கிழவரின் கண்கள் பளிச்சிட்டன. "ஓ அப்படியா?" என்றார். "ஆட்டமன் சாம்ராஜ்ஜியத்தில் வரிவசூல்! ஆச்சரியமூட்டும் ஆர்வம்தான் உனக்கு. இதுவரை யாரும் கேட்டதில்லை!"

3

அவர் சொன்னது என்னை நெளிய வைத்தது. உண்மையைச் சொல்ல வேண்டுமானால், ஆட்டமன் வரி வசூலைப் பற்றித் தெரிந்துகொள்வதில் எனக்கு அந்தளவுக்கு ஆர்வமெல்லாம் ஒன்றும் கிடையாது. பள்ளியிலிருந்து வீட்டுக்குத் திரும்பிக் கொண்டிருந்தபோது திடீரென்று முளைத்த சிந்தனைதான் அது. ஆட்டமன்கள் எப்படி வரிவசூல் செய்திருப்பார்கள்? இப்படி ஒரு யோசனை. மிகவும் சின்னவனாக இருந்த காலத்திலிருந்தே அம்மா சொல்லி வந்திருக்கிறார், எதையாவது தெரிந்துகொள்ள வேண்டுமென்றால், நூலகத்துக்குச் சென்று தேடு.

"பரவாயில்லை," என்றேன். "அதுவொன்றும் அவ்வளவு முக்கியமில்லை. சும்மா தெரிந்துகொள்ளலாமே என்றுதான்..." இந்த அமானுஷ்யமான சூழலிலிருந்து எவ்வளவு சீக்கிரம் முடியுமோ வெளியேறிவிட வேண்டும் என்ற துடிப்பில் அங்கிருந்து இடத்தைக் காலி செய்யத் தயாரானேன்.

"என்ன விளையாடுகிறாயா?" கிழவர் இடைமறித்தார். "ஆட்டமன் சாம்ராஜ்ஜிய வரிவசூல் குறித்து நிறைய நூல்கள் எங்களிடம் இருக்கின்றன. நூலகத்தில் குறும்பு விளையாட்டு விளையாடலாம் என்ற எண்ணத்தோடு வந்திருக்கிறாயா? கிண்டலா உனக்கு?"

"இல்லை சார்," நான் திக்கித் திணறினேன். "அது என் நோக்கம் அல்ல. யாரையும் கிண்டல் செய்வதற்காக வரவில்லை."

"அப்படியானால் நல்ல பையனாக இங்கேயே காத்திரு."

"சரி, சார்."

கிழவர் நாற்காலியிலிருந்து எழுந்தார். கூனல் முதுகோடு, அறையில் பின்னால் இரும்புக்கதவைத் திறந்து மறைந்து போனார். அவர் திரும்பி வருவதற்காக அங்கேயே பத்து நிமிடங்களுக்கு நின்றிருந்தேன். விளக்கின் மேல்தட்டின் அடியில் குட்டியான கருவண்டுகள் ஊர்ந்து கொண்டிருந்தன.

கடைசியில் மூன்று கனமான புத்தகங்களைத் தூக்கிக்கொண்டு கிழவர் வந்தார். அவையெல்லாமே பயங்கரப் பழசானவை. புராதன காகித நெடி அறைக்குள் பரவியது.

கிழவர் பெருமிதத்தோடு, "உனக்கு விருந்துதான்," என்றார். "*ஆட்டமன் வரிவிதிப்பு முறைகள், ஆட்டமன் வரித்தண்டலரின் நாட்குறிப்புகள், ஆட்டமன்-துருக்கிய சாம்ராஜ்ஜியத்தில் எழுந்த வரி கலகமும் முறியடிப்பும்.* அபாரமான நூல்கள்தான், நீயே ஒப்புக்கொள்வாய்."

பணிவுடன் ''மிகவும் நன்றி,'' என்றேன். புத்தகங்களை எடுத்துக்கொண்டு கதவை நோக்கி நடந்தேன்.

''நில்!'' என்றார் கிழவர் பின்னாலிருந்து.

''இந்த மூன்று புத்தகங்களும் வெளியே கொண்டு செல்வதற்கானவை அல்ல. இந்த வளாகத்துக்குள்ளேயே வைத்து வாசிக்க வேண்டும்.''

4

ஆம். அந்தப் புத்தகங்கள் ஒவ்வொன்றின் முதுகிலும் 'வளாகப் பயன்பாட்டுக்கு மட்டும்' என்று சிவப்பு அட்டை ஒட்டப்பட்டிருந்தது.

''இவற்றை உள் அறையில் வைத்து வாசிக்க வேண்டும்,'' என்றார் கிழவர்.

கைக்கடிகாரத்தைப் பார்த்தேன். 5.20. ''நூலகத்தின் வேலை நேரம் முடியப்போகிறதே. அம்மாவும் கவலைப்படுவார்கள். நான் போக வேண்டும்.''

கிழவரின் மயிரடர்ந்த புருவங்கள் நெரித்து ஒரே கோடாகின. ''வேலைநேரம் முடிவதெல்லாம் பிரச்சனையே கிடையாது,'' என்று முகம் சுளித்தார். ''நான் சொல்வதைத்தான் செய்வார்கள்-இருக்கட்டும் என்று நான் சொன்னால் இருக்கட்டும்தான். கேள்வி என்னவென்றால், நான் செய்யும் உதவிக்கு உரிய மரியாதை தருகிறாயா இல்லையா என்பதுதான். இவ்வளவு கனமான புத்தகங்களை எதற்காக நான் சுமந்து வந்ததாக நினைக்கிறாய்? என் தேகப் பயிற்சிக்காகவா?''

''மன்னியுங்கள், உங்களைத் தொந்தரவு செய்வது என் நோக்கம் அல்ல. புத்தகங்களை வெளியே கொண்டு செல்லக் கூடாதென்று எனக்குத் தெரியாது.''

கிழவர் கொல்லென்று இருமி, கைக்குட்டையில் எதையோ கெட்டியாகத் துப்பினார். முகத்திலிருந்த கரும்புள்ளிகள் வெறியோடு நடனமாடிக் கொண்டிருந்தன.

"உனக்கு என்ன தெரியும், தெரியாது என்பதைப் பற்றி அக்கறை இல்லை," என்று சீறினார். "உன் வயதில் நான் இருந்தபோது இப்படியொரு வாய்ப்பு படிப்பதற்குக் கிடைக்காதா என்று ஏங்கியிருக்கிறேன். ஆனால் இங்கே நீ நேரமாகிவிட்டது, சாப்பாட்டுக்குத் தாமதமாகிவிடும் என்று சிணுங்கிக் கொண்டிருக்கிறாய். என்ன தைரியம் உனக்கு!"

"சரி, நான் இங்கேயே இருந்து படிக்கிறேன். ஆனால் வெறும் முப்பது நிமிடங்களுக்கு மட்டும்," என்றேன். யாரிடமும் உறுதியாக முடியாது என்று சொல்வதில் நான் சமர்த்தனில்லை. "ஆனால் அதற்கு மேல் என்னால் தங்கியிருக்க முடியாது. நான் சின்னவனாக இருந்தபோது, பள்ளியிலிருந்து திரும்பும் வழியில் ஒரு கருப்பு நாய் என்னை கடித்துவிட்டது. அப்போதிலிருந்து நான் வீட்டுக்கு வரத் தாமதமானால் அம்மா வினோதமாக நடந்துகொள்ளத் தொடங்குவார்.

கிழவரின் முகத்தில் இறுக்கம் சற்று தளர்ந்தது.

"ஆகவே, இங்கே தங்கி படிக்கிறாய்?"

"ஆம், ஆனால் முப்பது நிமிடங்களுக்கு மட்டும்."

"சரி, இந்தப் பக்கமாக வா," என்று கிழவர் தலையை அசைத்தார். உள் கதவுக்குப் பின்னால் இருட்டான நடைவழியில் ஒரேயொரு விளக்கு கண்சிமிட்டிக் கொண்டிருந்தது. ஏறக்குறைய அந்த இருட்டுக்குள் நுழைந்தோம்.

5

"என் பின்னால் வா," என்றார் கிழவர்.

கொஞ்ச தூரம் நடந்தவுடனேயே, நடைவழி இரண்டாகப் பிரிந்தது. கிழவர் வலப்பக்கம் திரும்பினார். அந்த வழியில் கொஞ்சதூரம் சென்றதும் இன்னொரு பிரிவு. இம்முறை இடதுபக்கம் திரும்பினார். அந்த நடைவழி இன்னும் செல்லச் செல்ல, இரண்டிரண்டாகப் பிரிந்து கொண்டே நீண்டுகொண்டிருக்க, கிழவர் சற்றும் தயங்காமல் வலமும் இடமுமாகத் திரும்பித்திரும்பிச் சென்று கொண்டேயிருந்தார். சில சமயங்களில் ஏதோ ஒரு கதவைத் திறந்து, முற்றிலும் வேறான இன்னொரு நடைவழிக்குள் நுழைந்தார்.

என் மனம் கலவரத்தில் இருந்தது. இது எல்லாமே அதீதமான விநோதம்தான். எங்கள் ஊர் நூலகத்திற்கு இப்படி ஒரு அடித்தளமும், அதில் இவ்வளவு விஸ்தாரச் சிக்கலாகத் திருகுப்பாதைகளும் இருக்குமா? சாதாரணமாகப் பொது நூலகங்கள் எப்போதுமே பணப்பற்றாக்குறையில் இயங்குபவையாகவே இருக்கும். சின்னதாக ஒரு திருகுப்பாதையை அமைப்பது கூட அவர்களுக்குக் கட்டுப்படியாகாது. இதைப்பற்றிக் கிழவரிடம் கேட்கலாமாவென்று யோசித்து, அவர் சத்தம் போடுவார் என்று பயந்து நிறுத்திக்கொண்டேன்.

கடைசியாக, இந்தப் பாதை பின்னால் ஒரு பெரிய இரும்புக் கதவில் முடிந்தது. கதவில் 'வாசிப்பறை' என்ற பலகை. அந்த வட்டாரமே நடுராத்திரியில் மயானம் போலப் படுநிசப்தத்தில் உறைந்திருந்தது.

கிழவர் பாக்கெட்டிலிருந்த கணகணவென்று ஒலிக்கும் ஒரு சாவிக் கொத்தை எடுத்து, இருப்பதிலேயே பெரிய, பழங்கால சாவியைத் தேர்ந்தெடுத்தார். சாவித்துளைக்குள் செருகிவிட்டு என்னைத் திரும்பி அர்த்தபுஷ்டியோடு பார்த்தபடியே சாவியை வலப்புறமாகத்

திருகினார். பூட்டு திறக்கும் சத்தம் பலமாக ஒலிக்க, கதவு நீளமாகக் கிறீச்சிட்டுக் கொண்டே திறந்தது.

"ம், ம், வந்தாகிவிட்டது," என்றார் கிழவர். "உள்ளே போ."

"உள்ளேவா?" என்று கேட்டேன்.

"ஆம், உள்ளேதான்."

"கும்மிருட்டாக இருக்கிறதே?"

உள்ளே செல்ல மறுத்தேன். அண்டவெளியில் கருந்துளை ஒன்றை குத்தி வைத்திருப்பதைப்போலக் கதவுக்குப் பின்னால் இருட்டாக இருந்தது.

6

கிழவர் என்னை நோக்கித் திரும்பி, நிமிர்ந்து முழு உயரத்துக்கு நின்றார். இப்போது திடீரென மிகவும் உயரமாக, பெரும் உருவத்தில் இருந்தார். அடர்ந்த புருவங்களுக்குக் கீழே அவர் கண்கள் கீழே அந்திக்கருக்கலில் வெள்ளாட்டின் கண்களைப் போலப் பளிச்சிட்டன.

"அற்பத்தனமான விஷயங்களுக்கெல்லாம் குற்றம் கண்டுபிடித்துப் புலம்புகிற பயலா நீ?"

"இல்லை சார், நான் அப்படிப்பட்டவன் அல்ல. ஆனால் இது எனக்கென்னவோ-"

"போதும் உன் மழலைப் பேச்சு," என்று கிழவர் கத்தினார். "ஏதாவது சாக்குப் போக்கு, சமாதானம் சொல்லிக்கொண்டு, மற்றவர்கள் அக்கறையோடு உதவும் செயல்களை அலட்சியப்படுத்துபவர்களை என்னால் சகித்துக் கொள்ளவே முடியாது, தெரிந்துகொள். அப்படிப்பட்டவர்கள் எல்லாம் உதவாக்கரைகள் என்பேன்."

"தயவு செய்து மன்னித்துக்கொள்ளுங்கள். உள்ளே செல்கிறேன்."

நான் ஏன் இப்படி இருக்கிறேன்? உடன்படாத விஷயங்களுக்கு உடன்பட்டுப் போவதும், செய்ய விருப்பமில்லாத விஷயங்களை மற்றவர்களின் கட்டாயத்துக்காகச் செய்வதும் என்று ஏன் இப்படி இருக்கிறேன்?

''கதவுக்கு வலதுப்பக்கத்தில் ஒரு படிக்கட்டு இருக்கும். கைப்பிடியைப் பிடித்துக்கொண்டு அதில் கீழே இறங்கிச்செல். ஜாக்கிரதை, விழுந்துவிடாதே.''

நான் முதலில் மெதுவாக அடியெடுத்துச் சென்றேன். பின்னாலிருந்த கதவைக் கிழவர் மூடியதும், மொத்தமும் கும்மிருட்டாகிப் போனது. அவர் பூட்டும் சத்தம் தெளிவாக, உரக்கக் கேட்டது.

''ஏன் கதவைப் பூட்டுகிறீர்கள்?''

''அதுதான் விதி. கதவுகள் எப்போதும் பூட்டப்பட்டிருக்க வேண்டும்.''

நான் என்ன செய்ய முடியும்? படியில் இறங்கினேன். அடித்தளத்துக்கு அடியில் இன்னொரு அடித்தளமா? முடிவின்றி படிகள் இறங்கிக்கொண்டே, பிரேஸில்தான் வந்து முடியுமோ என்று தோன்றியது. கைப்பிடி துருவேறி சொரசொரப்பாக இருந்தது. சுற்றிலும், ஒரேயொரு ஒளித்துணுக்கும் தென்படவில்லை.

இறுதியில் படிக்கட்டின் முடிவை அடைந்தோம். தூரத்தில் ஒரு வெளிச்ச மினுங்கல் தெரிந்தது. உண்மையில் மிகவும் மங்கலான வெளிச்சம்தான், ஆனாலும் வெகுநேர இருட்டுக்குப் பழகியிருந்த என் கண்களைக் கூசவைக்கும்படி இருந்தது. அறையின் பின்னாலிருந்து யாரோ அணுகி என் கையைப் பற்றினர். அவன் குள்ளமாக இருந்தான். ஆட்டுத்தோலை உடையாகப் போர்த்தியிருந்ததைப் பார்க்க முடிந்தது.

''ஹேய், உன் வருகைக்கு நன்றி.'' என்றான் அந்த ஆட்டு மனிதன்.
''குட் ஆஃப்டர்நூன்'' என்று பதிலளித்தேன்.

7

அது உண்மையான ஆட்டுத்தோல்தான். அந்த ஆட்டு மனிதனின் உடம்போடு அது ஒவ்வொரு அங்குலத்திலும் முழுமையாகப் பொருந்தி மூடியிருந்தது. முகத்துக்கு மட்டும் திறப்பு இருந்தது. அதன் வழியே ஒரு ஜோடி நட்பார்ந்த கண்கள் எட்டிப்பார்த்தன. இந்த உடை அவனுக்குக் கச்சிதமாகப் பொருந்தியிருந்தது. ஆட்டுமனிதன் என்னை ஒரு கணம் உற்றுப்பார்த்துவிட்டு, என் கையில் வைத்திருந்த மூன்று புத்தகங்களுக்குப் பார்வையைத் திருப்பினான்.

''கடவுளே! நீ இங்கே படிப்பதற்காகத்தான் வந்தாயா? நிஜமாகவா?''

''ஆம்,'' என்றேன்.

''அதாவது, *உண்மையாகவே, நிஜமாகவே* இந்தப் புத்தகங்களைப் படிப்பதற்காகவா வந்தாய்?''

ஆட்டு மனிதன் பேசும் விதத்தில் ஏதோ விளங்கமுடியாத விநோதமான தன்மை இருந்தது. எனக்கு பதிலளிக்க வார்த்தைகள் கிடைக்கவில்லை.

''ம், சொல்லு,'' என்று கிழவர் மிரட்டினார். ''நீ இங்கே படிப்பதற்காகத்தானே வந்தாய்? அது உண்மைதானே? அவனுக்கு நேராகப் பதிலைச் சொல்லு.''

''ஆம், நான் இங்கே படிப்பதற்காகத்தான் வந்தேன்,''

கிழவர் ஆட்டு மனிதனிடம், ''நன்றாகக் கேட்டுக் கொண்டாயா?'' என்று சீறினார்.

ஆட்டு மனிதன் தயங்கினான்: ''ஆனால், ஐயா . . . இவன் மிகவும் சிறுவன் அல்லவா?''

"பேசாதே!" கிழவர் இடியென வெடித்தார். பின்னால் வைத்திருந்த பையிலிருந்து ஒரு பிரம்பை உருவியெடுத்து ஆட்டுமனிதனின் முகத்துக்குக் குறுக்காக அடித்தார்." வாசிப்பறைக்கு இவனை கூட்டிச்செல்!"

அந்த அடியில் ஆட்டு மனிதன் கலங்கி, என் கையைப் பற்றிக் கொண்டான். பிரம்பு அவனுடைய உதட்டுக்குப் பக்கத்தில் சிவப்பு வடுவை ஏற்படுத்தியிருந்தது. "சரி, போகலாம்."

"எங்கே?"

"வாசிப்பறைக்கு. படிப்பதற்காகத்தானே வந்திருக்கிறாய்?"

ஆட்டுமனிதன் ஒரு குறுகலான நடைவழியாகக் கூட்டிச் சென்றான். கிழவர் எங்களுக்குப் பின்னாலேயே ஒட்டிக்கொண்டு வந்தார். ஆட்டு மனிதனின் பின்புறத்தில் குட்டையாக வால் ஒன்று பொருத்தப்பட்டு, ஒவ்வொரு தப்படிக்கும் பெண்டுலம் போல அப்படியும் இப்படியுமாக ஆடிக்கொண்டு வந்தது.

நடைவழியின் முடிவை அடைந்ததும் ஆட்டுமனிதன், "ஆ, வந்து சேர்ந்தாகிவிட்டது நண்பனே," என்றான்.

"ஒரு நிமிடம் பொறுங்கள், இது என்ன சிறைக்கூடமா?" என்று பயத்துடன் கேட்டேன்.

"ஆம்," என்றான்.

"சரியாகச் சொல்லிவிட்டாயே!" என்றார் கிழவர்.

8

"நீங்கள் இப்படிச் சொல்லவேயில்லை," என்றேன் கிழவரிடம். இவ்வளவு தூரம் நான் வந்ததே நாம் வாசிப்பறைக்குச் செல்கிறோம் என்று நீங்கள் சொன்னதால்தான்."

‘‘நீ பிடிக்கப்பட்டிருக்கிறாய்,’’ என்றான் ஆட்டுமனிதன். கூடவே தலையையும் ஆட்டினான்.

‘‘ஆம், உன் கண்ணைக்கட்டித் தூக்கிக் கொண்டு வந்துவிட்டேன்,’’ என்றார் கிழவர்.

‘‘நீங்கள் எப்படி..?’’

‘‘பேசாதே, முட்டாளே,’’ என்று சீறியபடியே பையிலிருந்து பிரம்பை எடுத்து என் தலையை நோக்கி வீசினார். சட்டென்று பின்னால் நகர்ந்து கொண்டேன். முகத்துக்குக் குறுக்கே தழும்பை வரவழைத்துக் கொள்ள விரும்பவில்லை நான்.

‘‘உள்ளே போ. மேலே எதுவும் பேசக்கூடாது. இந்த மூன்று புத்தகங்களையும் முன் அட்டையிலிருந்து பின் அட்டைவரை படித்து மனப்பாடம் செய்துகொள்ள வேண்டும். இன்றிலிருந்து ஒருமாதம் கழித்து நானே உன்னை சோதித்துப் பார்ப்பேன். இந்த மூன்று புத்தகங்களையும் மனப்பாடம் செய்து ஒப்பித்துவிட்டாயெ என்றால் உனக்கு விடுதலை.’’

‘‘இவ்வளவு பெரிய புத்தகங்களை மனப்பாடம் செய்வது சாத்தியமில்லை. என் அம்மாவும் என்னைக் காணவில்லையென்று ரொம்பவும் கஷ்டப்பட்டுக் கொண்டிருப்பார்கள் . . .’’

கிழவர் பல்லைக் கடித்தபடி, பிரம்பை உருவியெடுத்து வேகமாக வீசினார். நான் துள்ளிக்கொண்டு விலக, அடி ஆட்டுமனிதனின் முகத்தில் விழுந்தது. மிகவும் பலமான அடி. நான் தப்பித்துவிட்ட கோபத்தில் ஆட்டுமனிதனை மீண்டும் அடித்தார். குரூரம்.

‘‘இவனைச் சிறையில் தள்ளு. இந்த வேலை உன்னுடையது,’’ கிழவர் உத்தரவிட்டு அகன்றார்.

ஆட்டுமனிதனிடம்,’’ வலிக்கிறதா?’’ என்று கேட்டேன்.

"பரவாயில்லை. ஹேய், எனக்கு இதெல்லாம் பழக்கம்தான்." என்றான். அவனைப் பார்த்தால் நன்றாகத்தான் தெரிந்தான்.

"எனக்குப் பிடிக்கவில்லைதான், ஆனாலும் உன்னை உள்ளே வைத்துப் பூட்டியாக வேண்டும்."

"நான் முடியாது என்றால்? உள்ளே போக மறுத்தால்? என்ன ஆகும்?"

"அப்புறம் அவர் என்னை மேலும் பலமாக அடிப்பார்."

அந்த ஆட்டு மனிதனைப்பார்க்கப் பாவமாக இருந்தது. சிறைக்குள் சென்றேன். ஒரு சாதாரண படுக்கை, ஒரு மேஜை, கை அலம்புமிடம், கழிப்பறை எல்லாம் உள்ளேயே இருந்தது. கை கழுவுமிடத்துக்குப் பக்கத்தில் டூத் பிரஷ்ஷும், ஒரு கப்பும் இருந்தன. இரண்டுமே புதிதாகவோ, சுத்தமாகவோ தெரியவில்லை. ஸ்ட்ராபெர்ரி சுவையில் இருந்த பற்பசை எனக்குப் பிடிக்காத ஒன்று. ஆட்டுமனிதன் மேஜை விளக்கைப் போட்டு, நிறுத்தி விளையாடிக் கொண்டிருந்தான்.

"ஹேய், இங்கே பாரேன்," என்னிடம் திரும்பி பல்லிளித்தான்.

"எல்லாமே நல்லாயிருக்கு இல்லே?"

9

"உனக்கு தினமும் மூன்றுவேளை உணவு எடுத்து வருவேன். மூன்று மணிக்குச் சிற்றுண்டிக்காக டோநட் கேக்குகள் தருவேன். நானே சுட்டு எடுத்து வருவேன். மொரமொரப்போடு நல்ல சுவையில் இருக்கும்."

புதிதாகச் சுட்ட டோநட்டுகள் என் அபிமான பண்டங்களில் ஒன்று.

"சரி, காலை நீட்டு."

காலை நீட்டினேன்.

கட்டிலுக்கு அடியிலிருந்து கனமான இரும்புக் குண்டையும் அதனோடு இணைந்திருந்த சங்கிலியையும் எடுத்தான். சங்கிலியை என் கணுக்காலில் சுற்றிப் பூட்டினான். சாவியைச் சட்டைப்பையில் போட்டுக் கொண்டான். ''எனக்கு பயங்கரமாகக் குளிருகிறது,'' என்றேன்.

''கவலைப்படாதே, பழகிவிடும்.''

''ஆட்டுமனிதரே, நான் உண்மையிலேயே இங்கு ஒரு முழு மாதத்துக்குத் தங்கியிருக்க வேண்டுமா?''

''ம்ம், அதுதான் கால அளவு.''

''ஆனால் இந்தப் புத்தகங்களை நான் முழுசாக மனப்பாடப்படுத்திவிட்டால் என்னை விடுவித்துவிடுவார், இல்லையா?''

''அப்படி நடக்குமென்று தோன்றவில்லை.''

''அப்படியானால் என்னை என்ன செய்வார்கள்?''

ஆட்டுமனிதன் தலையை ஒருபக்கமாகச் சாய்த்தான். ''பையா அதையெல்லாம் கேட்காதே.''

''தயவுசெய்து சொல்லுங்கள். என் அம்மா வீட்டில் காத்துக் கொண்டிருக்கிறார்.''

''சரி, பையா. நேராகவே சொல்லிவிடுகிறேன். உன் உச்சந்தலையை வெட்டி, உன் மூளையை உறிஞ்சிச் சாப்பிட்டுவிடுவார்.''

விக்கித்து ஸ்தம்பித்தேன். நா எழவில்லை.

மெதுவாகச் சமாளித்துக்கொண்டு, ''அதாவது . . . அதாவது, அந்தக் கிழவர் என் மூளையைச் சாப்பிடப் போகிறாரா?''

"ஆம், எனக்கு உண்மையிலேயே வருத்தமாக இருக்கிறது, ஆனால் அப்படித்தான் இங்கே நடந்துகொண்டிருக்கிறது,'' என்றான் ஆட்டுமனிதன் தயக்கத்தோடு.

10

படுக்கையில் சரிந்து உட்கார்ந்து முகத்தைக் கைகளில் புதைத்துக்கொண்டேன். எதற்காக எனக்கு இப்படியெல்லாம் நடக்கவேண்டும்? நான் செய்த ஒரே தவறு இந்த நூலகத்துக்கு வந்து சில புத்தகங்களை எடுக்க வந்தது.

"கவலைப்படாதே,'' என்று ஆட்டுமனிதன் என்னைத் தேற்றினான். "உனக்குச் சாப்பாடு எடுத்து வருகிறேன். நல்ல சூடான உணவு உனக்கு ஆறுதல் அளிக்கும்.''

"ஐயா ஆட்டு மனிதரே, அந்தக் கிழவர் எதற்காக என் மூளையைச் சாப்பிட விரும்புகிறார்?''

"ஏனென்றால் அறிவு நிரம்பிய மூளைகள் உண்பதற்குச் சுவையானவை, அதனால்தான் அவை மிகவும் ருசியாக, பாலேடுபோல இருக்கும். அதே நேரத்தில் ஒருவித மொரமொரப்போடும் இருக்கும்.''

"பிற்பாடு சாப்பிடலாம் என்பதற்காகத்தான் என்னை ஒரு மாதத்துக்கு மனப்பாடம் செய்யச் சொல்லியிருக்கிறாரா?''

"அதற்காகத்தான்.''

"என்னைப் பற்றிக் கொஞ்சம் யோசித்துப்பார். இது குரூரம் இல்லையா?''

"ஹேய், இதைப்போன்ற விஷயங்கள்தான் எல்லா இடங்களிலும் நூலகங்களில் நடைபெற்றுக் கொண்டிருக்கிறதே, தெரியாதா? அதாவது கிட்டத்தட்ட இதைப்போலவே.''

இந்தச் செய்தி என்னைத் துணுக்குற வைத்தது. "எல்லா நூலகங்களிலுமா?" என் குரல் திக்கியது.

"உனக்கு எல்லா அறிவுச்செல்வத்தையும் இலவசமாகக் கொடுத்துக் கொண்டிருந்தால் அவர்களுக்கு என்னதான் ஆதாயம் கிடைக்கப் போகிறது?"

"அதற்காக வருபவர்களில் தலையைப் பிளந்து மூளையைச் சாப்பிடுவதற்கு அவர்களுக்கு என்ன உரிமை இருக்கிறது? அத்துமீறிய செயலல்லவா?"

ஆட்டுமனிதன் என்னைச் சோகமாகப் பார்த்தான். "உன்னுடைய துரதிருஷ்டம். அனுபவித்துதான் ஆகவேண்டும், வேறென்ன?"

"என் அம்மா நான் இன்னும் வீட்டுக்குச் செல்லாததால் கவலையிலும் பயத்திலும் துடித்துக் கொண்டிருப்பார். இந்த இடத்தைவிட்டுத் தப்பிச்செல்ல உதவுவீர்களா?"

"இல்லை, அது நடக்காத காரியம். அதற்கு நான் உதவினால் என்னை கம்பளிப்பூச்சிகள் நிறைந்த ஒரு பெரிய ஜாடிக்குள் போட்டு அடைத்துவிடுவார். அது ஒரு மகாபெரிய ஜாடி. உள்ளே பல்லாயிரக்கணக்கான கம்பளிப்பூச்சிகள் ஊர்ந்து கொண்டிருக்கும். மூன்று நாட்களுக்கு அடைத்து வைத்திருப்பார்."

"பயங்கரம்."

"அதனால், உன்னைத் தப்பியோட வைக்க என்னால் முடியாது, புரிகிறதா பையா? மன்னித்துக்கொள்."

11

அச்சிறிய சிறை அறையில் என்னைத் தனியாக விட்டுவிட்டு ஆட்டுமனிதன் அகன்றான். அந்தக் கடினமான மெத்தையில் குப்புறப் படுத்துக்கொண்டு முழுசாக ஒரு மணி நேரத்துக்குத் தேம்பித்தேம்பி

அழுதேன். கோதுமை உமியால் நிரப்பப்பட்டிருந்த அந்த நீலநிறத் தலையணை தொப்பலாக நனைந்தது. கணுக்காலில் கட்டப்பட்டிருந்த இரும்புக் குண்டு ஒரு டன் இருக்கும்போலக் கனத்தது.

கைக்கடிகாரத்தைப் பார்த்தேன். சரியாக 6:30. அம்மா இரவு உணவைத் தயாரித்து முடித்துவிட்டு எனக்காகக் காத்துக்கொண்டிருப்பார். சமையலறைக்குள் குறுக்கும் நெடுக்குமாகக் கவலையோடு நடந்துகொண்டு நொடிக்கொருதரம் கடிகாரத்தை அவர் ஏறிட்டுப் பார்த்துக்கொண்டிருப்பது மனக்கண்ணில் தோன்றியது. இன்னும் ஒருசில மணிநேரத்துக்குள் நான் போகாவிட்டால் அவர் உடைந்து போய்விடுவார். அப்படிப்பட்ட அம்மாதான் அவர். எது நடந்தாலும் இருப்பதிலேயே மோசமானதைக் கற்பனை செய்துகொள்வார். இந்தக் கற்பனை வளர்ந்துகொண்டே போகும். ஒன்று எல்லாவற்றையும் கெடுதலாகவே முடியுமென்று நம்பிக் கொண்டிருப்பார், இல்லாவிட்டால் சோபாவில் அசையாமல் உட்கார்ந்து தொலைக்காட்சியை வெறித்துக்கொண்டிருப்பார்.

ஏழு மணிக்கு யாரோ கதவைத் தட்டினார்கள். சுருக்கமான மெல்லிய தட்டல்.

"உள்ளே வரலாம்," என்றேன்.

பூட்டில் சாவி திருகப்படுவது கேட்டது. ஒரு இளம்பெண் சின்ன தள்ளுவண்டியில் உணவு வகைகளை அடுக்கித் தள்ளிக்கொண்டு வந்தாள். மிகவும் அழகான பெண். பார்க்கும்போதே கண்கள் கூசும் அளவுக்கு அதீத அழகு. என் வயதுதான் இருப்பாள். கழுத்து, மணிக்கட்டுகள், கணுக்கால்கள் எல்லாமே லேசாக இறுக்கினாலே உடைந்துவிடும் போலத் தோன்றினாள். அவளது நீண்ட நேரான கூந்தல் நகை இழைகளால் பின்னப்பட்டவைபோல மின்னின. என் முகத்தை ஒரு கணம் உற்றுப்பார்த்தாள். எதுவும் பேசாமல் வண்டியிலிருந்த உணவுப்பதார்த்தங்களை எடுத்து மேசையின் மேல் வைத்தாள். அவள் அழகில் ஸ்தம்பித்து, பேச்சிழந்து அமர்ந்திருந்தேன்.

உணவு வகைகள் உற்சாகம் எழுப்பக்கூடியனவாக இருந்தன. கடல் அர்ச்சின் சூப் கொதிக்கக் கொதிக்க இருந்தது. ஸ்பானிய மேக்கெரல் மீன் வறுவல் (துவர்ப்பு கிரீமோடு), எள்ளுவிதைத் தூவலோடு வெண்ணிற ஆஸ்பாரகஸ், பச்சடிக் கீரையும் வெள்ளரிக்காயும் சேர்ந்த கூட்டு, வெண்ணெயில் வறுத்த ரொட்டி. ஒரு பெரிய கிளாஸில் திராட்சைச் சாறு. எல்லாவற்றையும் அழகாக மேசையில் அடுக்கி வைத்துவிட்டு, என் பக்கம் திரும்பி, தன் கைகளினால் பேசினாள்: கண்ணீரைத் துடைத்துக்கொள். சாப்பிடத் தொடங்கு.

12

"உன்னால் பேசமுடியாதா?" என்று அவளிடம் கேட்டேன்.

"இல்லை, என்னால் முடியாது. நான் சின்னவளாக இருந்தபோதே என் குரல்வளை அழிக்கப்பட்டுவிட்டது"

"அழிக்கப்பட்டதா?" என்று வியப்போடு கூவினேன். "யார் செய்தது?"

அவள் பதில் அளிக்காமல் இனிமையாகப் புன்னகைத்தாள். மிகவும் ஜகஜ்ஜோதியான புன்னகை அது. சுற்றியுள்ள காற்று அதில் ஜொலிப்பதைப் போலிருந்தது.

"தயவுசெய்து புரிந்துகொள்" என்றாள். அந்த ஆட்டுமனிதன் கெட்டவர் அல்ல. இரக்கமனம் கொண்டவர். ஆனால் அந்தக் கிழவர்தான் அவரைப் பயமுறுத்தி வைத்திருக்கிறார்.

"புரிகிறது, ஆனாலும்..."

அவள் நெருங்கி வந்தாள். என் கை மீது அவள் கையை வைத்தாள். சிறிய, மிக மென்மையான கை. என் இதயம் இரண்டாக உடையப்போகிறது என்று நினைத்தேன்.

"சூடாக இருக்கும்போதே சாப்பிட்டு விடு" என்றாள். சூடான உணவு சக்தி தரும்.

தள்ளுவண்டியைத் தள்ளிக்கொண்டு கதவைத் திறந்து வெளியேறினாள். மே மாதக் காற்றைப்போல இலேசாக, வேகமாக வீசிவிட்டு மறைந்து போயிருந்தாள்.

உணவு சுவையாகவே இருந்தது. ஆனால் அவற்றில் பாதியைத்தான் சாப்பிடமுடிந்தது. நான் இப்போது வீட்டுக்குப் போகாவிட்டால், அம்மாவுக்குக் கவலை அதிகமாகி இன்னொரு மனக்குலைவு ஏற்படும். நான் வளர்த்துவரும் என் பிரியமான கரும்பச்சைக் குருவிக்கு உணவளிக்க மறந்து போவார். அது பட்டினியில் செத்துப் போகும்.

இங்கிருந்து எப்படித் தப்பிப்பது? கணுக்காலில் கனமான இரும்புக்குண்டு கட்டப்பட்டிருக்கிறது. கதவு பூட்டப்பட்டிருக்கிறது. எப்படியோ கதவைத் திறந்துவிட்டாலும்கூட, அந்தச் சிக்கலான திருகுவழிப் பாதையில் புகுந்து எப்படி வெளியே வருவது? பெருமூச்செறிந்தேன். மீண்டும் அழுகை வந்தது. படுக்கையில் சுருண்டு தேம்பி அழுது கொண்டிருந்தால் எதுவும் நடக்கப் போவதில்லை. என்னைத் தேற்றிக்கொண்டு மிச்ச உணவைச் சாப்பிட்டு முடித்தேன்.

13

பேசாமல் மேசையில் அமர்ந்து படிக்கத் தொடங்குவதுதான் நான் செய்யக்கூடிய நல்ல விஷயமாக இருக்குமென்று முடிவெடுத்தேன். தப்பித்துச்செல்ல ஏதாவது ஒரு வழியைக் கண்டுபிடிக்க வேண்டுமானால், முதலில் என் எதிரியின் கண்ணில் மண்ணைத் தூவ வேண்டும். அதாவது அவரது உத்தரவுக்குக் கீழ்படிந்து நடப்பதைப்போலக் காட்டிக்கொள்ள வேண்டும். அதுவொன்றும்

அவ்வளவு கடினமாக இருக்கப் போவதில்லை என்று தோன்றியது என்ன இருந்தாலும். நான் உத்தரவுகளுக்கு உடனடியாகக் கீழ்படியும் பையன்தானே.

ஆட்டமன் வரித்தண்டலரின் நாட்குறிப்புகள் -ஐ எடுத்துப் படிக்க ஆரம்பித்தேன். அந்தப்புத்தகம் துருக்கிய செம்மொழியில் எழுதப்பட்டிருந்தது; இருந்தாலும் விநோதமாக அதை என்னால் எளிதாகப் படித்துப் புரிந்துகொள்ள முடிந்தது. அது மட்டுமல்லாமல் ஒவ்வொரு பக்கமும், ஒவ்வொரு சொல்லும் என் ஞாபகத்தில் பதிந்துகொண்டே வந்தது. என்ன காரணத்துக்காகவோ, படிக்கும் எல்லாவற்றையும் என் மூளை உறிஞ்சிக்கொண்டே வந்தது. பக்கங்களைப் புரட்டப் புரட்ட, இடுப்பில் கொடுவாளோடு இஸ்தான்புல்லின் தெருக்களில் வரிவசூல் செய்கின்ற துருக்கிய வரித்தண்டலர் இபின் அர்மத் ஹஸீராக மாறினேன். காற்றில் பழவாசனையும், கோழிகளும், புகையிலையும் காபியும் கலந்த மணம் தேங்கிப்போன ஆறைப்போல நகரத்தின் மீது கனமாகப் போர்த்தியிருந்தது. வணிகர்கள் தெருவோரங்களில் அமர்ந்து பேரீச்சம் பழங்களையும், துருக்கிய ஆரஞ்சுப் பழங்களையும் கூவிக்கூவி விற்றுக்கொண்டிருந்தனர். ஹஸீர் அமைதியான, அலட்டிக்கொள்ளாத இயல்பினன். அவனுக்கு மூன்று மனைவிகள், ஆறு பிள்ளைகள். என்னிடமிருக்கும் வளர்ப்புக் குருவியைப் போலவே அவனிடமும் ஒரு பேசும் கிளி இருந்தது.

ஒன்பது மணி கழித்து சற்று நேரத்தில் ஆட்டுமனிதன் கதவைத் திறந்து கொண்டு கோக்காவும் பிஸ்கட்டுகளும் எடுத்து வந்தான்.

''பரவாயில்லையே, மாறிவிட்டாய்!'' என்றான். ''ஹேய், புத்தகத்தை மூடிவைத்துவிட்டுக் கொஞ்சம் கோக்கா சூடாகக்குடி.''

புத்தகத்தை வைத்துவிட்டு கோக்காவையும் பிஸ்கட்டையும் எடுத்தேன்.

‘‘ஆட்டுமனிதரே, கொஞ்சநேரத்துக்கு முன் ஒரு அழகான இளம்பெண் வந்தாளே, யார் அது?’’

‘‘என்னது? இன்னொருமுறை சொல்லு. அழகான பெண்ணா?’’

‘‘எனக்கு இரவு உணவு கொண்டு வந்தாளே - அவள்.’’

ஆட்டுமனிதன் முகம் குழம்பியது. ‘‘விநோதம் உனக்கு இரவு உணவு நான்தானே எடுத்து வந்தேன்? நீ படுக்கையில் படுத்துத் தேம்பித்தேம்பி அழுது கொண்டிருந்தாய். நன்றாகப் பார், நான் அழகான பெண்ணா? நான் வெறும் ஆட்டுமனிதன்.’’

ஒருவேளை நான் கனவு கண்டு கொண்டிருந்தேனோ?

14

ஆனாலும் அடுத்தநாள் முன்மாலை நேரத்திலேயே அந்த மர்மப்பெண் மீண்டும் வந்தாள். இம்முறை சாலட்டோடு டூ லௌஸ் சாசேஸ், ஸ்டஃப்டு ஸ்நாப்பர், முள்ளங்கி சாலட் பெரிய க்ரவாஸே ரொட்டி, தேன் கலந்த பிளாக் டீ. பார்க்கும்போதே பசியெடுத்தது.

நிதானமாகச் சாப்பிடு. மிச்சம் வைக்காமல் எல்லாவற்றையும் சாப்பிட வேண்டும்!! அவள் கைகளினால் பேசினாள்.

‘‘தயவுசெய்து நீ யார் என்று சொல்,’’ என்றேன்.

‘‘நான், நான்தான். வேறென்ன?’’

‘‘ஆனால் அந்த ஆட்டுமனிதர் உன்னை ஒரு கற்பனைத் தோற்றம் என்கிறார். நீ என்ற ஒன்று இல்லவே இல்லையென்று-’’

அந்தப் பெண் விரலை உயர்த்தி அவளுடைய மெல்லிய உதட்டின் மேல் வைத்தாள். உடனே மௌனமானேன்.

"ஆட்டுமனிதனுக்கென்று ஓர் உலகம் இருக்கிறது. எனக்கென்று ஒன்று. உனக்கென்று ஒன்று. நான் சொல்வது சரியா?"

"சரிதான்."

"ஆட்டுமனிதனின் உலகத்தில் நான் இருக்கவில்லை என்பதற்காக நான் இல்லவேயில்லை என்று சொல்லிவிட முடியாதல்லவா?"

"புரிகிறது," என்றேன். "நமது உலகங்கள்-உனது உலகம், எனது உலகம், ஆட்டுமனிதரின் உலகம், எல்லாமே ஒன்றோடொன்று பிணைந்திருக்கின்றன. சில நேரங்களில் அவை ஒன்றின் மேல் மற்றொன்று கவிந்துகொள்கின்றன, சில நேரங்களில் தனித்திருக்கின்றன. இதுதானே நீ சொல்வது?"

அவள் சின்னதாக இருமுறை தலையசைத்தாள்.

நான் ஒன்றும் முழு மூடன் அல்ல. அந்தப் பெரிய கருப்புநாய் என்னைக் கடித்ததற்குப் பிறகு என் மனம் சற்றுக் குழம்பிவிட்டது. அதற்கப்புறம் முற்றிலுமாகச் சரியாகவே இல்லை. அந்தப் பெண் கட்டிலில் உட்கார்ந்துகொண்டு மேசையில் நான் இரவு உணவு உண்பதைப் பார்த்துக்கொண்டிருந்தாள். அவள் கைகள் முட்டிகளின் மீது அழகாகக் கோர்த்துக் கொண்டிருக்க, உதய ஞாயிறின் கதிர்களில் தோய்ந்தபடி அமர்ந்திருக்கும் கண்ணாடிச் சிலை போலத் தெரிந்தாள்.

15

"உனக்கு என் அம்மாவையும் என் வளர்ப்புக் குருவியையும் அறிமுகம் செய்தாக வேண்டும்," என்றேன். "என் வளர்ப்புக் குருவி ரொம்ப கெட்டிக்காரக்குருவி அழகாக இருக்கும்."

அந்தப்பெண் தலையை லேசாக ஒரு பக்கம் சாய்த்தாள்.

"என் அம்மாவும் இனிமையானவர். ஆனால் என்னைப் பற்றி அதீதமாகக் கவலைப்படுவார். அதற்குக் காரணம் நான் சின்னவனாக இருந்தபோது ஒரு நாய் என்னைக் கடித்துவிட்டதுதான்."

"என்ன மாதிரியான நாய்?"

"கருப்புநாய். அதன் கழுத்தில் நகைகள் பதித்த தோல்பட்டை கட்டப்பட்டிருந்தது. பச்சை நிறத்தில் கண்கள். கனமான கால்கள். அவை ஒவ்வொன்றிலும் ஆறு கூரான நகங்கள். அதன் காதுகள் முனையில் இரண்டாகப் பிளந்திருந்தன. வெயிலில் கன்றிப்போனதைப் போல மூக்கு நுனி செம்பழுப்பில் இருந்தது. உன்னை எப்போதாவது நாய் கடித்திருக்கிறதா?"

"இல்லை, கடித்ததில்லை. சரி, நாயைப் பற்றிப் பேசாமல், சாப்பிட்டு முடி" பேச்சை நிறுத்திவிட்டு, சாப்பிட்டு முடித்தேன். தேன் கலந்த டீயைக் குடித்தேன். இலகுவாக, இனிமையாக உணரத் தொடங்கினேன்.

"இந்த இடத்திலிருந்து நான் தப்பித்தாக வேண்டும். என் அம்மா கவலைப்பட்டுக் கொண்டிருப்பார்கள். என் குருவிக்கு நான் தீனி போடாவிட்டால், சாப்பிடாமல் செத்துப் போகும்."

"என்னையும் உன்னோடு கூட்டிச் செல்கிறாயா?"

"நிச்சயமாக ஆனால் எப்படித் தப்பிப்பது என்று தெரியவில்லை. இரும்புக் குண்டைக் காலில் கட்டிவைத்திருக்கிறார்கள். வெளியே செல்லும் வழி வலைப்பின்னலாக இருக்கிறது. நான் தப்பிச் சென்றுவிட்டால் அந்தக் கிழவர், ஆட்டுமனிதருக்கு பயங்கரமான தண்டனை கொடுப்பார். என்னைத் தப்பவிட்டதற்காக."

"ஆட்டுமனிதனையும் நம்மோடு கூட்டிச் சென்றுவிடலாம் நாம் மூவரும் ஒன்றாகத் தப்பித்துவிடுவோம்."

"அவர் நம்மோடு சேர்ந்துகொள்வார் என்று நினைக்கிறாயா?"

அவள் பிரகாசமாகப் புன்னகைத்தாள்.

பின், முந்தைய நாளைப்போலவே சற்றே திறந்திருந்த கதவின் இடைவெளியில் லாவகமாகப் புகுந்து வெளியேறினாள்.

16

மேசையில் அமர்ந்து படித்துக் கொண்டிருந்தபோது பூட்டில் சாவியைத் திருகும் சத்தம் கேட்டது. ஆட்டுமனிதன் ஒரு தட்டில் டோநட்டுகள் லெமனேட் சகிதம் உள்ளே நுழைந்தான்.

''உன்னிடம் முன்பு வாக்களித்திருந்த டோநட்டுகள். அடுப்பிலிருந்து நேராக எடுத்து வருகிறேன்.''

''நன்றி, ஆட்டுமனிதர் அவர்களே.''

புத்தகத்தை மூடிவைத்துவிட்டு ஒரு டோநட்டை எடுத்துக் கடித்தேன். மேலே மொரமொரப்பாகவும், உள்ளே மெத்தென்றும் அற்புதமான சுவையுடன் வாயிலிட்டவுடன் கரைந்தது.

''நான் சாப்பிட்டதிலேயே மிகவும் சுவையான டோநட் இதுதான்,'' என்றேன்.

''இப்போதுதான் இவற்றைச் சுட்டு முடித்தேன். ஆரம்பத்திலிருந்து ஒவ்வொன்றையும் பார்த்துப்பார்த்து கவனத்துடன் செய்வேன்.''

''நீங்கள் மட்டும் டோநட் உணவகம் திறந்தால் அமோகமாக நடக்கும்,'' என்றேன்.

''நானும் அதைப்பற்றி யோசித்திருக்கிறேன். நன்றாகத்தான் இருக்கும், இல்லையா?''

''உங்களால் முடியும்.''

''ஆனால் யார் என்னுடைய கடைக்கு வருவார்கள்? நான் விநோதமாக உடையணிபவன். அப்புறம் என் பற்களைப்பார். சுத்தமாகப் பராமரிப்பதே கிடையாது.''

''நான் உங்களுக்கு உதவுகிறேன்,'' என்றேன். டோநட்டுகளை நான் விற்கிறேன். வாடிக்கையாளர்களை நான் கவனித்துக் கொள்கிறேன். பண விவகாரங்களையும், விளம்பரம் தருவதையும்கூட நான் பார்த்துக்கொள்வேன். நீங்கள் கடையின் பின்கட்டில் டோநட்டுகளைத் தயாரித்துக் கொண்டிருந்தால் மட்டும் போதும். எப்படிப் பல் விளக்குவது என்று உங்களுக்குச் சொல்லிக் கொடுக்கிறேன்.''

''ஆஹா, இது நல்ல யோசனை,'' என்றான் ஆட்டுமனிதன்.

17

ஆட்டுமனிதன் கிளம்பிச் சென்றதும் புத்தகத்தை எடுத்து வாசிக்கத் தொடங்கினேன். முன்பைப்போலவே *ஆட்டமன் வரித்தண்டலரின் நாட்குறிப்புகள்*நூலின் ஆசிரியர் இபின் அர்மூத் ஹஸீராக மாறினேன். பகல் முழுக்க இஸ்தான்புல் வீதிகளில் வரிவசூல் செய்து கொண்டிருந்தேன். மாலையானதும் வீட்டுக்குத் திரும்பி எனது பேசும் கிளிக்கு உணவளித்தேன். இரவு வானில் மெல்லிக் கோடாகப் பிறைச்சந்திரன் மிதந்து கொண்டிருந்தது. தூரத்தில் யாரோ புல்லாங்குழல் வாசிப்பது கேட்டது. என்னுடைய ஆப்பிரிக்க வேலையாள் அறையில் ஊதுவத்தி ஏற்றி வைத்துவிட்டு, கொசுவிரட்டி போன்ற ஏதோவொன்றை வைத்துப் பூச்சிகளை விரட்டிக் கொண்டிருந்தான்.

என் மூன்று மனைவிகளில் ஒருத்தியான அந்த மிக அழகான இளம்நங்கை எனக்காகப் படுக்கையறையில் காத்திருந்தாள். ஒவ்வோரிரவும் எனக்கு உணவு பரிமாறுவது அவள்தான்.

''அழகான நிலா'' என்றாள். ''நாளை அமாவாசை. வானம் முழு இருட்டாக இருக்கும்''

''கிளிக்கு உணவளிக்க வேண்டும்,'' என்றேன். ''கொஞ்ச நேரத்துக்கு முன்னால் நீங்கள் கிளிக்கு உணவிட்டுவிடவில்லையா?'' என்று கேட்டாள்.

"நீ சொல்வது சரிதான். நான் உணவிட்டுவிட்டேன்," என்றேன் இபின் அர்மூத் ஹஸீராகிய நான்.

அவளுடைய பட்டுமேனி பிறைநிலவொளியில் மின்னியது. நான் மெய்மறந்திருந்தேன்.

"அழகான நிலா" அவள் திரும்பவும் சொன்னாள். "அமாவாசை நமது தலைவிதியை மாற்றும்"

"அப்படியானால் நல்லது," என்றேன்.

18

குருட்டு டால்ஃபினைப்போல அமாவாசை இரவு மௌனமாக நெருங்கி வந்தது.

அன்று மாலை கிழவர் என்னைப் பார்ப்பதற்கு வந்தார். நான் புத்தகத்தில் சூழ்ந்திருப்பதைக் கண்டு மகிழ்ந்தார். அவரது மகிழ்ச்சியைக் கண்டு எனக்கும் மகிழ்ச்சி கூடியது. எப்படிப்பட்ட சூழ்நிலையிலும் மற்றவர்கள் மகிழ்ச்சியடைவதைப் பார்த்தால் எனக்கு மகிழ்ச்சியாக இருக்கும்.

தாடையைச் சொறிந்து கொண்டே, "உன்னைப் பாராட்ட வேண்டும்," என்றார். "நான் எதிர்பார்த்ததைவிட அதிகமாகவே படித்துவந்திருக்கிறாய். நல்ல பையன்தான் நீ."

"நன்றி சார்" என்றேன். மற்றவர்கள் பாராட்டினாலும் எனக்குப் பிடிக்கும்.

"நீ எவ்வளவு வேகமாக இந்தப் புத்தகங்களை மனப்பாடம் செய்து முடிக்கிறாயோ, அவ்வளவு சீக்கிரமாக உனக்கு விடுதலை கிடைக்கம்," என்றார். கிழவர் ஒரு விரலை உயர்த்திக்காட்டி, "புரிகிறதா?" என்றார்.

"ஆம்," என்றேன்.

‘‘வேறு ஏதாவது வேண்டுமா?’’

‘‘ஆம், என் அம்மாவும், என் வளர்ப்புக் குருவியும் எப்படி இருக்கிறார்கள் என்று விசாரித்துச் சொல்வீர்களா? அதுதான் எனக்கிருக்கும் கவலை.’’

கிழவர் முகத்தைச் சுளித்தார். ‘‘உலகம் தனக்கான பாதையில் போய்க்கொண்டிருக்கிறது, தெரிகிறதா?’’ என்றார். ‘‘ஒவ்வொருவருக்கும் அவரவர் நினைவுகள், ஒவ்வொருவரும் அவரவர் பாதையில் செல்கின்றனர். உன் அம்மாவும் அப்படியே, உன் குருவியும் அப்படியே. எல்லோருக்கும் அப்படியே. உலகம் தனக்கான பாதையில் போய்க்கொண்டிருக்கிறது.’’

அவர் என்ன சொல்கிறார் என்று புரியாவிட்டாலும், அவர் பேசி முடித்ததும் கீழ்படிந்து, ‘‘ஆம், ஐயா’’ என்றேன்.

19

கிழவர் கிளம்பிச்சென்ற சிறிதுநேரத்தில் அந்தப்பெண் வந்தாள். எப்போதும் போலவே, சற்றே திறந்த கதவின் பிளவு வழியே வழுக்கிக்கொண்டு உள்ளே வந்தாள்.

‘‘இன்றிரவு அமாவாசை,’’ என்றேன்.

படுக்கையின் மீது மௌனமாக அமர்ந்தாள். மிகவும் சோர்வுற்றிருப்பவள் போலக் காணப்பட்டாள். அவளுடைய நிறம் மங்கிவிட்டிருந்தது. முழு உடலும் மெல்லீடாக மாறி, அவளுக்குப் பின்னால் இருந்த சுவர் ஊடுருவித் தெரிந்தது.

‘‘இது அமாவாசையால்தான்’’ என்றாள். ‘‘பல விஷயங்களை இந்தநாள் நம்மிடமிருந்து இழக்க வைத்து விடுகிறது.’’

‘‘இதனால் என் கண்கள்தான் கூசுகின்றன,’’ என்றேன்.

அவள் என்னைப் பார்த்து அழகாகத் தலையை அசைத்தாள். "நிலவு உன்னைப் பாதிப்பதில்லை. அதனால் உனக்கு எந்தச் சிக்கலும் வராது. நிச்சயமாக நீ தப்பிச் சென்றுவிடுவாய்."

"அப்படியானால் நீ?"

"என்னைப் பற்றிக் கவலைப்படாதே. நாம் இருவரும் ஒன்றாகச் சேர்ந்து தப்பிக்க முடியுமாவென்று தெரியவில்லை. ஆனால் நிச்சயமாக நான் பின்னால் வந்து சேர்ந்து கொள்வேன்."

"நீ இல்லாமல் திரும்பிச் செல்லும் வழியை நான் எப்படிக் கண்டுபிடிப்பேன்?"

அவள் பதிலளிக்கவில்லை. பதிலாக அருகில் வந்து என் கன்னத்தில் சின்னதாக முத்தமிட்டாள். பின்னால் நழுவிச் சென்று, கதவுப் பிளவின் வழியே புகைபோல நுழைந்து வெளியேறினாள். ஸ்தம்பித்து, வெகுநேரம் கட்டிலிலேயே உட்கார்ந்திருந்தேன். அந்த முத்தம் என்னை முற்றிலுமாக உலுக்கியெடுத்துவிட்டதில், எதையுமே தெளிவாகச் சிந்திக்க முடியாதிருந்தது. அதே நேரத்தில் என் கவலை அனைத்துமே கவலை தவிர்த்த கவலையாக மாறிவிட்டிருந்தது. குறிப்பாகக் கவலையென்ற ஒன்று இல்லாத எந்தக் கவலையும் இறுதியில் குறிப்பிட்டுச் சொல்லமுடியாத கவலையாகத்தான் ஆகிவிடுகிறது.

20

கொஞ்சநேரத்தில் ஆட்டுமனிதன் திரும்பிவந்தான். தட்டில் டோநட்டுகளை உயரமாக அடுக்கி வைத்திருந்தான்.

"ஹேய், என்ன விஷயம்? ரொம்பவும் சோர்வாகத் தெரிகிறாய். உடம்பு சரியில்லையா, என்ன?"

"இல்லை, யோசித்துக் கொண்டிருந்தேன்."

‘‘நான் கேள்விப்பட்டது நிஜமா? இன்றிரவு இங்கிருந்து தப்பிக்கப் போகிறாயாமே? நானும் கூட வந்துவிடட்டுமா?’’

‘‘தாராளமாக, நீங்களும் வரலாம். சரி, உங்களுக்கு யார் சொன்னது?’’

‘‘கொஞ்சநேரத்துக்கு முன்னால் தாழ்வாரத்தில் ஒரு பெண் கடந்துபோனாள். அவள்தான் சொன்னாள். நீங்கள் இருவரும் தப்பித்துப் போகப் போவதாகச் சொன்னாள். இந்த இடத்தில் இப்படி ஒரு அழகான பெண் இருப்பது இதுவரையில் எனக்குத் தெரியாது. அவள் உன் தோழியா?’’

‘‘அது . . . ம் ம் ம் . . .’’ என்று இழுத்தேன்.

‘‘ஓஹோ . . . அய்யோ, என்ன அழகு அந்தப் பெண்! இப்படி ஒரு பெண் தோழியாகக் கிடைப்பது அதிருஷ்டம்தான்.’’

‘‘ஆட்டு மனிதரே, இங்கிருந்து நாம் தப்பிச்சென்றுவிட்டால், உங்களுக்கு இவளைப்போல எவ்வளவோ அழகான தோழிகள் கிடைப்பார்கள்.’’

‘‘ஆஹா, நினைக்கவே இனிக்கிறது. ஆனால் நமது தப்பிக்கும் முயற்சி மட்டும் தோல்வியடைந்துவிட்டால் நாம் இரண்டு பேரும் மிக மோசமான விளைவுகளைச் சந்திக்க நேரும்.’’

‘‘மோசமான விளைவு என்றால், பத்தாயிரம் கம்பளிப்பூச்சிகள் கொண்ட ஜாடியா?’’

ஆட்டுமனிதன் சோகமாக, ‘‘ஆமாம், அவ்வளவு பெரிய ஜாடிதான் நமக்கு,’’ என்றான்.

பத்தாயிரம் கம்பளிப்பூச்சிகளோடு நானும் ஆட்டுமனிதனும் ஒரு ஜாடிக்குள் மூன்று நாட்களுக்கு அடைத்து வைக்கப்பட்டிருக்கும் காட்சியைக் கற்பனை செய்து பார்த்தபோது முதுகுத்தண்டு சில்லிட்டது. ஆனாலும் சூடான டோநட்டுகளும், அந்தப்பெண் என்

கன்னத்தில் பதித்த முத்தமும் பயத்தைக் கலைப்பனவாக இருந்தன. நான் மூன்று டோநட்டுகளும், ஆட்டுமனிதன் ஆறும் சாப்பிட்டோம்.

"வயிறு காலியாக இருந்தால் என்னால் ஒரு அடி நகர முடியாது," என்றான் ஆட்டுமனிதன் மன்னிப்பு கேட்கும் தொனியில், வாயோரத்திலிருந்து சர்க்கரைத் துணுக்குகளை அவனுடைய தடித்த விரல்களால் துடைத்துக் கொண்டான்.

21

எங்கேயோ மணி ஒன்பது அடித்தது. ஆட்டுமனிதன் எழுந்து சட்டையின் கைப்பகுதியைப் பலமுறை தட்டி, உதறிக்கொண்டு ஆட்டு உடையைச் சரிப்படுத்திக்கொண்டான். நாங்கள் கிளம்பவேண்டிய நேரம் வந்துவிட்டது. என் காலில் கட்டப்பட்டிருந்த இரும்புக்குண்டையும் சங்கிலியையும் கழற்றினான்.

அறையிலிருந்து வெளிவந்து மங்கலான இருட்டில் தாழ்வாரத்தில் நடந்தோம். வெறும் காலில் நடக்கும்போதுதான் அவசரத்தில் என் ஷூக்களை அறையிலேயே விட்டுவிட்டது உறைந்தது. அம்மா வானத்துக்கும் பூமிக்குமாகக் குதிக்கப் போகிறார். அது மிக அருமையான, தோல் ஷூ. பிறந்தநாள் பரிசாக அளித்திருந்தார். ஆனால் இதுவும் நல்லதுக்குத்தான். காலணிச் சத்தம் கிழவரை எழுப்பிவிட்டிருக்கும்.

அந்த உலோகத்தரையில் நடக்கும்போது என் காலணிகளைப் பற்றி யோசித்துக்கொண்டே வந்தேன். ஆட்டுமனிதன் வழிகாட்டியபடியே முன்னால் சென்றான். அவனைவிட நான் சற்று உயரம் என்பதால் நடக்கும்போது அவனுடைய இரண்டு காதுகளும் என் மூக்கிற்கு எதிரே மேலும் கீழும் குதித்துக்கொண்டே வந்தன.

"ஹே, ஆட்டு மனிதரே," என்று கிசுகிசுப்பாகக் கூப்பிட்டேன்.

''என்ன?'' அவனும் கிசுகிசுத்தான்.

''கிழவருக்கு காது நன்றாகக் கேட்குமா?''

''இன்று அமாவாசை என்பதால் அறைக்குள் நன்றாகத் தூங்கிக் கொண்டிருப்பார். ஆனால் எவ்வளவு கெட்டிக்கார ஆசாமி என்று உனக்கே இதற்குள் தெரிந்திருக்கும். ஷூக்களைப் பற்றி கவலைப்படாதே. எப்போது வேண்டுமானாலும் இன்னொன்று வாங்கிக்கொள்ளலாம். ஆனால் மூளையையோ, உயிரையோ வாங்கமுடியாது.''

''உண்மைதான் ஆட்டு மனிதரே.''

''இப்போது மட்டும் அவர் எழுந்து வந்து அந்தப் பிரம்புக்குச்சியோடு எதிரே நின்றாரென்றால், அவ்வளவுதான் ஆட்டம் முடிந்தது என்று அர்த்தம். அதன் பிறகு உனக்கு எந்த விதத்திலும் உபயோகமாக இருக்கமாட்டேன். அவர் விளாச ஆரம்பித்துவிட்டால் நான் அவ்வளவுதான். உடனடியாகப் பரிபூரண அடிமையாகி விடுவேன்''

''அந்தப் பிரம்புக்கு அப்படி ஏதாவது விசேஷ சக்தி இருக்கிறதா என்ன?''

''சரியாகச் சொல்லிவிட்டாய்,'' என்றான் ஆட்டு மனிதன். ஒரு கணம் யோசித்தான். ''அது பார்ப்பதற்கு சாதாரணப் பிரம்பு போலத்தான் இருக்கிறது. ஆனால் என்னவோ தெரியவில்லை.''

22

''அந்தப் பிரம்பைக் கொண்டு உங்களை அடிக்க ஆரம்பித்தால், செயலிழந்து போய்விடுகிறீர்கள், அப்படித்தானே?''

''அதேதான். அதனால் உன் ஷூக்களை மறந்துவிடு.''

"அதை நான் எப்போதோ மறந்துவிட்டேன்."

அந்த நடைவழியில் இன்னும் சற்று தூரத்துக்கு எதுவும் பேசாமல் நடந்தோம்.

பின் திடீரென, "ஹே?" என்றான்.

"என்ன?"

"உன் ஷூக்களை மறந்துவிட்டாய்தானே?"

"ஆமாம், மறந்துவிட்டேன்," என்றேன். அவனது கேள்வியினால், மறந்துபோன ஷூக்களின் ஞாபகம் மீண்டும் மனதில் புகுந்துகொண்டது.

படிக்கட்டுகள் சில்லிட்டு இருந்தன. ஏறும்போது கால்கள் வழுக்கின. கற்படிக்கட்டுகளின் விளிம்புகள் தொடர்ந்த பயன்பாட்டில் மழுங்கியிருந்தன. அவ்வப்போது பாதத்துக்கடியில் வண்டைப்போல ஏதோ மிதிபட்டுக் கொண்டேயிருந்தது. வெறும் காலோடு கும்மிருட்டில் நடப்பது பெரிய இம்சை. சிலநேரங்களில் காலில் மிதிபடுபவை மெத்தென்று இருந்தன. மிதிபட்டவுடனே 'பச்சக்கென்று' நசுங்கின. சில முறை நறநறவென்று நொறுங்கின. 'அடச்சே, ஷூக்கள் அணிந்து வந்திருக்க வேண்டும்' என்று நினைத்துக்கொண்டேன்.

கடைசியில் படிக்கட்டுகளின் முடிவில் அந்த இரும்புக் கதவை அடைந்தோம். ஆட்டுமனிதன் சட்டைப்பையிலிருந்து பெரிய சாவிக்கொத்தை எடுத்தான்.

"சத்தமெழுப்பாமல் திறக்க வேண்டும். கிழவர் எழுந்து விடுவார்."

"ஆமாம்," என்றேன்.

அவன் ஒரு சாவியைப் பொருத்தி இடதுபுறமாகத் திருகினான். 'கச்சங்க்' என்று பலமாகச் சத்தம் எழுந்து, கதவு நீளமாகக் கிரீச்சிட்டபடியே திறந்தது. இதுவா சத்தமெழுப்பாமல் திறப்பது?

‘‘இந்த இடத்திலிருந்து சிக்கலான வலைப்பாதை ஆரம்பித்துவிடும்,’’ என்றேன்.

‘‘ஆம். இந்தத் திருகுவழி எனக்குக்கூட அதிகப் பரிச்சயமில்லை. பரவாயில்லை, சமாளிப்போம்.’’

இதைக்கேட்டதும் எனக்குக் கொஞ்சம் பதற்றம் ஏற்பட்டது. இதைப்போன்ற வலைப்பாதையில் செல்லும்போது சரியான பாதையில் திரும்பினோமாவென்று கடைசியில்தான் தெரியவரும். தப்பான பாதையில் திரும்பியிருந்தால், திரும்பி வந்து மீண்டும் ஆரம்பிப்பதற்கு மிகவும் தாமதமாகிவிடும். வலைப்பாதைகளின் பிரச்சனை அதுதான்.

23

எதிர்பார்த்ததைப் போலவே, ஆட்டுமனிதன் பலமுறை தேர்ந்தெடுத்த வழியைப் புறக்கணித்து, திரும்பி வந்து வேறுவழிகளில் கூட்டிச் சென்றான். இருந்தாலும் எனக்கென்னவோ கடைசி வாசலை மெல்ல, மெல்ல நெருங்கிக் கொண்டிருக்கிறோம் என்றே தோன்றிக் கொண்டிருந்தது. அவ்வப்போது வழியில் நின்று விரலைச் சுவரின் மீது ஓட்டிப் பார்த்து, வாயில் வைத்துத் தீர்க்கமாக யோசித்தான். சிலமுறை கீழே குத்துக்காலிட்டு உட்கார்ந்து, தரையில் காதை வைத்துக் கேட்டான். கொஞ்சதூரம் சென்றதும், கூரையில் வலை பின்னியிருந்த சிலந்திகளிடம் தாழ்ந்த குரலில் ஏதோ பேசினான். பல வழிகளாகப் பிரியும் முனைகளில் சரியான பாதையைத் தேர்ந்தெடுப்பதற்கு விநோதமான முறையைக் கையாண்டான். இருந்த இடத்திலேயே வேகமாக பம்பரமாக சுற்றிச் சுழன்றான். சட்டென்று நின்று எதிரில் இருக்கும் வழியைத் தேர்ந்தெடுத்தான். அந்தத் திருகுப்பாதையின் வழியை இப்படித்தான் நினைவுக்குக் கொண்டு வரமுடிவதாகச்

சொன்னான். ஞாபகப்படுத்திக் கொள்வதற்கு இப்படிப்பட்ட உத்தியை எத்தனைபேர் கையாள்வார்கள்?

நேரமாகிக்கொண்டே சென்றது. விடியல் நெருங்கிக்கொண்டே வர, அமாவாசை இருட்டு மெதுவாகத் தளர்ந்து கொண்டிருந்தது. ஆட்டுமனிதனும் நானும் வேகவேகமாகச் சென்றோம் விடிவதற்குள் அடைந்துவிடவேண்டும். இல்லாவிட்டால் கிழவர் எழுந்து, தேடிக்கொண்டு வந்துவிடுவார்.

"நம்மால் முடியுமென்று நினைக்கிறீர்களா?" என்று கேட்டேன்."
"ஆம் சுலபம்தான். இங்கிருந்து கொஞ்ச தூரம்தான்,"

அவனுக்கு இனிமேல் வழி நன்றாகத் தெரிந்திருக்கிறது என்பதைப் புரிந்துகொண்டேன். தீர்மானத்தோடு அப்படியும் இப்படியுமாகத் திரும்பித் திரும்பி, நிற்காமல் அந்த நடைவரியில் ஓடினோம். இறுதியில் கடைசி தாழ்வாரம் எதிரே வந்தது. அதன் முடிவில் இருந்த கதவு தெரிந்தது. கதவின் இடுக்கின் வழியே வெளிச்சம் கசிந்தது.

ஆட்டுமனிதன் பெருமையாக, "சொன்னேன், பார்த்தாயா?" என்றான். "வழியைச் சரியாகக் கண்டுபிடித்துவிட்டேன். இனி, அந்தக் கதவைத் திறந்துகொண்டு வெளியே போகவேண்டும். அப்புறம் உனக்கும் எனக்கும் விடுதலை," என்றான்.

கதவைத் திறந்தான்.

கிழவர் அங்கே எங்களுக்காகக் காத்துக் கொண்டிருந்தார்.

24

அது நான் அவரை முதன்முதலாகப் பார்த்த அதே அறை. நூலகத்தின் அடித்தளத்திலிருந்த அறை எண் 107. அவரது மேஜைக்குப் பின்னால் என்னை வைத்த கண் வாங்காமல் பார்த்தபடி அமர்ந்திருந்தார்.

கிழவருக்குப் பக்கத்தில் ஒரு மிகப்பெரிய கருப்புநாய் உட்கார்ந்திருந்தது. பச்சை நிறக் கண்களும், நகைகள் பதித்த கழுத்துப் பட்டையும் கொண்டிருந்த நாய். தடிமனான கால்கள். ஒவ்வொரு பாதத்திலும் ஆறு கூர் நகங்கள். காதுகளின் முனைகளில் பிளவுண்டிருந்தது. மூக்கு செம்பழுப்பு நிறத்தில் கன்றிப்போயிருந்தது. பல வருடங்களுக்கு முன் என்னைக் கடித்த அதே நாய். என்னருமை வளர்ப்புக்குருவி அதன் பற்களுக்கிடையில் சிக்கியிருந்தது.

நான் வீறிட்டலறி பின்னால் சாய, ஆட்டுமனிதன் தாங்கிப் பிடித்துக் கொண்டான்.

"வெகு நேரமாகக் காத்துக்கொண்டே இருந்தோம். ஏன் இவ்வளவு நேரம்?" என்றார் கிழவர்.

"ஐயா, எல்லாவற்றையும் உங்களுக்கு விளக்குகிறேன்," என்று ஆட்டுமனிதன் ஆரம்பித்தான்.

"பேசாதே, முட்டாளே, என்று கிழவர் வெடித்தார். பிரம்பைப் பின் பாக்கெட்டிலிருந்து உருவியெடுத்து மேஜையின் மேல் அடித்தார். நாய் தன் செவிகளை உயர்த்தி, விறைத்துக்கொண்டது. ஆட்டுமனிதன் வாயை மூடிக்கொண்டான். அறைக்குள் மரண அமைதி கவிந்தது.

"சரி, உங்கள் ரெண்டுபேரையும் இப்போது எப்படித் தீர்த்துக்கட்டுவது?" என்றார் கிழவர்.

"அமாவாசையன்று நீங்கள் நன்றாகத் தூங்கிவிடுவீர்கள் என்று நினைத்தோம்," என்றேன் ஹீனமாக.

"நீ ரொம்ப கெட்டிக்காரன்தான்," கிழவர் சீறினார். "இதைப்போன்ற தகவல்களை எங்கிருந்து பெற்றாய் என்று தெரியவில்லை. ஆனால் என்னை ஏமாற்றுவது அவ்வளவு எளிதல்ல. உச்சிவெயில் நேரத்தில் தர்பூசணிப் பழத்தைக் கண்டுபிடிப்பதைப் போல உங்கள் இரண்டுபேருடைய மனதையும் சுலபமாக என்னால் அறிந்துகொள்ள முடியும்."

ஹாருகி முரகாமி

அறை என் கண்முன்னால் இருண்டது.

எனது அஜாக்கிரதை எல்லாவற்றையும் கெடுத்துவிட்டது. என்னருமை வளர்ப்புக்குருவி கூட இதற்குப் பலியாகியிருக்கிறது. எனது நல்ல ஷூக்களைத் தொலைத்துவிட்டேன். என் அம்மாவை இனி ஏறெடுத்தும் பார்க்க முடியாது.

"உன்னை என்ன செய்யப்போகிறேன் தெரியுமா?" கிழவர் பிரம்பை ஆட்டுமனிதனை நோக்கி நீட்டினார்." உன்னை சின்னச் சின்னத் துண்டுகளாக நறுக்கி பூரான்களுக்கு உணவாகப் போடப் போகிறேன்."

ஆட்டுமனிதன் உடல் முழுக்க விதிர்விதிர்த்தபடி என் பின்னால் பதுங்கினான்.

25

கிழவர் என் பக்கம் திரும்பினார். "என் இளம் நண்பனே, உன்னை என்ன செய்வதாக உத்தேசம் தெரியுமா?" என்றார். "இந்த நாய்க்கு உன்னைத் தீனியாகப் போடப்போகிறேன். இது உன்னை உயிரோடு கிழித்துத் தின்னப்போகிறது. மெதுவாக, நிறுத்தி நிதானமாகச் சாகப்போகிறாய். வீறிட்டுக் கத்திக்கொண்டே சாகப் போகிறாய். ஆனால் உன் மூளை மட்டும் எனக்குச் சொந்தம். அந்தப் புத்தகங்கள் எல்லாவற்றையும் நீ படித்து முடித்திருந்தால் உன் மூளை நல்ல சுவையோடு இருந்திருக்கும். ஆனாலும் பரவாயில்லை. ஒரு துளி விடாமல் மொத்த மூளையையும் வழித்துச் சாப்பிட்டுவிடுவேன்."

கிழவர் பற்களைக்காட்டிக் கோரமாகச் சிரித்தார். நாயின் பச்சைக்கண்கள் ஆர்வத்தில் பளிச்சிட்டன.

இதே நேரத்தில்தான், அந்த நாயின் பற்களுக்கிடையில் சிக்கியிருந்த குருவி அளவில் பெரிதாக வீங்கிக்கொண்டே வருவதைக்

கவனித்தேன். ஒரு கோழியின் அளவுக்குப் பெருத்தும் நாயின் தாடைகள் காரின் ஜாக்கிபோல மேலும் மேலும் விரிந்து பிளந்து கொண்டிருந்தன. நாய் ஊளையிட முயற்சிக்கும்போதே, அதன் வாய் முழுவதும் கிழிக்கப்பட்டது. எலும்புகள் உடையும் சத்தம் கேட்டது. கிழவர் திடுக்கிட்டு, பிரம்பை உருவிக் குருவியின்மேல் வெறித்தனமாக அடிக்கத் தொடங்கினார். ஆனால் குருவி தொடர்ந்து பெருத்துக் கொண்டே வந்தது. எருதின் அளவுக்குப் பெரிதாகியது. கிழவரைச் சுவரோடு சுவராக வைத்து அழுத்தியது. அச்சிறிய அறை முழுக்க வலுவான சிறகுகள் படபடக்கும் சத்தம் நிரம்பியது.

"ஓடு. இதுதான் உனக்குக் கிடைத்திருக்கும் வாய்ப்பு" என்றது குருவி. இது அந்தப் பெண்ணின் குரல்.

"நீ எப்படித் தப்பிப்பாய்?" என்றேன் பெண்ணாக இருந்த அக்குருவியிடம்.

"என்னைப் பற்றிக் கவலைப்படாதே. நான் பின்னாலேயே வந்துவிடுவேன்"

நான் தயங்கினேன்.

"சீக்கிரம். இப்போது வேகமாக ஓடாவிட்டால், ஒருபோதும் தப்பிக்கவே முடியாது" என்றது பெண்ணாக இருந்த குருவி.

அவள் சொன்னபடியே செய்தேன். ஆட்டுமனிதனின் கையைப் பற்றி இழுத்துக்கொண்டு அறையைவிட்டு ஓடினேன். திரும்பிப் பார்க்கவேயில்லை.

அது அதிகாலை நேரம். நூலகம் வெறிச்சோடியிருந்தது. படிகளைத் தாவி மையக்கூடத்தைக் கடந்து, வாசிப்பறையின் சன்னலை அடித்துத் திறந்து வெளியே குதித்தோம். எவ்வளவு வேகமாக முடியுமோ அவ்வளவு வேகமாக ஓடிப் பூங்காவை அடைந்து, புல்தரையில் தொப்பென்று விழுந்தோம். கண்களை மூடி, மூச்சிரைக்க அப்படியே கிடந்தோம். கொஞ்ச நேரத்துக்கு நான் கண்களையே திறக்கவில்லை.

கண்ணைத்திறந்தபோது, ஆட்டுமனிதனைக் காணவில்லை. எழுந்து நின்று சுற்றுமுற்றும் பார்த்தேன். அவன் பெயரை அடித்தொண்டையிலிருந்து கத்திக் கூப்பிட்டேன். பதிலே இல்லை. காலைச் சூரியனின் முதற்கிரணங்கள் மரங்களின் இலைகளை ஜொலிக்க வைத்துக் கொண்டிருந்தன. ஆட்டுமனிதன் என்னிடம் ஒரு வார்த்தைகூடச் சொல்லாமல் மறைந்துவிட்டிருந்தான். அதிகாலைப் பனி ஆவியாவதைப் போல.

26

வீட்டை அடைந்தபோது அம்மா எனக்காக உணவு மேஜையில் சூடான காலை உணவைத் தயாரித்து எனக்காகக் காத்துக்கொண்டிருந்தார். என்னை ஒரு வார்த்தை கேட்கவில்லை. ஏன் பள்ளியிலிருந்து நேராக வீட்டுக்கு வரவில்லை, கடந்த மூன்று நாட்கள் இரவு எங்கே தங்கினேன், எங்கே எனது ஷூக்கள்-ஒரு கேள்வியும் கேட்கவில்லை. திட்டவும் இல்லை. இது அம்மாவின் இயல்பே அல்ல.

என் வளர்ப்புக் குருவியைக் காணவில்லை. காலியான கூண்டுதான் இருந்தது. என்ன நடந்தது என்று நானும் கேட்கவில்லை. இந்த விஷயத்தை எடுக்காமல் இருப்பதே நல்லது என்று நினைத்தேன். அம்மாவைப் பார்க்கச் சற்று கருத்திருப்பதைப் போல இருந்தது. அவரைச் சுற்றி ஏதோ நிழல்கள் சூழ்ந்திருப்பதைப்போல. ஆனால் இது என் கற்பனையாகக்கூட இருக்கலாம்.

அதற்குப்பிறகு அந்த நகர நூலகத்துக்கு நான் செல்லவேயில்லை. இந்த இடத்தை நிர்வகிக்கும் பெரிய மனிதர்களிடம் எனக்கு நடந்ததைப் பற்றியும், நூலகத்தின் அடித்தளத்துக்குக் கீழே பாதாளச்சிறை இருப்பதைப் பற்றியும் நான் சொல்லியிருக்க வேண்டும் என்றே நினைத்தேன். இல்லாவிட்டால் நான் அனுபவித்ததைப் போல இன்னொரு குழந்தைக்கும் நடக்கலாம். ஆனாலும் அந்திக்கருக்கலில்

அந்த நூலகக் கட்டிடத்தைப் பார்க்கும்போதே, என் கால்கள் அதை நோக்கி நகராமல் ஸ்தம்பித்துவிடும்.

அடித்தளத்தில் விட்டுவிட்டு வந்த அப்புதிய தோல் ஷூக்களைப்பற்றி அவ்வப்போது நினைப்பேன். உடனே அந்த ஆட்டுமனிதன், குரலில்லாத அந்த அழகிய பெண்ணின் ஞாபகங்கள் தொடர்ந்து வரும். அவர்கள் உண்மையிலேயே இருந்தவர்கள்தானா? என் ஞாபகத்தில் இருப்பவற்றில் எந்தளவுக்கு உண்மையிலேயே நடந்தவை? உண்மையைச் சொல்லப்போனால் எனக்கே உறுதியாகத் தெரியவில்லை. நிச்சயமாகத் தெரிந்தவையென்றால், என் ஷூக்களைத் தொலைத்ததும், என் செல்லக் குருவியை இழந்ததும்தான்.

சென்ற செவ்வாய்க்கிழமை என் அம்மா இறந்துபோனார். அவருக்கு ஏதோ மர்மமான நோய் பீடித்திருந்தது. அன்று காலை அமைதியாக அணைந்து போனார். ஈமச்சடங்குகள் எளிமையாக நடந்தன. இப்போது நான் முற்றிலும் தனியனாக இருக்கிறேன்.

அம்மா இல்லை.

செல்லக்குருவி இல்லை.

ஆட்டுமனிதன் இல்லை.

அந்தப்பெண் இல்லை.

பின்னிரவு இரண்டுமணி இருட்டில் இங்கே படுத்துக்கொண்டு அந்த நூலகத்தின் பாதாளச் சிறையைப் பற்றி, இந்தத் தனிமையைப் பற்றி, என்னைச் சூழ்ந்திருக்கும் அடர்ந்த இருட்டைப் பற்றிச் சிந்தித்துக் கொண்டிருக்கிறேன்.

இருட்டு.

அமாவாசை இரவைப்போலக் கும்மிருட்டு.

கல்குதிரை

ஸாம்ஸாவின் காதல்

விழித்தெழுந்தபோது அவன் உருமாற்றமடைந்து கிரகோர் ஸாம்ஸாவாக மாறியிருப்பதைக் கண்டான்.

படுக்கையில் மல்லாந்து படுத்தபடி கூரையைப் பார்த்துக் கொண்டிருந்தான். வெளிச்சமின்மைக்குப் பழகிக்கொள்ள அவன் கண்களுக்குச் சற்று நேரம் பிடித்தது. அந்தக் கூரை சாதாரணமாக, எல்லா இடங்களிலும் இருப்பதைப்போல விசேஷ அலங்காரம் எதுவுமின்றி இருந்தது. ஒரு காலத்தில் வெள்ளை அல்லது வெளிர் பால் நிறத்தில் வண்ணமடித்திருக்க வேண்டும். இப்போது புழுதியும் அழுக்கும் படிந்து புளித்துப்போன பாலின் நிறத்துக்கு வந்துவிட்டிருந்தது. அலங்கார வேலைப்பாடுகளோ, தனித்து தெரிவதற்கான அம்சங்களோ எதுவுமற்ற வெற்றுக்கூரை. எந்த சர்ச்சையும் இல்லை, எந்தச் செய்தியும் இல்லை. கட்டுமானக் கடமையை மட்டும் ஆற்றிக்கொண்டு கூடுதலாக எதற்கும் விழையாமல் இருக்கும் கூரை.

அவனுக்கு இடப்புறத்தில் அறையின் ஒரு பக்கத்தில் உயரமான சன்னல் இருந்தது. ஆனால் அதன் திரைச்சீலைகள் அகற்றப்பட்டு

கனமான பலகைகள் சன்னலின் சட்டகத்தில் அடிக்கப்பட்டிருந்தன. இந்த பலகைகளுக்கிடையில் வேண்டுமென்றோ அல்லது தெரியாமலோ சுமார் ஒரு அங்குலத்துக்கு மட்டும் இடைவெளி விடப்பட்டிருந்தது. அதன் வழியே காலைச்சூரியன் புகுந்து தரையில் பிரகாசமான இணை கோடுகள் விழுந்திருந்தன. எதற்காக இந்தச் சன்னல் இப்படி முரட்டுத்தனமாக அடைத்து வைக்கப்பட்டிருக்கிறது? பெரிய புயலோ, சூறைக்காற்றோ வரப்போகிறதா? அல்லது யாரும் உள்ளே வந்துவிடக்கூடாதென்று தடுக்கப்பட்டிருக்கிறதா? அல்லது யாராவது (ஒருவேளை நானோ?) இங்கிருந்து தப்பிவிடக்கூடாதென்பதற்காகச் செய்யப்பட்ட பாதுகாப்பா? மல்லாந்து படுத்திருந்த வாக்கிலேயே தலையைத் திருப்பி அறையை ஆராய்ந்தான். அவன் படுத்திருந்த கட்டிலைத் தவிர அறைக்கலன்கள் வேறெதுவுமில்லை. இழுப்பறைகள், மேஜை, நாற்காலி, சுவரில் சித்திரங்கள், கடிகாரம், கண்ணாடி என்று எதுவுமே கண்ணில் படவில்லை. விளக்குகூட இல்லை. இருட்டுக் கம்பளி விரிப்போ, தரைவிரிப்போ இருக்கிறதாவென்று கீழே பார்த்தான். வெறும் பலகைத் தரை. சுவர்களில் சிக்கலான வடிவங்கள் கொண்ட சுவர்க் காகிதம். வெகு காலத்துக்கு முன் ஒட்டிய சுவர்க் காகிதமாக இருக்க வேண்டும். அறையின் மங்கிய வெளிச்சத்தில் அதில் பொறிக்கப்பட்டிருந்த வடிவங்களை இனம் காண முடியவில்லை.

அந்த அறை ஒரு காலத்தில் சாதாரணப் படுக்கையறையாக இருந்திருக்க வேண்டும். இப்போது மனிதர்கள் வாழ்ந்ததற்கான எல்லா எச்சங்களும் துடைத்தழிக்கப்பட்டிருந்தது. மிச்சமிருந்த ஒரே விஷயம் அறையின் நடுவிலிருந்த கட்டில். அதிலும் மெத்தை இல்லை. படுக்கை விரிப்பு இல்லை. பஞ்சுறை இல்லை. தலையணை இல்லை. வெறும் புராதன பாய்விரிப்பு மட்டும்.

ஸாம்ஸாவுக்குத் தான் எங்கிருக்கிறோம், என்ன செய்யவேண்டும் என்று எதுவும் மனதில் இல்லை. அவனுக்குத் தெரிந்ததெல்லாம்,

தற்போது அவன் ஒரு மனிதனாக இருக்கிறான் என்பதும், அவன் பெயர் கிரகோர் ஸாம்ஸா என்பதும் மட்டுமே. இது மட்டும் அவனுக்கு எப்படித் தெரிந்திருக்கிறது? தூங்கிக்கொண்டிருக்கும்போது யாராவது அவன் செவிகளுக்குள் கிசுகிசுத்துவிட்டார்களோ? சரி, அப்படியானால் கிரகோர் ஸாம்ஸாவாக மாறுவதற்கு முன் அவன் எதுவாக இருந்தான்? என்னவாக இருந்தான்?

இந்தக் கேள்வியை யோசிக்கத் தொடங்கியவுடனே அவன் தலைக்குள் கருப்புக் கொசுக்கூட்டம் போல ஏதோவொன்று சுழலத் தொடங்கிற்று. படலம் போலிருந்த அது அடர்ந்து, கெட்டியாகி, மூளையின் மென்மையான பகுதிக்கு நகர்ந்து ரீங்கரிக்கத் தொடங்கியது. ஸாம்ஸா யோசிப்பதை நிறுத்தினான். இப்போது எதைப் பற்றி யோசித்தாலும் தலைக்குள் தாங்கிக்கொள்ள முடியாதளவுக்குப் பாரமேறிவிடுமென்று பயந்தான்.

ஆனாலும், அவன் தன்னுடைய உடம்பை எப்படி அசைப்பது, இயக்குவது என்று கற்றுக்கொள்ளத்தான் வேண்டும். கூரையைப் பார்த்துக்கொண்டே படுத்துக் கொண்டிருக்க முடியாது. இதே நிலையில் கிடப்பது ஆபத்தாக முடியும். உதாரணத்துக்கு வேட்டைப் பறவைகள் தாக்கத் தொடங்கினால் அவன் உயிருக்கு ஆபத்தாகிவிடும். முதற் கட்டமாக அவன் விரல்களை அசைக்க முயன்றான். அவை மொத்தம் பத்து இருந்தன. இரண்டு கைகளிலும் நீளநீளமாக ஒட்டியிருந்த அவற்றில் ஒவ்வொன்றிலும் பல மூட்டுகள் இருந்தன. அவை ஒருங்கிணைந்து சிக்கலான முறைகளில் அசைவதாக இருந்தன. இந்த விரல்களை அசைப்பதே பெரும் களைப்பை உண்டாக்கியது. உடல் முழுதும் மரத்துப்போனதைப்போல, பிசுபிசுப்பான, கெட்டியான திரவத்தில் உடம்பு மூழ்கியிருப்பதைப்போல, விரல்கள் சக்தியிழந்து போயின.

எனினும் தொடர்ந்து முயன்று, தோற்று, கண்களை மூடி மனதை ஒருமுகப்படுத்தி விரல்களை கட்டுப்பாட்டுக்குள் கொண்டு வந்தான்.

கொஞ்சம் கொஞ்சமாக அவற்றை ஒருங்கிணைத்துச் செயல்படுத்துவது எப்படி என்று சற்றுநேரத்தில் கற்றுக்கொண்டான். விரல்கள் செயல்படத் தொடங்கியதும் அவன் உடலைப் பீடித்திருந்த உணர்ச்சியற்ற தன்மை மறைந்தது. அது வெளியேறிய இடத்தில் - கடலில் ஓதம் பின்வாங்கத் தொடங்கியதும் வெளிப்படுகின்ற பயங்கர, கரும்பாறைகள் போல - தாங்க முடியாத வலி ஒன்று வந்தது. சற்றுநேரம் கழித்துதான் அந்த வலி, பசி என்று ஸாம்ஸா உணர்ந்தான். உணவுக்காகத் துடிக்கும் இந்தக் கொடும்பசி அவனுக்குப் புதிது. இதைப்போல இதற்குமுன் அனுபவித்ததாக அவனுக்கு நினைவில்லை. ஏதோ ஒரு வாரமாக ஒரு கவளம்கூட வாயில் இறங்காதைப்போல. அவன் உடம்பின் மையப் பகுதியே இப்போது உள்ளீடற்ற குழியாகிவிட்டதைப்போல. அவனுடைய எலும்புகள் முனகின; தசைகள் இறுகின; அங்கங்கள் முறுக்கின.

வலியைப் பொறுக்க முடியாதவனாக, ஸாம்ஸா முழங்கைகளைக் கட்டிலில் அழுத்தி, கொஞ்சம் கொஞ்சமாக எழுந்து உட்கார முயன்றான். இம்முயற்சியில் முதுகெலும்பு அங்கங்கே கிறீச்சிட்டு வெட்டி வெட்டி வலித்தது. ''கடவுளே, எவ்வளவு நேரமாக இதே நிலையில் படுத்துக்கிடந்திருக்கிறேன்? என்று ஸாம்ஸா நினைத்தான். ஒவ்வொரு அசைவுக்கும் அவன் உடல் எதிர்த்தது. விடாப்பிடியாக முயன்று, சக்தியனைத்தையும் பிரயோகித்து ஒரு வழியாக எழுந்து உட்கார்ந்துவிட்டான்.

ஸாம்ஸா குனிந்து தனது நிர்வாண உடலைப் பார்த்துத் திடுக்கிட்டான். எவ்வளவு அவலட்சணமான உடலமைப்பு! அவலட்சணம் என்பதைவிட மோசம் என்று சொல்லலாம். தற்காப்புக்காக எந்த அவயமும் இல்லை. வழுவழுப்பான வெள்ளைச் சருமம். (அங்குமிங்கும் மேலோட்டமாக சில முடிக்கற்றைகள்), மெல்லியதாக சிற்சில இடங்களில் தெரியும் பச்சை நரம்புகள்; மென்மையான, கவசமற்ற வயிறு, நகைப்புக்கிடமான, விசித்திர

வடிவம் கொண்ட பாலுறுப்புகள், தளர்வான கைகள், கால்கள் (அதுவும் வெறும் இரண்டிரண்டு); ஒல்லியான, உடைந்து விடும்படியான கழுத்து; பெரிதாக அசட்டு வடிவத்தில் ஒரு தலையும் அதன் உச்சியில் கொத்தாக முடியும்; கடற் சிப்பிகளைப்போல அபத்தமாகத் துருத்திக் கொண்டிருக்கும் இரண்டு காதுகள். உண்மையில் இதுதான் அவனா? இப்படி முற்றிலும் ஒவ்வாத மிக எளிதாக அழிக்கப்படக்கூடிய (தற்காப்புக்காக ஓடு இல்லாமல், தாக்குவதற்காக ஆயுதங்கள் இல்லாமல்) அமைக்கப்பட்டிருக்கும் உடம்பால் உலகில் பிழைத்திருக்க முடியுமா? அவன் ஏன் ஒரு மீனாக உருமாற்றப்படவில்லை? அல்லது ஒரு சூரியகாந்திப் பூவாக? மீனாக, அல்லது சூரியகாந்தியாக இருந்தால் அதில் அர்த்தம் இருந்திருக்கும். இப்படிக் கிரகோர் ஸாம்ஸா என்ற மனிதாக இருப்பதைவிட மேலானதாக இருந்திருக்கும்.

உடம்பை இறுக்கிக் கொண்டு மெதுவாகக் கால்களைக் கட்டிலிலிருந்து கீழிறக்கித் தரையின்மேல் மெதுவாகப் பாதங்களைப் பதித்தான். மரத்தரையின் எதிர்பாராத குளிர்ச்சி அவனைத் திடுக்கிட வைத்தது. இறங்கும் முயற்சியில் இடறி விழுந்தான். பலமுறை தரையில் விழுந்து எழுந்தபின் கடைசியில் இரண்டு கால்களையும் சமப்படுத்தி, தாங்க முடியாத வலியோடு, கட்டிலின் சட்டகத்தை ஒரு கையால் இறுகப் பிடித்துக்கொண்டு நின்று ஆசுவாசப்படுத்திக் கொண்டான். அவனுடைய தலை கனத்து நிலையாக நிறுத்த முடியாதிருந்தது. அக்குளிலிருந்து வியர்வை பெருகி வழிய, அயர்ச்சியில் அவனது பாலுறுப்புகள் சுருங்கின. பலமுறை ஆழமாக மூச்சையிழுத்து விட்டதும் இறுதியிருந்த தசைகள் இளகத் தொடங்கின.

நிற்பது பழக்கமானதும், நடக்கப் பழகிக் கொள்ள வேண்டியிருந்தது. இரண்டு கால்களாலும் நடப்பதென்பது ஒருவித சித்ரவதையாக, ஒவ்வொரு அசைவும் வேதனைப் பயற்சியாக இருந்தது. எப்படிப் பார்த்தாலும் வலது காலையும் இடது காலையும் ஒன்றுக்குப் பிறகு ஒன்றாக முன்வைத்து நடப்பது என்பது எல்லா இயற்கை விதிகளையும்

மீறிய வினோதச் செயலாக நினைத்தான். அதுமட்டுமல்லாது அவனுடைய கண்களுக்கும் தரைக்கும் இடையிலிருந்த அதலபாதாள தூரம் அவனை பயத்தில் சுருங்கவைப்பதாக இருந்தது. இடுப்பையும் முட்டி மடங்கல்களையும் அவன் ஒருங்கிணைக்க வேண்டியிருந்தது. ஒவ்வொரு முறையும் ஒரு அடி முன்வைக்கும்போது, கால் முட்டிகள் கட்டுப்பாடின்றித் துடித்தன. இரண்டு கைகளையும் சுவரில் தாங்கிப் பிடித்துக்கொண்டு நிதானப்படுத்திக் கொண்டான்.

இந்த அறையிலேயே நிரந்தரமாகத் தங்கியிருக்க முடியாது. சாப்பிட எதுவும் கிடைக்காவிட்டால், அதுவும் உடனே கிடைக்காவிட்டால், பசியில் கொதித்துக் கொண்டிருக்கும் அவன் வயிறு அவனுடைய சொந்த தசையையே ஜீரணித்துவிடும். அப்புறம் அவனும் இறந்துபோவான் என்று எப்படியோ அவனுக்குத் தெரிந்திருந்தது.

சுவரோடு சுவராக ஒட்டிக்கொண்டே கதவை நோக்கி மெதுவாக நகர்ந்து சென்றான். நேரத்தைக் கணக்கிடுவதற்கு வழியில்லாவிட்டாலும்கூட, வலியின் அளவை வைத்துப் பார்த்தால் கதவை அடையப் பல மணிநேரம் ஆனதைப்போலிருந்தது. அவனது நடை அலங்கோலமாக நத்தையின் வேகத்தில் இருந்தது. ஆதரவாக எதன் மீதும் சாய்ந்து கொள்ளாமல் அவனால் நடக்க முடியவில்லை. இதைப்போலத் தெருவில் நடந்து சென்றால் அவனை ஊனமுற்றவன் என்றுதான் எல்லோரும் நினைப்பார்கள்.

கதவின் தாழ்ப்பாளைப் பிடித்துத் திருகினான். அது அசையவில்லை. கதவைத் தள்ளிப்பார்த்தான். திறக்கவில்லை. அடுத்த முயற்சியாகத் தாழ்ப்பாளை வலதுபுறமாகத் திருகிக் கதவை உட்புறமாக இழுக்க, மெல்லிய முனகலோடு கதவு சற்றுத் திறந்தது. தலையை மட்டும் வெளியே நீட்டிப்பார்த்தான். நடைவழி வெறிச்சிட்டிருந்தது. ஆழ்கடலைப்போலக் கனத்த நிசப்தம். கதவு அனுமதித்த சற்று இடைவெளியில் இடது காலை நுழைத்து, வாசல் சட்டத்தை ஒரு கையால் பிடித்துக்கொண்டு உடம்பைக் கதவின்மேல் அழுத்தித் திறந்து

வெளியே வந்தான். சுவரின் மேல் கையை ஊன்றிக்கொண்டே நடைவழியில் மெதுவாக நடந்தான்.

அந்த நடைவழியில் இவன் வெளியே வந்த வாசலைச் சேர்த்து நான்கு கதவுகள் இருந்தன. எல்லாமே ஒரே மாதிரியான, கருப்பு மரக் கதவுகள். அவற்றுக்குள்ளே இருப்பது யார் அல்லது எது? எல்லா கதவுகளையும் திறந்து பார்த்துவிடலாமாவென்று அவனுக்குத் தோன்றியது. ஒருவேளை அவன் தற்போது இருக்கும் மர்மமான சூழ்நிலையைப் புரிந்துகொள்ள முடிந்தாலும் முடியலாம். அல்லது ஏதாவதொரு துப்பு கிடைக்கலாம். எனினும், முடிந்தளவுக்குச் சத்தமெழுப்பாமல் ஒவ்வொரு கதவையும் தாண்டி வந்தான். வயிற்றை நிரப்ப வேண்டிய அவசியம் அவனது அறிந்துகொள்ளும் ஆர்வத்துக்குத் தடைபோட்டது. சாப்பிடுவதற்கு எதையாவது அவன் தேடிக் கண்டு பிடித்தேயாக வேண்டும்.

அது எங்கே கிடைக்கும் என்பதற்கு அவனுக்கு இப்போது துப்பு கிடைத்தது.

சமைத்த உணவின் வாசனை. வாசனை வரும் தடத்தைப் பின்பற்ற வேண்டும். காற்றில் கலந்து வரும் நறுமணம் அவன் நாசிக்குள்ளிருக்கும் மோப்ப நரம்புகளுக்குக் கிடைத்த தகவல் மூளைக்குச் செலுத்தப்பட்டு அவனுக்குள் எதிர்பார்ப்பைக் கிளப்பிவிட்டது. மிக வலுவானதொரு இச்சை. அனுபவம் வாய்ந்த ஒரு சித்ரவதைக்காரனால் உள்ளுறுப்புகள் மெதுவாக முறுக்கப்படுவதைப்போல உணர்ந்தான். அவன் வாய்க்குள் எச்சில் சுரந்தது.

இந்த உணவின் வாசம் வருமிடத்தை அடைய அவன் நெட்டுக்குத்தாக இறங்கும் படிக்கட்டுகளில் இறங்க வேண்டும். பதினேழு படிகள். சமதளத்தில் நடப்பதே பெரும்பாடாக இருப்பவனுக்கு இந்தப் படிக்கட்டுகளில் இறங்குவது நரக வேதனையாகத்தான் இருக்கப்போகிறது. கைப்பிடிக் கம்பியை இரண்டு

கைகளிலும் பற்றிக் கொண்டு மெதுவாக இறங்கினான். ஒட்டி உலர்ந்திருந்த கணுக்கால்கள் அவனது எடையைத் தாங்க முடியாமல் புரண்டுவிடும் போலிருந்தன. சிற்சில முறை தடுமாறி விழப்போனான்.

படிகளில் இறங்கிக் கொண்டிருக்கும்போது ஸாம்ஸாவின் மனதில் இருந்தது என்ன? பெரும்பாலும் மீன்களும் சூரியகாந்திப் பூக்களும். ஒரு மீனாகவோ அல்லது ஒரு சூரியகாந்திப்பூவாகவோ என்னை உருமாற்றியிருந்தால் இதைப்போலப் படி ஏறி இறங்கி கஷ்டப்படாமல் வாழ்க்கையை நிம்மதியாக வாழ்ந்திருப்பேன் என்பதுதான் நினைப்பாக இருந்தது.

பதினேழு படிகளையும் இறங்கிக் கீழே வந்ததும் ஸாம்ஸா நிமிர்ந்து நின்றான். மிச்சமிருந்த சக்தியைச் சேகரித்துக்கொண்டு அந்தக் கவர்ந்திழுக்கும் நறுமணம் வருகின்ற திசையை நோக்கித் தட்டுத்தடுமாறிச் சென்றான். உயரமான மேற்கூரை கவிந்த முகப்பறையைத் தாண்டி, திறந்திருந்த உணவறைக்குள் நுழைந்தான். நீள்வட்டத்தில் அமைந்த ஒரு மாபெரும் உணவு மேஜையில் பல்வகையான உணவு வகைகள் வைக்கப்பட்டிருந்தன. ஐந்து நாற்காலிகள். மனிதர்கள் யாரும் இருப்பதற்கான அறிகுறியே காணப்படவில்லை. உணவுப் பாத்திரங்களிலிருந்து ஆவி வெண்ணிறத் திரிகளாக எழும்பிக் கொண்டிருந்தது. மேஜையின் நடுவில் கண்ணாடிக் குடுவையில் ஒரு டஜன் அல்லி மலர்கள். நான்கு இடங்களில் தட்டுகளும், முட்கரண்டி, கைக்குட்டைகளும் வைக்கப்பட்டிருந்தன. யாரும் அவற்றில் கைவைத்தாகத் தெரியவில்லை. சில நிமிடங்களுக்கு முன்புதான் சிலர் அங்கு காலை உணவுக்காக வந்த நேரத்தில் எதிர்பார்க்காத சம்பவம் ஏதோ நிகழ்ந்து, அவர்கள் அவசரமாக ஓடிவிட்டதைப்போலத் தோன்றியது. என்ன நடந்திருக்கும்? அவர்கள் எங்கே போயிருப்பார்கள்? அல்லது அவர்களைக் கடத்திச் சென்றுவிட்டார்களா? காலை உணவுக்காகத் திரும்பி வருவார்களா?

ஆனால், இதைப் பற்றியெல்லாம் யோசிக்க ஸாம்ஸாவுக்கு நேரமில்லை. பக்கத்திலிருந்த நாற்காலியில் உட்கார்ந்து கைக்கெட்டிய தூரத்தில் இருந்த எல்லா உணவுப் பதார்த்தங்களையும் அருகில் இழுத்துக் கொண்டான். கத்தி, கரண்டி, முட்கரண்டி, கைக்குட்டை யாவற்றையும் புறக்கணித்து வெறும் கையாலேயே அள்ளிஅள்ளி வாய்க்குள் திணித்துக் கொண்டான். ரொட்டியைப் பிய்த்து ஜாம் வெண்ணை எதுவும் தடவாமல் வாயிலிட்டு மென்றான். கொத்திறைச்சியைக் கைநிறைய வழித்தெடுத்துத் தின்றான். வேகவைத்த முட்டைகளை அவசரத்தில் ஓடுகளைப் பிரித்தெடுக்காமலேயே எடுத்துக் கடிக்க முற்பட்டான். இன்னமும் சூடாக இருந்த உருளைக்கிழங்கு மசாலாவை அப்படியே வழித்துத் தின்றான். ஊறுகாய் பாட்டிலுக்குள் விரலைவிட்டு எடுத்து எல்லாவற்றுடனும் சேர்த்து மென்றான். ஜாடியிலிருந்த தண்ணீரை அப்படியே எடுத்துக்குடித்தான். ருசி உறைக்கவில்லை. உப்புச் சப்பில்லாமல் இருந்ததோ, சுவையாக இருந்ததோ, காரமோ, கசப்போ - எதையும் அவன் உணர்ந்திருக்கவில்லை. அவனுக்குள்ளே திறந்திருந்த அந்தக் காலியான படுகுழியை நிரப்புவதில்தான் அவன் கவனம் இருந்தது. மனதை முழுசாக ஒருமுகப்படுத்திச் சாப்பிட்டான். சாப்பிடும் மும்மரத்தில் விரலை நக்கும்போது கவனக்குறைவாகக் கடித்துவிட்டதில் வலியில் துடித்து கையை வீச, தட்டு தரையில் விழுந்து பதார்த்தங்கள் எங்கும் சிதறின. அதைக்கூட அவன் கவனிக்கவில்லை.

வயிறு நிறைந்ததும் ஸாம்ஸா நாற்காலியில் சாய்ந்து பெருமூச்செறிந்தான். மேஜையில் அநேகமாக எதுவும் மிச்சமிருக்கவில்லை. சாப்பிட்ட இடம் கந்தரகோலமாக இருந்தது. காக்கைகள் கூட்டமாக வந்து எல்லாற்றையும் கீழே இறைத்து சாப்பிட்டுவிட்டுப் பறந்துபோயிருப்பதைப்போல. கைபடாமலிருந்த ஒரே விஷயம் அந்த அல்லி மலர்கள் வைத்திருந்த ஜாடி. வயிறு நிறைந்திருக்காவிட்டால் அவற்றையும்கூடச் சாப்பிட்டிருப்பான்.

சற்று நேரத்துக்கு அப்படியே ஸ்தம்பித்து உட்கார்ந்திருந்தான். மேஜையின்மீது கைகளைப் பதித்து, பாதி மூடிய கண்களின் வழியே அந்த அல்லிப்பூக்களை வெற்றாகப் பார்த்துக் கொண்டிருந்தான். சாப்பிட்ட உணவு, உணவுக்குழாய் வழியே ஜீரண மண்டலத்தை அடைந்து மெதுவாகச் செரிமானப் பணியைத் தொடங்கியதும், ஒரு திகட்டலான உணர்வு அலையாக எழும்பியது. உலோகப் பாத்திரம் ஒன்றிலிருந்த காபியை ஒரு வெண்ணிற பீங்கான் கோப்பையில் ஊற்றினான். காபியின் கூர்மையான மணம் அவனுக்கு எதையோ நினைவூட்டியது. அது நேரடியாக அவனை அடையவில்லை. பகுதி பகுதியாக அவனுக்குள் நுழைந்தது. விநோதமான உணர்வு அது. எதிர்காலத்திலிருந்து நிகழ்காலத்தை நினைவுகூர்வதைப்போல. காலம் என்பது இரண்டாகப் பிளந்து, ஞாபகங்களும் அனுபவங்களும் ஒன்றையென்று தொடர்ந்தபடி சுழல்வதைப்போல. காபியில் தாராளமாகக் கிரீமைச் சேர்த்துக்கொண்டு விரலாலேயே கலக்கிக் குடித்தான். காபியில் சூடு இல்லாவிட்டாலும் கொஞ்சம் வெதுவெதுப்பு இருந்தது. காபியை வாயிலேயே சற்றுநேரம் வைத்திருந்து மெதுவாக விழுங்கினான். அது அவனைச் சற்று நிதானப்படுத்தியது.

திடீரென குளிராக உணர்ந்தான். பசியின் உக்கிரம் அவனது பிற உணர்ச்சிகளை இதுவரை மழுங்கடித்திருந்தது. இப்போது பசியடங்கியதும், காலை நேரக் குளிர் அவனை நடுங்கச் செய்தது. கணப்பு அணைந்துவிட்டிருந்தது. வெப்பமேற்றிகள் எதுவும் போட்டிருப்பதாகத் தெரியவில்லை. எல்லாவற்றுக்கும் மேலாக அவன் முழு நிர்வாணமாக இருந்தான். காலணிகள்கூட அணிந்திருக்கவில்லை.

அணிந்துகொள்வதற்கு எதையாவது தேடியெடுக்க வேண்டும் என்று உணர்ந்தான். பயங்கரமாகக் குளிர்கிறது. மேலும் அவன் இப்படி உடையில்லாமல் இருப்பதை யாராவது பார்த்தால் சிக்கலாகிவிடும்.

யாராவது கதவைத் தட்டலாம். அல்லது காலை உணவுக்காக உட்கார்ந்து எழுந்துச் சென்றவர்கள் திரும்பி வரலாம். இந்த நிலையில் அவனைப் பார்த்தால் அவர்கள் என்ன செய்வார்கள் என்று யாருக்குத் தெரியும்?

அவனுக்கு இவையெல்லாம் புரிந்தது. இவற்றையெல்லாம் அவன் ஊகிக்கவோ அல்லது அறிவுப்பூர்வமாக சிந்தித்தோ தெரிந்து கொள்ளவில்லை. அவனுக்குத் தோன்றியது, அவ்வளவுதான். இத்தகைய அறிவு எங்கிருந்து வந்ததென்று ஸாம்ஸாவுக்குத் தெரியவில்லை. ஒருவேளை அவனுக்குள் சுழலும் ஞாபகங்களோடு தொடர்பு கொண்டதாக அது இருக்கக்கூடும்.

நாற்காலியிருந்து எழுந்து வெளியே முகப்புக் கூடத்துக்கு வந்தான். இன்னமும் அவன் தட்டுத்தடுமாறித்தான் நடந்துகொண்டிருந்தான் என்றாலும், அவனால் நிமிர்ந்து நிற்கவும், எதையும் ஊன்றிக் கொள்ளாமலும் நடக்க முடிந்தது. அந்தக் கூடத்தின் மூலையில் ஒரு துருப்பிடித்த நிலைமாட்டியில் பற்பல ஊன்றுகோல்கள் மாட்டப்பட்டிருந்தன. அவற்றிலிருந்து ஓக் மரத்தில் செய்யப்பட்ட ஒரு கருப்பு ஊன்றுகோலை எடுத்துக் கொண்டான். அதன் கைப்பிடியைப் பற்றியதுமே தன்னம்பிக்கை பிறந்தது. இனி ஏதாவது பறவைகள் வந்து தாக்கினால்கூட பாதுகாத்துக் கொள்ள ஆயுதம் இருக்கிறது என்று நினைத்துக் கொண்டான். சன்னலுக்குச் சென்று, திரைச்சீலைகளின் இடைவெளி வழியே வெளியே பார்த்தான்.

அந்த வீடு ஒரு தெருவைப் பார்த்திருந்தது. பெரிய தெருவாகத் தெரியவில்லை. அதிகம்பேர் நடமாடவில்லை. ஆனால் எல்லோரும் முழுமையாக உடையணிந்திருந்தார்கள். அந்த உடைகள் பல்வேறு நிறங்களிலும் வடிவங்களிலும் இருந்தன. ஆண்களும் பெண்களும் வெவ்வேறு வகையில் உடையணிந்திருந்தார்கள். கெட்டியான தோலில் செய்த காலணிகள் அவர்களின் பாதங்களை மூடியிருந்தன. சிலர் பளபளப்பாக பாலீஷ் செய்யப்பட்ட காலணிகளை

அணிந்திருந்தனர். சாலையில் பாவியிருந்த உருளைக்கற்களின் மீது நடக்கும்போது அந்தக் காலணிகள் எழுப்பும் ஓசையை அவனால் கேட்க முடிந்தது. பெரும்பாலான ஆண்களும் பெண்களும் தொப்பி அணிந்திருந்தனர்.

பாலுறுப்புகளை உடையால் மறைத்துக் கொண்டு இரண்டு கால்களையும் வீசி நடப்பது அவர்களுக்குப் பெரிய காரியமாக இல்லை போல. அந்தக் கூடத்திலிருந்த ஆளுயரக் கண்ணாடியில் தெரிந்த தனது உடம்பையும் வீதியில் செல்பவர்களையும் ஸாம்ஸா ஒப்பிட்டுப் பார்த்தான். கண்ணாடியில் தெரிந்தது ஒரு அலங்கோலமான, ஒல்லியான ஐந்து. அவன் வயிற்றில் குழம்பு சிந்தியிருந்தது. அவனது பூப்பு மயிரில் ரொட்டித் துணுக்குகள் பஞ்சுப் பிசிறுகள் போல ஒட்டியிருந்தன. அவற்றைத் துடைத்துத் தள்ளினான்.

உடம்பை மறைக்க எதையாவது கண்டுபிடித்தே தீரவேண்டும் என்று மீண்டும் நினைத்துக் கொண்டான்.

பறவைகள் தென்படுகின்றனவாவென்று மறுபடியும் தெருவைப் பார்த்தான். பறவைகள் எதுவும் கண்ணில் படவில்லை.

அந்த வீட்டின் தரைத்தளத்தில் கூடமும், சமையலறையும் வசிப்பறையும் இருந்தன. இந்த அறைகள் எதிலும் உடைகள்போலத் தோற்றமளிக்கும் எதுவும் இருந்ததாகத் தெரியவில்லை. அப்படியானால் உடைகளைக் கழற்றுவதும், அணிவதும் வெறெங்கோ நடப்பனவையாக இருக்கலாம். ஒருவேளை இரண்டாம் தளத்திலுள்ள அறையில்.

ஸாம்ஸா திரும்பிவந்து படிக்கட்டுகளில் ஏறத் தொடங்கினான். படிகளில் இறங்குவதைவிட ஏறுவது எவ்வளவு சுலபமாக இருக்கிறதென்று அவனுக்கு வியப்பாக இருந்தது. கைப்பிடிக் கம்பியைப் பிடித்தபடியே அந்தப் பதினேழு படிகளையும் முன்பைவிட வேகமாகவும், தேவையற்ற பயமோ வலியோ இல்லாமலும்,

அங்கங்கே சற்று நின்று (அதிகநேரம் எடுத்துக் கொள்ளவில்லை) ஆசுவாசப்படுத்தக் கொண்டு ஏறிவிட்டான்.

அவன் பக்கம் அதிர்ஷ்டம் இருந்ததென்றே சொல்ல வேண்டும். இரண்டாம் தளத்திலிருந்த எந்தக் கதவும் பூட்டியிருக்கவில்லை. அவன் செய்ய வேண்டியிருந்ததெல்லாம் ஒவ்வொரு கதவுக்கும் சென்று தாழ்ப்பாளைத் திருகி, கதவைத் தள்ள வேண்டியதுதான். எல்லா கதவுகளும் திறந்தன. மொத்தம் நான்கு கதவுகள்.

அவன் விழித்தெழுந்த அறையைப்போல உறைநிலையில் வெறும் தரையோடு இல்லாமல் எல்லா அறைகளிலும் அறைகலன்கள் நிறைந்திருந்தன. எல்லா அறைகளிலும் கட்டிலில் சுத்தமான மெத்தை, ஒப்பனை இருக்கை, எழுதுமேஜை, கூரையிலோ சுவரிலோ பொருத்தப்பட்ட விளக்கு, நுட்பமான வடிவங்கள் பின்னப்பட்ட தரைக்கம்பளங்கள், விரிப்புகள். அலமாரிகளில் புத்தகங்கள் ஒழுங்காக அடுக்கப்பட்டிருந்தன. சுவரில் நிலக்காட்சிகளின் தைல ஓவிங்கள், எல்லா அறைகளிலும் கண்ணாடி ஜாடியில் புதிய, பிரகாசமான நிறப்பூக்கள். எந்த அறையிலும் சன்னலின் மேல் பலகைகள் ஆணியடித்து வைக்கப்பட்டிருக்கவில்லை. அந்த சன்னல்களில் ஜரிகை திரைச்சீலைகள் வழியே சொர்க்கத்திலிருந்து வரும் ஆசீர்வாதம் போல சூரியஒளி ஊடுருவி வழிந்திருந்தது. எல்லா படுக்கைகளிலும் யாரோ படுத்துத் தூங்கியிருந்த தடங்களும், தலையணைகளில் தலைகள் அழுந்திய பள்ளங்களும்.

அந்த அறைகளில் மிகப்பெரியதாக இருந்த அறையில் அவன் அளவுக்குச் சரியாக இருந்த கவுன் ஒன்றை அலமாரியில் கண்டெடுத்தான். அதை அவனால் எளிதாக அணிந்து கொள்ள முடியுமென்று தோன்றியது. மற்ற உடைகளைப் பற்றி - எப்படி அவற்றை அணிந்து கொள்வது என்று - எதுவும் தெரியவில்லை. அவை மிகவும் சிக்கலாக இருந்தன. எண்ணற்ற பொத்தான்கள் ஒரு

குழப்பம் என்றால், அவற்றிற்கு எது முன்பக்கம், பின்பக்கம் என்றோ, எது மேல் பாகம், எது கீழ்பாகமென்றோ விளங்காமல் இருந்தது.

ஆனால் இந்த டிரெஸ்ஸிங் கவுன் எளிமையாக, அலங்காரமின்றி சுலபமாக இருந்தது. அதன் இலேசான, மென்மையான துணி அவன் சருமத்துக்கு இதமாக இருந்தது. அதன் கருநீல நிறத்துக்குப் பொருத்தமாக செருப்புகளும் ஸாம்ஸாவுக்குக் கிடைத்தன.

அந்த டிரெஸ்ஸிங் கவுனுக்குள் உடம்பை நுழைத்துக் கொண்டான். பலமுறை முயன்று, தோற்று, ஒருவழியாக இடுப்பைச் சுற்றி நாடாவை இறுக்கிக் கட்டிக் கொண்டான். செருப்பையும் அணிந்துகொண்டு கண்ணாடி முன் நின்று தன்னைப் பார்த்துக் கொண்டான் அந்தளவுக்கு ஒன்றும் கதகதப்பாக இல்லை. வீட்டுக்குள்ளேயே இருக்கும்வரை குளிருக்கு இந்த உடை இதமாக இருக்கும். அதைவிட முக்கியமாக வேட்டைப் பறவைகள் வந்து அவனுடைய மென்மையான தோலைக் கொத்துமோ என்ற கவலை தீர்ந்தது.

அழைப்பு மணி ஒலித்தபோது ஸாம்ஸா அங்கிருந்த மிகப்பெரிய அறையில் (மிகப்பெரிய கட்டிலில்) தூங்கிக்கொண்டிருந்தான். அந்த மெத்தென்ற படுக்கையில் கதகதப்பாகப் புதைந்திருந்தது முட்டைக்குள் கருவைப்போலச் சுகமாக இருந்தது. கனவிலிருந்து விழித்தான். அந்தக் கனவு தெளிவாக ஞாபகத்தில் தங்காவிட்டாலும் அது மிக இன்பமானவொன்றாக இருந்தது. அழைப்பு மணி தொடர்ந்து ஒலித்துக் கொண்டிருந்தது. அந்த வீட்டுக்குள் சுற்றிச்சுற்றி எதிரொலித்து அவனை நிஜஉலகிற்குள் இழுத்து வந்தது.

படுக்கையிலிருந்து தன்னைப் பிய்த்தெடுத்துக்கொண்டு, கவுனை இடுப்பில் இறுக்கி, கருநீல செருப்புகளுக்குள் பாதங்களைச் சொருகிக்கொண்டு கருப்புநிற கைத்தடியை எடுத்துக்கொண்டு படிகளில் கைப்பிடிக் கம்பியை இறுக்கமாகப் பிடித்துக்கொண்டே இறங்கினான். முதல் முறையைவிட இப்போது சுலபமாக இருந்தது.

இருந்தாலும் கால் இடறிவிடக்கூடிய அபாயம் எப்போதுமே இருந்ததால் கைப்பிடியை அவன் விடவில்லை. கவனமாக ஒவ்வொரு படியாக அடியெடுத்து இறங்கினான். அழைப்பு மணி தொடர்ந்து ஒலித்துக் கொண்டிருந்தது. அழைப்பவர் சற்றும் பொறுமையற்ற பிடிவாதக்காரராகத்தான் இருக்க வேண்டும்.

இடதுகையில் கைத்தடியோடு கதவை நெருங்கினான். தாழ்ப்பாள் குமிழை வலதுபுறமாகத் திருப்ப, கதவை இழுக்கத் திறந்துகொண்டது.

வெளியே ஒரு குள்ளமான பெண் நின்றிருந்தாள். மிகக்குள்ளமான பெண். இவளால் எப்படி அழைப்பு மணியை எட்டி அடிக்க முடிந்ததென்று வியப்பாக இருந்தது. உற்றுப் பார்த்தபோதுதான் அவள் குள்ளம் அல்ல என்று புரிந்தது. அவள் முதுகு வளைந்திருந்த கூனி. அந்த முதுகுப் புடைப்பு அவள் உருவத்தைக் குறுக்கே மடித்துக் குள்ளம் போலத் தோன்ற வைத்திருந்தது. உண்மையில் அவள் உடலமைப்பு சரியான பரிமாணங்களில்தான் அமைந்திருந்தது. தலைமுடி முகத்தின் மீது சரிந்து விடாதபடி ரப்பர் வளையத்தால் முடிச்சிட்டிருந்தாள். அடர்த்தியான செக்கர் நிறக்கூந்தல்.

பழைய நேரியல் கம்பளி ஜாக்கெட்டும், கணுக்கால் வரை மூடிய தொளதொளப்பான பாவாடையும் அணிந்திருந்தாள். கோடு போட்ட பருத்தி முக்காடு கழுத்தைச் சுற்றியிருந்தது. அவள் தொப்பி அணிந்திருக்கவில்லை. வார் இழையாலான காலணிகள் அணிந்திருந்த அவளுக்கு வயது ஆரம்ப இருபதுகளில்தான் இருக்கும். அந்தப் பெண்ணிடம் இனங்காணமுடியாத ஏதோவொன்று இருந்தது. அவள் கண்கள் பெரியதாக இருந்தன. சிறிய நாசி. உதடுகள் ஒரு பக்கமாகப் பிறை நிலவுபோலக் கோணிக்கொண்டிருந்தன. நெற்றியின் குறுக்கே நேர்க்கோடுகளாக அடர்ந்த, கரிய புருவங்கள் சந்தேகப்படுவதைப் போன்ற முகபாவனையை அவளுக்கு அளித்தன.

‘‘இது ஸாம்ஸா வீடுதானா?’’ அந்தப் பெண் தலையை உயர்த்தி அவனைப் பார்த்துக் கேட்டுவிட்டு உடம்பை முறுக்கிக் கொண்டாள்.

பயங்கர நிலநடுக்கத்தின்போது பூமி முறுக்கிக் கொள்வதைப் போலிருந்தது.

முதலில் அவன் திடுக்கிட்டுப் போனான். பின்னர் சமாளித்துக்கொண்டு, ''ஆமாம்'' என்றான். அவன் கிரகோர் ஸாம்ஸா என்பதால் இது ஸாம்ஸாவின் வீடாகத்தான் இருக்க வேண்டும். எப்படியானாலும், அதைப்போலச் சொல்வதில் தவறொன்றும் இருக்க முடியாது.

ஆனால், அந்தப் பெண்ணுக்கு அவனுடைய பதில் திருப்தியளிக்காததைப் போலிருந்தது. அவள் புருவங்கள் சற்று சுருங்கின. அவன் குரலிலிருந்த குழப்பத்தை அவள் கவனித்திருக்கக்கூடும்.

''இது உண்மையிலேயே ஸாம்ஸாவின் வீடுதானா?'' வாசலில் அவலட்சணமாக வந்து நிற்கும் ஒருவனைப் பார்த்து அனுபவசாலியான வாயிற்காவலன் கேட்கும் தொனியில் அதட்டிக் கேட்டாள்.

ஸாம்ஸா எவ்வளவு முடியுமோ அவ்வளவு சாந்தமான குரலில், ''நான்தான் கிரகோர் ஸாம்ஸா'' என்றான். குறைந்தது இதுவொன்றாவது அவனுக்கு நிச்சயமாகத் தெரிந்திருந்தது.

''நீ சொல்வது உண்மையென்று நம்புகிறேன்'' என்றபடி காலடியில் வைத்திருந்த துணிப்பையை எடுத்தாள். அது கருப்பு நிறத்தில் கனமாக இருப்பதாகத் தெரிந்தது. சிற்சில இடங்களில் கிழிந்திருந்தது. நிச்சயமாகப் பலருடைய கைகளுக்கு அந்தப் பை மாறியிருக்க வேண்டும். ''சரி நாம் ஆரம்பிப்போம்.''

பதிலுக்குக் காத்திராமல் வீட்டுக்குள் நுழைந்தாள். ஸாம்ஸா கதவை மூடினான். அவள் நின்று அவனை மேலும் கீழும் பார்த்தாள். அவனது கவுனும் செருப்புகளும் அவளுக்குச் சந்தேகத்தை எழுப்பியிருக்கும்போல

"உன்னை எழுப்பிவிட்டேன் போலிருக்கிறது" என்றாள் உணர்ச்சியற்ற குரலில்.

"அதனாலென்ன பரவாயில்லை" என்றான். அவள் முகபாவம் மாறுவதிலிருந்து, அவன் அணிந்திருக்கும் உடை பொருத்தமில்லாமல் இருப்பதை உணர்ந்தான். "நான் இந்தத் தோற்றத்தில் இருப்பதற்காக மன்னிக்கவேண்டும்" என்றான். "காரணம் என்னவென்றால்…"

அந்தப் பெண் அவன் சொல்லவந்ததை நிராகரித்து, "சரி, அப்புறம்?" என்று உதடுகளை இறுக்கினாள்.

"சரி, அப்புறம்?" என்று ஸாம்ஸாவும் எதிரொலித்தான்.

"சரி, அப்புறமா பழுதான அந்தப் பூட்டு எங்கே இருக்கிறது?" என்றாள்.

"பூட்டா?"

"அதுதான் பழுதான பூட்டு, அதைச் சரியாக்கத்தானே என்னைக் கூப்பிட்டீர்கள்?"

"ஆ, பழுதான பூட்டு" என்றான் ஸாம்ஸா.

ஸாம்ஸா மூளையைத் துருவி யோசித்தான். மனதைக் குவிக்க ஆரம்பித்ததுமே, அந்தக் கரிய நிறக்கொசுக்கூட்டம் எழும்பத் தொடங்கியது.

"பூட்டைப் பற்றிக் குறிப்பாக எதுவும் நான் கேள்விப்படவில்லை. ஒருவேளை இரண்டாம் தளத்திலுள்ள கதவு ஒன்றில் உள்ளதாக இருக்கலாம்" என்றான்.

அந்தப் பெண் அவனைச் சுட்டுவிடுவதைப்போலப் பார்த்தாள். "அப்படியென்று நினைக்கிறாயா?" என்று அவன் முகத்தைக் கூர்ந்து நோக்கினாள். அவள் குரல் மேலும் கடுமையாகியது. ஒரேயொரு புருவம் மட்டும் அவநம்பிக்கையில் மேலே வளைந்தது. "ஏதோவொரு கதவா?" என்று இழுத்தாள்.

வெட்கத்தில் தன் முகம் சிவப்பதை ஸாம்ஸா உணர்ந்தான். பழுதான பூட்டைப் பற்றி ஒன்றும் தெரியாமல் இருப்பது மிகவும் சங்கடமளிப்பதாக இருந்தது. தொண்டையைக் கனைத்துக்கொண்டு பேசுவதற்கு முயன்றான். வார்த்தைகள் வரவில்லை.

''திரு ஸாம்ஸா, உன் பெற்றோர்கள் உள்ளே இருக்கிறார்களா? நான் அவர்களிடமே பேசிக்கொள்கிறேன்''

''அவர்கள் ஏதோ வேலையாக வெளியே போயிருக்கிறார்கள் போலிருக்கிறது'' என்றான் ஸாம்ஸா.

''வேலையா?'' அவள் திடுக்கிட்டாள். ''வெளியே இவ்வளவு கலவரமாக இருக்கும்போதா?''

''அதைப் பற்றி எனக்கு ஒன்றும் தெரியாது. காலையில் நான் எழுந்து பார்த்தபோது யாரையும் காணோம்''

''கடவுளே'' அந்த இளம்பெண் நீளமாகப் பெருமூச்செறிந்தாள். ''இன்றைக்கு இந்த நேரத்தில் நாங்கள் வருவோம் என்று அவர்களிடம் சொல்லியிருந்தோமே?''

''தயவு செய்து மன்னித்துக்கொள்''

அந்தப் பெண் அங்கேயே ஒருகணம் நின்றிருந்தாள். பின், அவளுடைய நெரித்த புருவங்கள் நேராகின. ஸாம்ஸா இடதுகையில் பிடித்திருந்த கைத்தடியைப் பார்த்தாள்.

''உன் கால்களில் ஏதாவது பிரச்சனையா கிரகோர் ஸாம்ஸா?''

''ஆம், கொஞ்சம்'' என்றான் மழுப்பலாக.

அவள் மீண்டும் தன் உடம்பை முறுக்கிக்கொண்டாள். இப்படி அவள் செய்து கொள்வதற்கு என்ன அர்த்தம், எதற்காகச் செய்து கொள்கிறாள் என்றெல்லாம் ஸாம்ஸாவுக்குத் தெரியவில்லை. ஆனாலும் இப்படிச் செய்யும்போது அவள் உடம்பு அசையும் விதம் அவனுக்குள் கிளர்ச்சியை உண்டாக்கியது.

"சரி, என்னதான் செய்ய வேண்டும் நான்?" குரலில் சலிப்போடு அந்தப் பெண் கேட்டாள். "இரண்டாவது தளத்திலுள்ள அந்தக் கதவுகளைப் பார்க்கலாம். இந்தப் பயங்கரக் கலவரத்துக்கு நடுவில் நகரின் ஒரு கோடியிலிருந்து இங்கே பாலத்தைத் தாண்டி வந்திருக்கிறேன். உயிரைப் பணயம் வைத்துத்தான் வந்திருக்கிறேன் அப்படி வந்தபிறகு "ஓ யாரும் இல்லையா? சரி அப்புறம் வருகிறேன்" என்று போய்விட முடியாதில்லையா?"

இந்தப் பயங்கரக் கலவரம்? அவள் என்ன சொல்கிறாள் என்று ஸாம்ஸாவால் கிரகிக்க இயலவில்லை. அப்படியென்ன பயங்கரமாக நடந்து கொண்டிருக்கிறது? ஆனால் விவரமாகச் சொல்லும்படி கேட்கவேண்டாமென்று முடிவெடுத்தான். அவனது அறியாமையை மேலும் வெளிக்காட்டிக் கொள்ளாமல் இருப்பதே நல்லது.

கூன்முதுகோடு அந்தக் கனமான கருப்புப் பையை வலதுகையால் தூக்கிகொண்டு, ஊர்ந்து செல்லும் பூச்சியைப்போலப் படிக்கட்டுகளில் ஏறிச்சென்றாள். ஸாம்ஸா அவளுக்குப் பின்னால் கைப்பிடிக் கம்பியைப் பிடித்துக்கொண்டு மெதுவாக ஏறினான். அவளது கூன் தோற்றம் அவனிடத்தில் இரக்கத்தை ஏற்படுத்தியது. அது அவனுக்கு எதையோ ஞாபகப்படுத்தியது.

மேல்மாடியில் நின்றுகொண்டு மாடிக்கூடத்தைச் சுற்றும்முற்றும் பார்த்தாள். "இங்கிருக்கிற நான்கு கதவுகளில் ஏதோவொரு கதவு பழுதடைந்திருக்கலாம் என்கிறாய், அப்படித்தானே?"

ஸாம்ஸாவின் முகம் சிவந்தது. "ஆம், இவற்றில் ஒன்று கூடத்தின் இடது கோடியில் இருக்கும் கதவு என்று நினைக்கிறேன்" அவன் குரல் தடுமாறியது. அன்று காலை அவன் விழித்தெழுந்தது அந்த அறையில்தான்.

"நினைக்கிறாய்" அந்தப் பெண்ணின் குரல் நீரூற்றி அணைக்கப்பட்ட நெருப்பைப்போல உயிரில்லாமல் இருந்தது. "ஒருவேளை" அவள் திரும்பி ஸாம்ஸாவின் முகத்தை ஆராய்ந்தாள்.

''எப்படியோ அல்லது வேறெதுவோ'' என்றான் ஸாம்ஸா. அவள் மீண்டும் பெருமூச்செறிந்தாள். வறண்ட குரலில் ''கிரகோர் ஸாம்ஸா'' என்று ஆரம்பித்தாள். ''நீ பேசுவதைக் கேட்பதே வெகு சுவாரஸ்யமாகத்தான் இருக்கிறது. என்னவொரு சொற்களஞ்சியம் உன்னிடத்தில்! சொல்ல வருவதைத் துல்லியமாகச் சொல்லிவிடுகிறாய். எப்படியோ அல்லது வேறெதுவோ!'' அவள் தொனி மாறியது. ''இருக்கட்டும் கூடத்தின் இடதுகோடிக் கதவை முதலில் சோதித்து விடலாம்''

கதவிடம் சென்றாள். தாழ்ப்பாள் குமிழை முன்னும் பின்னும் திருகிப் பார்த்தாள். கதவைத் தள்ளித் திறந்தாள். அறை முன்பு இருந்ததைப்போலவே இருந்தது. வெற்றுக்கட்டில், அதுவும் அழுக்கான கட்டில். விரிப்பற்ற தரை. பலகைகளை அடித்து மூடப்பட்ட சன்னல். அந்தப் பெண் இவை எல்லாவற்றையும் கவனித்திருக்கக்கூடும். ஆனால் ஆச்சரியமடைந்ததற்கான அறிகுறிகள் எதுவும் இல்லை. நகரம் முழுக்க இதைப் போன்ற பல அறைகளைப் பார்த்திருப்பவளைப்போலத் தோன்றினாள்.

கீழே குந்தியமர்ந்து, கருப்புப் பையைத் திறந்து ஒரு வெள்ளை நாரியல் துணியை எடுத்துத் தரையில் விரித்தாள். பையிலிருந்து பலவிதமான சாதனங்களை வெளியிலெடுத்து அதன்மேல் கவனமாகப் பரப்பினாள் - வதை முகாமிலுள்ள தியாகிக்கு முன் கொலைக்கருவிகளை எடுத்துக் காண்பிக்கும் சித்திரவதையாளன்போல.

சுமாரான கனத்திலிருந்த ஒயர் ஒன்றைத் தேர்ந்தெடுத்து, அதை பூட்டுக்குள் செருகி, பல்வேறு கோணங்களில் திறமையாகத் திருப்பித் திருப்பிச் சோதித்தாள். அவள் கண்கள் முனைப்பில் சுருங்கின. பூட்டுக்குள்ளிருந்து வரக்கூடிய மெல்லிய சத்தங்களுக்காக செவிகளைத் தீட்டிக் கொண்டு ஆராய்ந்தாள். பின்னர் மெல்லிய ஒயரை எடுத்துப் பூட்டுக்குள் செலுத்தி சோதனையைத் தொடர்ந்தாள். அவள்

முகம் இறுகி, சீன வாளைப்போலக் கோணின. ஒரு பெரிய டார்ச் லைட்டை எடுத்துப் பூட்டின் துவாரத்துக்குள் வெளிச்சத்தை அடித்து மும்முரமாக எதையோ ஆராய்ந்தாள்.

ஸாம்ஸாவிடம் ''இந்தப் பூட்டுக்குச் சாவி இருக்கிறதா?'' என்று கேட்டாள்.

''இதற்குச் சாவி இருக்கிறதா என்பதே எனக்குத் தெரியாது'' என்று நேர்மையாகப் பதிலளித்தான்.

''ஆ, கிரகோர் ஸாம்ஸா... சில நேரங்களில் நீ பேசுவதைக் கேட்கும்போது செத்துவிடலாமென்றிருக்கிறது''

அதன்பிறகு அவனை அவள் முற்றிலும் புறக்கணித்துவிட்டு வேலையில் மூழ்கினாள். சாதனங்களிலிருந்து ஒரு ஸ்க்ரூ டிரைவரைத் தேர்ந்தெடுத்து, கதவிலிருந்து பூட்டைக் கழற்றி எடுக்கத் தொடங்கினாள். அவளது செயல்பாடுகள் மெதுவாக ஆனால் ஜாக்கிரதையாக இருந்தன. அவ்வப்போது வேலையை நிறுத்திவிட்டு, முன்பு செய்ததைப்போலவே உடம்பை முறுக்கித் தளர்த்திக் கொண்டாள்.

அவளுக்குப் பின்னால் நின்றுகொண்டு அவள் இப்படி உடம்பை முறுக்கிக் கொள்வதைப் பார்த்துக் கொண்டிருந்தவனுக்கு வினோதமாக ஓர் உணர்வு எழுந்தது. அவன் உடல் திடீரென சூடாகத் தொடங்கி, நாசித்துவாரங்கள் விடைத்தன. வாய் உலர்ந்தது. வாயைத் திறந்து சுவாசிக்க முற்படுகையில் பெரிதாக ஏப்பம் போல வந்தது. காதுமடல்கள் நமைத்தன. அதுவரை தளர்வாகத் தொங்கிக்கொண்டிருந்த அவனது ஆண்குறி இறுகத் தொடங்கி, விரைத்தது.

அது எழும்பி, நீண்டு, அவனது கவுனின் முன்புறத்தை வீங்கச் செய்தது. அவனுக்கு நிகழும் இந்த மாற்றத்துக்கு என்ன காரணமென்று விளங்காமல் குழம்பினான்.

பூட்டைக் கழற்றி எடுத்துக்கொண்டு அந்த இளம்பெண் சன்னலுக்குச் சென்று பலகைகளின் இடைவெளியில் வரும் வெயிலில் பூட்டை வைத்துச் சோதித்தாள்.

முகத்தைச்சுருக்கி, வாயை இறுக்கிக்கொண்டு பூட்டுக்குள் மெல்லிசாக ஒயர் ஒன்றைச் செலுத்தி பலமாகக் குலுக்கி, உள்ளே எப்படிச் சத்தம் வருகிறது என்று காதை வைத்தக் கேட்டாள். கடைசியாகப் பெருமூச்சுடன் ஸாம்ஸாவைத் திரும்பிப் பார்த்தாள்.

''உள்ளே எல்லாம் உடைந்துபோயிருக்கிறது. நீ சொன்னதைப்போல இதுதான் பழுதான பூட்டு''

''சரி'' என்றான் ஸாம்ஸா.

''என்ன, சரி? இதை இந்த இடத்தில் வைத்து என்னால் சரி செய்ய முடியாது. இது சிக்கலான வகைப் பூட்டு. இதை எடுத்துக்கொண்டு போய் என் அப்பா, அண்ணன்கள் யாரிடமாவது கொடுத்துதான் சரி செய்ய வேண்டும். எனக்கு இதில் அனுபவம் கிடையாது - சாதாரண பூட்டுகளைத்தான் கையாளத் தெரியும்''

''ஓஹோ'' என்றான் ஸாம்ஸா. எனவே இந்தப் பெண்ணுக்கு ஒரு அப்பாவும் நிறைய அண்ணன்களும் இருக்கிறார்கள். பூட்டுக் கொல்லர்கள் குடும்பம்.

''உண்மையில் என் அண்ணன்களில் ஒருவர்தான் இங்கே வருவதாக இருந்தார். வெளியே ஒரே கொந்தளிப்பாக இருந்ததால் என்னை அனுப்பினார்கள். நகரம் முழுக்க சோதனைச்சாவடிகள்'' கையில் வைத்திருந்த பூட்டைக் குனிந்து பார்த்தாள். ''எப்படி இதைப்போல இந்தப் பூட்டு உடைந்திருக்கிறது? வினோதம். யாரோ பூட்டுக்குள் ஆயுதத்தைச் செருகி உள்ளிருக்கும் பாகங்களை நாசமாக்கியிருக்கிறார்கள். வேறு எப்படியும் இதை விளக்க முடியவில்லை.

அவள் மீண்டும் உடம்பை முறுக்கினாள். அவள் கைகளைச் சுழற்றுவது நீச்சல் வீரர் ஒரு புதிய நொடிப்பைப் பயிற்சி செய்வதைப்போலிருந்தது. மனதை மயக்கி, கிளர்ச்சியூட்டும் உடற்சுழற்சி.

ஸாம்ஸா தீர்மானித்தான். ''உன்னிடம் ஒன்று கேட்கலாமா?'' என்றான்.

''கேள்வியா?'' அவனைச் சந்தேகமாகப் பார்த்து ''என்ன கேட்கப்போகிறாய் தெரியவில்லையே, கேள்'' என்றாள்.

''நீ ஏன் அடிக்கடி உடம்பை முறுக்கிக் கொள்கிறாய்?''

அவள் ஸாம்ஸாவை நிமிர்ந்து நோக்கினாள். உதடுகள் சற்றுத் திறந்தன. ''முறுக்கிக் கொள்வதா?'' சற்று யோசித்தாள். ''இதைச் செல்கிறாயா?'' என்று செய்து காட்டினாள்.

''ஆமாம், இதேதான்''

''என் பிரேஸியர் நிலையாக இருக்காது'' என்றாள் குரலில் சினேகமில்லாமல், ''அதனால்தான்''

''பிரேஸியரா?'' ஸாம்ஸா ஹீனமான குரலில் முணுமுணுத்தான். அவன் ஞாபக அடுக்குகளில் இல்லாத ஒரு சொல்.

''பிரேஸியர் பெண்களின் உள்ளாடை - தெரியாதா உனக்கு?'' என்றாள். ''அல்லது அதை அணியக் கூனிகளுக்குத் தகுதியில்லை என்கிறாயா?''

''கூனி?'' அவன் உள்ளே சுமந்திருக்கும் மாபெரும் வெற்றிடத்திற்குள் மேலும் ஒரு சொல் இழுத்து உறிஞ்சப்பட்டது. அவள் என்ன சொல்கிறாள் என்று அவனுக்குப் புரியவில்லை. இருந்தாலும் ஏதாவது சொல்ல வேண்டுமென்று அவனுக்குத் தோன்றியது.

''இல்லை, அப்படி நினைக்கவில்லை'' என்று முனகினான்

''இதைக் கேள். கூனிகளான எங்களுக்கும் இரண்டு மார்பகங்கள் இருக்கின்றன, மற்ற பெண்களைப்போலவே. அவற்றைத் தாங்கிப்பிடிக்க பிரேஸியரை உபயோகிக்கிறோம். பசுமாடுகளைப்போல மடியைத் தொங்கவிட்டு ஆட்டிக் கொண்டு எங்களால் நடக்க முடியாதல்லவா?''

''ஆம், முடியாது'' ஸாம்ஸா தடுமாறினான்.

''ஆனால் பிரேஸியர்கள் எங்களைப் போன்றவர்களுக்காக வடிவமைக்கப்பட்டவையல்ல - தளர்ந்து விடுகின்றன. மற்ற சாதாரணப் பெண்களைப்போல எங்களுக்கு உடலமைப்பு இல்லைதானே? அதற்காகத்தான் உடம்பை முறுக்கி அதைப் பழைய நிலைக்கு மேலேற்றிக் கொள்ள வேண்டியிருக்கிறது. நீங்களெல்லாம் நினைப்பதைவிட எங்களுக்குக் கஷ்டங்கள் அதிகம். நீ என்னைப் பின்னாலிருந்து முறைத்துப் பாரத்துக் கொண்டிருந்தது இதனால்தானா? உனக்கு இப்படித்தான் கிளர்ச்சி ஏற்படுகிறதா?''

''இல்லையில்லை. நீ ஏன் அப்படிச் செய்கிறாய் என்று தெரிந்து கொள்ளும் ஆர்வத்தில் கேட்டேன்''

ஆகவே, பிரேஸியர் என்பது மார்பகங்களை உயர்த்தி வைத்திருக்கும் படியான ஒரு சாதனம் என்று புரிந்துகொண்டான். கூனி என்றால் முதுகு வளைந்திருக்கும் பெண். அதுவும் தெரிந்துவிட்டது. இவ்வுலகத்தில் தெரிந்துகொள்ள வேண்டியவை நிறைய இருக்கின்றனபோல.

''நீ ஒன்றும் என்னைக் கிண்டல் செய்யவில்லையே?'' அந்தப் பெண் கேட்டாள்.

''உன்னைக் கிண்டல் செய்யவில்லை''

அவள் கழுத்தை வளைத்து ஸாம்ஸாவை நிமிர்ந்து பார்த்தாள். அவன் உண்மையைத்தான் பேசுகிறான் என்று தெரிகிறது. அவனிடம் கள்ளத்தனம் இல்லை. சற்று மந்தபுத்திக்காரன் போல இருக்கிறான், அவ்வளவுதான். அவளைவிட சில வருடங்கள் பெரியவனாக இருப்பான். கொஞ்சம் ஊனமுற்றவன் என்பதோடு புத்தி மாறாட்டம் உள்ளவனாகவும் தெரிகிறான். ஆனால் நல்ல குடும்பத்திலிருந்து வந்தவன். நடத்தை நாகரீகமாகவே இருக்கிறது.

கொஞ்சம் ஒல்லியாக, வெளிறிப்போயிருந்தாலும் பார்க்க அழகாகத்தான் இருக்கிறான்.

அப்போதுதான் அவன் கவுனின் கீழ்ப்பகுதியில் தெரிந்த புடைப்பைக் கவனித்தாள்.

''ஹே, என்ன அது?'' என்றாள் கடுமையாக. ''அங்கே என்ன துருத்திக் கொண்டிருக்கிறது?''

ஸாம்ஸா குனிந்து கவுனைப் பார்த்தான். அவன் குறி மிகவும் விரைத்து நீண்டிருந்ததைக் கேட்கிறாள். அவள் குரலின் தொனியை வைத்துப் பார்க்கும்போது இது மிகவும் அவச்செயலாகத்தான் இருக்குமென்றும் யூகித்தான்.

''இப்போது புரிகிறது'' என்று வெடித்தாள். ''ஒரு கூனியைப் புணர்ந்தால் எப்படியிருக்கும் என்று யோசித்துக் கொண்டிருக்கிறாய், இல்லையா?''

''புணர்தல்?'' என்றான். அவனால் இனங்கான முடியாத இன்னொரு சொல்.

''இடுப்பில் வளைந்து கூன் முதுகிட்டு இருப்பதால் எங்களைப் பின்னாலிருந்து பிடித்து வீழ்த்திவிடலாம் என்று உனக்கு நினைப்பு இல்லையா'' என்று சீறினாள். ''உன்னைப் போன்ற வக்கிர புத்திக்காரர்கள் நிறையபேர், கூனிகளை என்ன வேண்டுமானாலும்

செய்யலாம் என்று நினைத்துக் கொண்டிருக்கிறார்கள். அப்படியெல்லாம் கற்பனை செய்து கொள்ளாதே, மகனே! எங்களை அவ்வளவு எளிதில் அடைந்துவிட முடியாது!''

''நான் மிகவும் குழம்பிப்போயிருக்கிறேன்'' என்றான் ஸாம்ஸா. ''உன்னை எந்த விதத்திலாவது கஷ்டப்படுத்தியிருந்தால், தயவு செய்து மன்னித்துக்கொள். அதற்காக நான் மிகவும் வருந்துகிறேன். தவறாக எதைச்செய்யவும் நான் நினைக்கவில்லை. எனக்கு உடல்நலமில்லாமல் இருந்தது. பல விஷயங்கள் எனக்குப் புரியவில்லை''

''சரி, சரி. புரிகிறது. நீ சற்று மந்தம், இல்லையா? ஆனால் உன் சரக்கு பிரமாதம். நல்ல மூடில்தான் இருக்கிறாய் போலிருக்கிறது''

''மன்னித்துக் கொள்'' என்றான் மீண்டும்.

''சரி விடு. என் வீட்டில் ஒன்றுக்கும் உதவாத நான்கு அண்ணன்மார்கள் இருக்கிறார்கள். நான் சின்னப்பெண் என்பதால் எல்லாவற்றையும் காட்டியிருக்கிறார்கள். அது என்னவோ பெரிய ஜோக் என்பதைப்போல. அசிங்கம் பிடித்தவர்கள். அதனால்தான் எனக்குத் தெரியும். உன்னுடையது அட்டகாசமாகத்தான் இருக்கிறது''

அவள் குந்தி உட்கார்ந்து, எல்லா சாதனங்களையும் பையிலிட்டாள். பழுதடைந்த பூட்டை நாரியல் துணியில் சுற்றி பத்திரமாக உள்ளே வைத்தாள்.

எழுந்து நின்று, ''இதை வீட்டுக்கு எடுத்துப்போகிறேன்'' என்றாள். உன் பெற்றோர்களிடம் சொல். சீராக்க முயல்கிறோம், இல்லாவிட்டால் வேறொன்றை மாற்றிவிடலாம். புதிதாக வாங்க வேண்டுமானால் இப்போது இருக்கும் நிலைமையில், நாளாகலாம். மறக்காமல் சொல்லிவிடு, சரியா? நான் சொல்வது புரிகிறதா? மறந்துவிட மாட்டாயே?''

''சொல்லிவிடுகிறேன்''

அவள் மெதுவாகப் படியிறங்கிச் செல்ல, ஸாம்ஸா பின்னால் சென்றான். இருவரின் நடையிலும் ஓர் ஆச்சரிய ஒற்றுமை இருந்தது.

அவள் ஊர்ந்து செல்லும் பூச்சியைப்போலப் படிக்கட்டுகளில் தவழ்ந்து செல்ல, அவன் அசாதாரணமான கோணத்தில் முதுகைப் பின்னால் வளைத்து கைப்பிடிக்கம்பைப் பிடித்தபடி இறங்கிக்கொண்டிருந்தான். இருவரின் வேகமும் ஒன்றாக இருந்தது. ஸாம்ஸா அவனது ‘‘விரைப்பை’’ இளக்கிக்கொள்ள கடுமையாக முயன்றாலும் அது அதன் இயல்பான நிலைக்குச் சுருங்க மறுத்தது. அவளது உடலசைவுகளைப் பின்னாலிருந்து பார்க்கும்போது அவன் இதயம் வேகமாகத் துடித்தது. சூடான, புதிய ரத்தம் நாளங்களில் பாய்ந்தது. அந்தப் பிடிவாதமான விரைப்பு அடங்க மறுத்தது.

அவர்கள் முன் கதவை அடைந்ததும், ‘‘நான் ஏற்கனவே சொன்னதைப்போல, என் அண்ணன்களில் ஒருவன்தான் இன்று வருவதாக இருந்தது’’ என்றாள். ‘‘ஆனால் தெருக்களில் எங்கே பார்த்தாலும் ராணுவத்தினரும் பீரங்கிகளும். மக்கள் வெளியே வந்தால் கைது செய்து கொண்டிருக்கிறார்கள். அதனால்தான் எங்கள் வீட்டு ஆண்களால் வெளியே தலை காட்ட முடியவில்லை. கைது செய்து விட்டால், பிறகு எப்போது விடுவிப்பார்கள் என்றும் சொல்ல முடியாது. அதனால்தான் என்னை அனுப்பினார்கள். தன்னந்தனியாக ப்ராக் நகர வீதிகளில் நடந்து வந்திருக்கிறேன். கூனியை யாரும் கவனிக்கமாட்டார்கள் என்று சொன்னார்கள்’’

‘‘பீரங்கிகளா?’’ ஸாம்ஸா முணுமுணுத்தான்.

‘‘ஆம். நிறைய இயந்திரத் துப்பாக்கிகள், பீரங்கிகள். ஆனால் உன்னுடைய பீரங்கி ரொம்பவும் கவர்ச்சியாக இருக்கிறது’’

அவன் கவுனுக்குள்ளேயிருந்த எழுச்சியைச் சுட்டிக்காட்டிச் சொன்னாள். ‘‘ஆனால் தெருவில் உள்ள பீரங்கிகள் மிகவும் பெரியவை. கடினமானவை பயங்கரமானவை. உன் குடும்பத்தினர் எல்லோரும் பத்திரமாகத் திரும்பி வரட்டும்’’

ஸாம்ஸா ஆனது ஆகட்டுமென்று துணிச்சலாகக் கேட்டேவிட்டான் ''நாம் மீண்டும் சந்திக்க முடியுமா?''

அந்த இளம்பெண் ஸாம்ஸாவைத் திரும்பிப் பார்த்தாள். ''என்னை மீண்டும் சந்திக்க வேண்டுமென்றா சொல்கிறாய்?''

''ஆம். இன்னும் ஒருமுறை உன்னைப் பார்க்க விரும்புகிறேன்''

''உன் சமாச்சாரத்தை இப்படி விரைத்துக் கொள்வதற்காகவா?''

ஸாம்ஸா குனிந்து பார்த்துக் கொண்டான். ''இது எப்படி நிகழ்ந்தது என்று என்னால் விளக்க முடியவில்லை. ஆனால் இதற்கும் என் உணர்ச்சிகளுக்கும் தொடர்பில்லை. இது ஏதோ இதயம் சம்பந்தப்பட்ட பிரச்சனை போல''

''விளையாடாதே'' அவள் அந்தப் பதிலை ரசித்தாள்.

''இதய பிரச்சனையா இது? கேட்பதற்கு சுவையாகத்தான் இருக்கிறது. இதற்கு முன் யாரும் இப்படிச் சொல்லிக் கேட்டதில்லை''

''இது என் கட்டுப்பாட்டில் நடக்கவில்லை''

''அப்படியா, புணர்ச்சிக்கான தயாரிப்பு இல்லையா இது?''

''புணர்ச்சி என்றால் என்னவென்று எனக்குத் தெரியாது''

''சரி, நேராகவே கேட்டுவிடுகிறேன். உன் சமாச்சாரம் இதைப்போல இறுகி, விரைப்பதற்குக் காரணம் உன் மனம் அல்ல, இதயம்தான் என்கிறாய்?''

ஸாம்ஸா ஒப்புதலாகத் தலையசைத்தான்.

''கடவுள் சத்தியமாக?''

''கடவுள்'' ஸாம்ஸா அவள் சொன்னதை எதிரொலித்தான். இதற்கு முன் கேள்விப்பட்டிராத மற்றொரு சொல். அவன் மௌனமானான்.

அந்தப் பெண் அயற்சியுடன் தலையை ஆட்டிக்கொண்டாள். பிரேஸியரை சரிபடுத்திக் கொள்வதற்காக மீண்டும் உடம்பைத் திருப்பி முறுக்கிக்கொண்டாள். ''சரி விடு. கடவுள் சில நாட்களுக்குமுன் ப்ராக் நகரத்தை விட்டுப் போய்விட்டார் என்று நினைக்கிறேன். அவரை மறந்து விடலாம்''

''சரி, நான் உன்னை மீண்டும் பார்க்க முடியுமா?'' ஸாம்ஸா கேட்டான்.

அந்தப் பெண்ணின் முகத்தில் ஒரு புதிய பாவம் தோன்றியது - அவள் விழிகள் தூரத்துக்குச் சென்று மூட்டான நிலப்பரப்பை வெறித்தன. ''உண்மையாகவே என்னை மீண்டும் சந்திக்க விரும்புகிறாயா?''

ஸாம்ஸா தலையை ஆட்டினான்.

''சந்தித்து என்ன செய்யப்போகிறோம்?''

''பேசிக்கொண்டிருக்கலாம்''

''எதைப் பற்றி'' என்று கேட்டாள்.

''நிறைய விஷயங்களைப் பற்றிப் பேச வேண்டும்''

''வெறும் பேச்சு மட்டுமா?''

''உன்னிடம் கேட்பதற்கு என்னிடம் நிறைய சந்தேகங்கள் இருக்கின்றன''

''எதைப்பற்றி?''

''இந்த உலகத்தைப் பற்றி. உன்னைப் பற்றி. என்னைப் பற்றி. நாம் பேசித் தீர வேண்டிய பல விஷயங்கள் இருப்பதாக நினைக்கிறேன். உதாரணத்திற்கு, பீரங்கிகள், அப்புறம் கடவுள், பிரேஸியர், பூட்டுகள்''

அவர்கள் நடுவே இன்னொரு மௌனம் கவிந்தது. கடைசியில் அவளே பேசினாள். ''எனக்குத் தெரியவில்லை'' என்று தலையை

மெதுவாக ஆட்டிக்கொண்டாள். ஆனால் அவள் குரலில் இருந்த உணர்ச்சியற்ற தன்மை இப்போது குறைந்தது. ''நீ என்னைவிட ஒழுங்காக வளர்க்கப்பட்டிருக்கிறாய். உன் பெற்றோர்கள் அவர்களுடைய அருமை மகன் நகரின் மோசமான பகுதியிலிருந்து வரும் ஒரு கூனியோடு சம்பந்தப்படுகிறான் என்று தெரிந்தால் சந்தோஷப்படமாட்டார்கள். அவர்களுடைய பையன் நொண்டியாக, மந்தமாக இருந்தாலும்கூட. மேலும் நகரம் முழுக்க வெளிநாட்டு பீரங்கிகளும் படைகளும் சுற்றிக்கொண்டிருக்கும்போது, இனி என்ன நடக்கும் என்று யாருக்குத் தெரியும்?''

இனி என்ன நடக்கும் என்று ஸாம்ஸாவுக்கு உண்மையிலேயே ஊகிக்க முடியவில்லை. அவனுக்கு எதுவுமே விளங்கவில்லை. எதிர்காலம் குழப்பம்தான். ஆனால் நிகழ்காலமும் கடந்த காலமும் கூடக் குழப்பமாகவே இருந்தன அவனுக்கு. எது சரி, எது தப்பு? உடை அணிந்து கொள்வதுகூடப் பெரும் சிக்கலாக இருக்கிறது.

''எப்படியிருந்தாலும் சில நாட்கள் கழித்து இந்த வழியாக வருவேன்'' என்றாள் அந்தக் கூன முதுகுப் பெண். ''சீராக்க முடிந்தால் பூட்டை எடுத்து வந்து மாட்டிச் செல்கிறேன். இல்லாவிட்டால் திருப்பித் தந்துவிடுகிறேன். வந்து சென்றதற்காகச் சேவைக் கட்டணம் எனக்குத் தரவேண்டியிருக்கும். நீ இங்கே இருந்தாயென்றால் நாம் பார்க்கலாம். நீ சொன்னதைப்போல நீண்டநேரம் பேசமுடியுமாவென்று தெரியாது. ஆனால் உன்னுடைய இந்தத் துருத்தலை உன் பெற்றோர் கண்ணில் படாமல் மறைத்துக் கொள்வது நல்லது என்பேன். யதார்த்த உலகத்தில் இதைப்போன்ற விஷயங்களை வெளிப்படையாகக் காட்டினால் பாராட்டு கிடைக்காது''

ஸாம்ஸா தலையாட்டினான். எப்படி இதைக் கண்ணில் படாமல் மறைத்துவைத்துக் கொள்வதென்று அவனுக்கு விளங்கவில்லை.

''வினோதம்தான் இல்லையா?'' என்றாள். மிகவும் சிந்தனைவயப்பட்ட குரலில். ''சுற்றிலும் எல்லா இடங்களிலும்

வெடித்து எரிந்து கொண்டிருக்கிறது. ஆனாலும் சிலர் பழுதான பூட்டைப் பற்றிக் கவலைப்பட்டுக் கொண்டிருக்கிறார்கள். இன்னும் சிலர் அதைப் பழுதுபார்ப்பதற்காகக் கடமையுணர்ச்சியோடு வருகிறார்கள்... ஆனால் அதுதான் வாழ்க்கை போல. இப்போது நம்மைப்போல சின்னச்சின்ன விஷயங்களைக்கூட கடமையுணர்வோடு, நேர்மையாகச் செய்தால், உலகம் சின்னாபின்னமாகிச் சிதறிக் கொண்டிருக்கும்போதுகூட நம்மால் காலூன்றி நிற்கமுடியும், இல்லையா?"

அவள் ஸாம்ஸாவின் முகத்தை நிமிர்ந்து பார்த்தாள். "நான் ஏதோ துருவித்துருவிக் கேட்பதாக நினைக்காதே. அந்த இரண்டாம் தளத்திலுள்ள அறையில் என்ன இருக்கிறது, என்ன இருந்தது? வெறும் கட்டில் மட்டுமே இருக்கும். அந்த அறைக்கு எதற்காக அவ்வளவு பெரிய பூட்டு வேண்டுமென உன் பெற்றோர் கேட்கிறார்கள்? அந்தப் பூட்டு உடைந்துவிட்டதற்காக ஏன் அவர்கள் அவ்வளவு பதற்றப்படுகிறார்கள்? அப்புறம் ஏன் அந்தச் சன்னலை மூடி பலகைகள் அடிக்கப்பட்டிருக்கின்றன? அங்கே எதையாவது அடைத்து வைத்திருக்கிறார்களா?"

ஸாம்ஸா தெரியாது என்று தலையை ஆட்டினான். அங்கே எதையாவது அல்லது யாரையாவது அடைத்து வைத்திருந்தார்கள் என்றால், அது அவனைத்தான். ஆனால் அதற்கு என்ன அவசியம் இருந்தது? எதற்காக? அவனுக்கு எதுவும் புரியவில்லை.

"உன்னிடம் எதையும் கேட்பதில் அர்த்தமில்லை" என்றாள். "சரி, நான் போக வேண்டும். தாமதமானால் கவலைப்படுவார்கள். நான் பத்திரமாய்ப் போய்ச்சேர வேண்டுமென்று பிரார்த்தனை செய்துகொள். பாவப்பட்ட கூன்முதுகுப் பெண்ணை ராணுவத்தினர் கவனிக்கக்கூடாது, அவர்களில் யாரும் வக்கிரம் பிடித்தவர்களாக இருக்கக்கூடாது என்றும் வேண்டிக்கொள். ஏற்கனவே நிறைய அனுபவித்திருக்கிறோம்"

''பிரார்த்தனை செய்து கொள்கிறேன்'' என்றான் ஸாம்ஸா. ஆனால் ''வக்கிரம்'' என்றால் என்னவென்று அவனுக்கு விளங்கவில்லை. அதைப்போலவே பிரார்த்தனை என்றாலும்.

அவள் தனது கருப்புப் பையை எடுத்துக்கொண்டு, கூன் முதுகு மேலும் சற்றுக் குனிய, கதவை நோக்கி நடந்தாள்.

''உன்னை மீண்டும் பார்ப்பேனா?'' கடைசியாக ஒருமுறை ஸாம்ஸா கேட்டான்.

''நீ யாரையாவது ஆழமாக நினைத்துக் கொண்டிருந்தால் நிச்சயமாக அவர்களை மறுபடியும் பார்ப்பாய்'' என்றபடியே வெளியேறினாள். இம்முறை அவள் குரலில் உண்மையான பிரியம் இருந்தது.

''பறவைகளிடம் எச்சரிக்கையாக இரு'' என்று கத்தினான். அவள் திரும்பி தலையசைத்தாள். தெருவில் இறங்கி நடந்தாள்.

திரைச்சீலையின் பிளவு வழியாக அவள் நடைபாதையில் கூன்முதுகோடு செல்வதைப் பார்த்தபடி இருந்தான். நடை தடுமாற்றத்தோடு இருந்தாலும் வியப்பூட்டும் வகையில் படுவேகமாக நடந்து சென்றாள். அவளுடைய ஒவ்வோர் அசைவும் அவனுக்கு அழகாக இருந்தது. அவளைப் பார்க்குபோது குளத்து நீரிலிருந்து வெளிவந்து உலர்ந்த நிலத்தில் குதியாட்டமாகச் செல்லும் நீர்ப்பூச்சியின் ஞாபகம் அவனுக்கு வந்தது. அவனுக்கென்னவோ இரண்டு கால்களால் ஆடியாடி நிமிர்ந்து நடப்பதைவிட அவளைப்போல நடப்பது ஒழுங்கான நடைமுறையாகத் தோன்றியது.

அவள் பார்வையிலிருந்து மறைந்ததும் ஒன்றைக் கவனித்தான். அவனுடைய பாலுறுப்புகள் தமது பழைய மிருதுவான, சுருங்கிய நிலைக்குத் திரும்பி விட்டிருந்தன. திடீரென்று எழுச்சியுற்றிருந்த அந்த விரைப்பு மறைந்து, இப்போது அந்த உறுப்பு கால்களுக்கு நடுவே அப்பாவியான பழத்தைப்போல, சாதுவாக, பாதுகாப்பின்றித்

தொங்கிக் கொண்டிருக்க, விரைகள் சௌகரியமாக அவற்றின் பையில் ஓய்வெடுத்திருந்தன. கவுனின் பெல்ட்டை சீராக்கிக்கொண்டு உணவுக்கூடத்திற்குச் சென்று உட்கார்ந்து மேஜையில் மிச்சம் வைத்திருந்த சிலலென்ற காபியைக் குடித்தான்.

இங்கே வசித்து வந்தவர்கள் எல்லோரும் எங்கோ போய்விட்டிருக்கிறார்கள். அவர்கள் யாரென்று அவனுக்குத் தெரியாது. ஆனால் அவர்கள்தான் அவனுடைய குடும்பமாக இருக்குமென்று நினைத்துக் கொண்டான். எல்லோருக்கும் திடீரென ஏதோ நடந்துவிட்டிருக்கிறது. அவர்கள் இந்த இடத்தைவிட்டு வெளியேறிவிட்டிருக்கிறார்கள். ஒருவேளை அவர்கள் திரும்பி வராமலே போகலாம். ‘‘உலகம் சின்னாபின்னமாகிச் சிதறுதல்’’ என்றால் என்ன பொருள்? கிரகோர் ஸாம்ஸாவுக்குத் தெரியவில்லை. அயல்நாட்டு ராணுவம், சோதனைச் சாவடிகள், பீரங்கிகள் - எல்லாமே மர்மமாக இருக்கின்றன.

அவன் நிச்சயமாக அறிந்திருந்த ஒரே விஷயம் அந்தக் கூன்முதுகுப் பெண்ணை மீண்டும் சந்திக்க விரும்புகிறான் என்பதுதான். எதிரெதிரே உட்கார்ந்து அவன் இதயத்திலுள்ள எல்லாவற்றையும் பேசிக் கொட்டிவிட வேண்டும். இந்த உலகத்தின் புரியாத புதிர்களை அவளோடு சேர்ந்து அவிழ்க்க வேண்டும். அவள் தன் உடம்பைத் திருப்பி முறுக்கிக் கொள்வதை, பிரேஸியரை சரி செய்து கொள்வதை எல்லா கோணங்களிலிருந்தும் பார்த்து ரசிக்க வேண்டும். சாத்தியப்படுமென்றால் அவள் உடலெங்கும் தன் விரல்களைப் பதித்து வருட வேண்டும். அவள் மிருதுவான சருமத்தைத் தொட்டு அவளுடைய சூட்டை விரல் நுனிகளில் உணர வேண்டும். உலகத்தின் படிக்கட்டுகளில் அவளோடு இணையாக ஏறி இறங்க வேண்டும்.

அவளைப் பற்றி நினைப்பதே அவனுக்குள் கதகதப்பை உண்டாக்கியது. ஒரு மீனாகவோ அல்லது ஒரு சூரியகாந்தியாகவோ அல்லது வேறெதுவாகவோ மாறியிருக்கலாமே என்ற ஆசை

இப்போது அவனிடத்தில் இல்லை. மனிதனாக இருப்பதில் சந்தோஷம் கொண்டான். இரண்டு கால்களால் நடக்கவேண்டியிருப்பதும், உடையணிந்து கொள்ள வேண்டியிருப்பதும் பெரிய அசௌகரியம்தான். அவனுக்குத் தெரியாத பல விஷயங்கள் இருக்கின்றன. ஆனால் மனிதனாக இல்லாமல் ஒரு மீனாகவோ ஒரு சூரியகாந்திப் பூவாகவோ இருந்திருந்தால் இந்த உணர்ச்சிகளை அவன் அனுபவித்திருக்கமாட்டான். இவ்வாறு அவன் மனதில் ஓடியது.

ஸாம்ஸா கண்களை மூடிக்கொண்டு அதே இடத்தில் வெகுநேரம் அமர்ந்திருந்தான். பின் முடிவெடுத்தவனாக எழுந்து, அவனது கருப்புக் கைத்தடியை எடுத்துக்கொண்டு மாடிப்படிகளை நோக்கி நடந்தான். அவன் இரண்டாம் தளத்துக்குத் திரும்பிச் செல்வான். ஒழுங்காக உடையணியும் விதத்தைக் கற்றுக் கொள்வான். தற்போதைக்கு அதுதான் அவனது குறிக்கோள்.

அவன் கற்றுக் கொள்வதற்காக உலகம் காத்திருந்தது.

குஷிரோவுக்கு வந்த பறக்கும் தட்டு

தொடர்ந்து ஐந்து நாட்களாக அவள் தொலைக்காட்சிப் பெட்டியின் முன் உட்கார்ந்திருந்தாள். இடிந்து விழுந்திருந்த வங்கிக் கட்டிடங்களையும், மருத்துவமனைகளையும், அங்காடிகள் மொத்தமாகத் தீப்பற்றி எரிந்து கொண்டிருப்பதையும், துண்டிக்கப்பட்டிருந்த ரயில் பாதைகளையும், புரட்டிப் போடப்பட்டிருந்த விரைவுச்சாலைகளையும் வெறித்துக் கொண்டிருந்தாள். ஒரு வார்த்தை பேசவில்லை. சோபாவின் குஷனில் புதைந்து, வாயை இறுக்கமாக மூடிக்கொண்டிருந்தவள், கோமுரா என்ன கேட்டாலும், பேசினாலும் பதில் அளிக்கவில்லை. தலையைக்கூட அசைக்கவில்லை. கோமுராவுக்குத் தன்னுடைய குரல் அவளுக்கு உறைத்ததா என்பதே சந்தேகமாக இருந்தது.

கோமுராவின் மனைவி வடக்கே யாமகாடாவைச் சேர்ந்தவள். அவன் அறிந்த வரையில் அவளுடைய உறவினர்களோ நண்பர்களோ பூகம்பம் நிகழ்ந்த கோபேவில் கிடையாது. அவளுக்குத் தெரிந்த யாரும் அந்த பூகம்பத்தில் சிக்கியிருக்க வாய்ப்பில்லை. ஆனாலும் காலையிலிருந்து இரவு வரை டிவியின் முன்னால்தான் ஆணியடித்து

உட்கார்ந்திருந்தாள். அவள் எதையும் சாப்பிட்டதாகவோ அருந்தியதாகவோ தெரியவில்லை. கழிவறைக்குக்கூடச் செல்லவில்லை. அலைவரிசையை மாற்றுவதற்காக எப்போதாவது ரிமோட் கன்ட்ரோல் பட்டன்களை அழுத்தியதைத்தவிர வேறு எந்த அசைவும் அவளிடத்தில் காணப்படவில்லை.

கோமுரா தானே ரொட்டி சுட்டுக்கொண்டு, காபி தயாரித்து அருந்திவிட்டு வேலைக்குச் சென்றுகொண்டிருந்தான். மாலை திரும்பி வந்ததும் குளிர்பதனப் பெட்டியிருந்த ஏதோ ஒரு பலகாரத்தை எடுத்துத் தனியாகச் சாப்பிட்டான். அவன் படுக்கைக்குச் செல்லும்போது கூட இரவுச் செய்திகளை அவள் பார்த்துக் கொண்டிருந்தாள். மௌனம் ஒரு சுவரைப் போல அவளைச் சூழ்ந்திருந்தது. அதை உடைப்பதற்கான முயற்சியை கோமுரா கைவிட்டான்.

ஆறாவது நாள், ஞாயிற்றுக்கிழமை வேலையிலிருந்து அவன் திரும்பி வந்தபோது அவன் மனைவி காணாமற்போயிருந்தாள்.

கோமுரா டோக்கியோவின் அகிஹாபரா 'எலெக்ட்ரானிக்ஸ் டவுன்' பகுதியிலிருந்த உயர்தொழில்நுட்பச் சாதனங்கள் விற்கும் மிகப்பழைய கடையொன்றில் விற்பனையாளனாக இருந்தான். அவனது விற்பனைப் பிரிவு இருப்பவற்றிலேயே விலையுயர்ந்த ஆடம்பரச் சாதனங்கள் கொண்டது. விற்பனையில் அவனுக்குக் கணிசமான கமிஷனும் கிடைத்து வந்தது. அவனுடைய வாடிக்கையாளர்களில் பெரும்பாலோர் மருத்துவர்கள், பணக்கார வணிகர்கள், வசதி வாய்ந்த கிராமத்துப் பெரிய மனிதர்கள். எட்டு வருடங்களாகப் பணியாற்றி வருகிறான். ஆரம்பத்திலிருந்தே அவனுக்கு நல்ல வருமானம் கிடைத்து வந்தது. நாட்டின் பொருளாதாரமும் வளமாக இருந்தது. நிலத்தின் மதிப்பு உயர்ந்து, ஜப்பானில் பணப்புழக்கம் நிரம்பி வழிந்து கொண்டிருந்தது. மக்களின் பைகளில் பத்தாயிரம் யென் நோட்டுகள் பிதுங்கியிருந்தன. எல்லோரும் வெறிபிடித்தாற்போலச் செலவழித்துக்

கொண்டிருந்தார்கள். மிகவும் விலையுயர்ந்த பொருட்கள்தான் முதலில் விற்றுத் தீர்ந்தன.

கோமுரா ஒல்லியாக, உயரமாக இருந்தான். மிக நேர்த்தியாக உடையணிவான். எல்லோரிடமும், நயமாகப் பழகுவான். திருமணமாவதற்குமுன் பல பெண்களோடு 'டேட்டிங்' சென்றிருக்கிறான். ஆனால் இருபத்தி ஆறாவது வயதில் அவனுக்குத் திருமணமானபிறகு பாலியல் சாகசங்களுக்கான ஆர்வம் திடீரென மர்மமான விதத்தில் அவனிடமிருந்து மறைந்து போயிற்று. மணமாகி இந்த ஐந்து வருடங்களில் மனைவியைத் தவிர வேறு எந்தப் பெண்ணோடும் அவன் உறங்கவில்லை. வாய்ப்பு கிடைக்கவில்லை என்றும் சொல்ல முடியாது. ஆனால் அவனுக்கு இந்த ஒரு-ராத்திரி-உறவு-களில் ஆர்வம் போய்விட்டிருந்தது. அவனுக்கு வீட்டிற்குச் சீக்கிரமாக வந்து, மனைவியோடு நிதானமாக உணவருந்திவிட்டு, சோபாவில் அமர்ந்து கொஞ்சநேரம் பேசிவிட்டு, பின் படுக்கைக்குச் சென்று காதல் புரிவதில்தான் விருப்பம் இருந்தது. அது மட்டுமே அவனுக்குப் போதுமானதாகவும் இருந்தது.

கோமுராவின் நண்பர்களுக்கும் சக ஊழியர்களுக்கும் அவன் மணமுடித்துக் கொண்ட பெண்ணைப் பார்த்து ஒரே ஆச்சரியம். அவனது சுத்தமான, நேர்த்தியான அழகிய தோற்றத்திற்குப் பக்கத்தில் அவள் படுசாதாரணமாகத் தெரிந்தாள். குள்ளமாக, தடிமனான கைகளோடு சோம்பிய, மந்தமான பெண்ணாக இருந்தாள். உருவத்தில் மட்டுமல்லாது பழகும் விதத்தில்கூட அவள் கவரத்தக்கவளாக இல்லை. அரிதாகவே பேசினாள். நிரந்தர உம்மணாம்மூஞ்சி அவள்.

இருந்தாலும் மனைவியோடு வீட்டில் இருக்கும்போது தனது இறுக்கம் தளர்ந்து நிம்மதியாக இருப்பதைக் கோமுரா உணர்ந்திருக்கிறான். இது எப்படியென்று அவனுக்குப் புரியாவிட்டாலும் அவன் உண்மையான மனஅமைதியோடு இருக்கும் ஒரே நேரம், அவன் மனைவியோடு வீட்டில் இருக்கும்போதுதான்

என்று ஆகியிருந்தது. அவளோடு தூங்கும்போது நிச்சலனமாகத் தூங்கினான். திருமணத்திற்கு முன் அவனைத் தொல்லைப்படுத்திக்கொண்டிருந்த விநோதமான கனவுகள் இப்போது வருவதில்லை. அவனது விறைப்பு எப்போதுமே கெட்டியாகவும், புணர்ச்சி எப்போதுமே சுகமான அனுபவமாகவும் இருந்தது. மரணத்தைப் பற்றியோ, பாலியல் நோய்களைப் பற்றியோ, பிரபஞ்சத்தின் விஸ்தாரத்தைப் பற்றியோ அவன் இப்போதெல்லாம் கவலைப்பட வேண்டியிருக்கவில்லை.

ஆனால் அவன் மனைவிக்கு டோக்கியோவின் நெரிசல் பிடிக்கவில்லை. யாமகாடாவிற்காக ஏங்கினாள். அவளுடைய பெற்றோர்களையும் இரண்டு அக்காமார்களையும் பார்க்க நினைத்தபோதெல்லாம் சென்று விடுவாள். அவளுடைய பெற்றோர்கள் உணவு விடுதி ஒன்றை நல்லபடியாக நடத்தி வந்தார்கள். வசதிக்குக் குறைச்சல் இல்லை. அவள் அப்பாவுக்கு இளைய மகள் மீது செல்லம் அதிகம். அவள் திரும்பிப் போகும்போது செலவுக்குக் கைநிறைய கொடுத்தனுப்புவார். பலமுறை கோமுரா வேலையிலிருந்து திரும்பிவந்து பார்க்கும்போது அவள் வீட்டில் இருந்திருக்க மாட்டாள். சாப்பாட்டு மேஜையின் மேல் அவள் பெற்றோர்களைப் பார்க்கச் சென்றிருப்பதாகக் குறிப்பு மட்டும் இருக்கும். அவன் ஒருபோதும் ஆட்சேபித்ததில்லை. அவள் திரும்பி வருவதற்காகக் காத்திருப்பான். ஒரு வாரமோ பத்து நாட்களோ கழித்து நல்ல மனநிலையோடு அவள் திரும்பி வந்திருக்கிறாள். அதாவது இதுவரை.

ஆனால் பூகம்பத்திற்கு ஐந்து நாட்கள் கழித்து அவள் வீட்டைவிட்டுப் போனபோது வைத்திருந்த கடிதம் வழக்கமானதாக இல்லை. நான் திரும்பி வரப்போவதில்லை என்று எழுதியிருந்தாள். அதன்பின், அவள் ஏன் அவனுடன் வாழவிரும்பவில்லையென எளிமையாகவும் தெளிவாகவும் விளக்கியிருந்தாள்:

உங்களிடம் உள்ள பிரச்சனையே, நீங்கள் எதையுமே எனக்குத் தராததுதான். சுருக்கமாகச் சொன்னால் எனக்குத் தருவதற்கு உங்களுக்குள்ளே எதுவுமே இருக்கவில்லை. நீங்கள் நல்லவர், அன்பானவர், அழகானவர், ஆனால் உள்ளீடற்ற உங்களோடு சேர்ந்து வாழ்வதென்பது ஒரு காற்றடைத்த பையோடு வாழ்வதைப்போல. இது முழுக்கவும் உங்கள் தவறு இல்லைதான். உங்கள்மீது காதல் கொள்ள ஏராளமான பெண்கள் இருப்பார்கள். தயவுசெய்து என்னை மட்டும் கூப்பிடாதீர்கள். நான் விட்டுச் சென்றிருக்கும் எல்லா பொருட்களையும் வீசியெறிந்து விடுங்கள்.

உண்மையில் அவள் விட்டுச் சென்றவை அதிகமில்லை. அவளது உடைகள், அவளது காலணிகள், அவளது குடை, அவளது காபிக்கோப்பை, அவளது முடியுலர்த்தி, ஒன்றையும் காணவில்லை. அவன் அன்று காலை வேலைக்குச் சென்ற பிறகு அவை எல்லாவற்றையும் மூட்டை கட்டி அனுப்பிவிட்டாள்போல. 'அவளது பொருட்கள்' என்று வீட்டில் மிச்சமிருந்தவை வெளியில் செல்ல அவள் பயன்படுத்தி வந்த சைக்கிளும் சில புத்தகங்களும்தான். கோமுரா அவனது பிரம்மச்சாரிய தினங்களிலிருந்து சேகரித்து வைத்திருந்த பீட்டிலஸ், பில் ஈவான்ஸ் குறுந்தகடுகள்கூட மறைந்துவிட்டிருந்தன.

அடுத்த நாள் யாமகாடாவிலிருந்த அவளுடைய பெற்றோர்களை அழைத்தான். அவன் மாமியார் தொலைபேசியை எடுத்து, அவன் மனைவிக்கு அவனிடம் பேச விருப்பமில்லை என்று தெரிவித்தாள். அவள் சற்று சங்கடத்தோடு பேசுவதாகவே தோன்றியது. அவனுக்குச் சில படிவங்களை அனுப்பிவைப்பதாகவும், அவற்றில் கையொப்பமிட்டு உடனே திருப்பி அனுப்பிவைக்குமாறும் சொன்னாள்.

அவனால் 'உடனே' அனுப்பிவைக்க இயலாது என்று கோமுரா பதிலளித்தான். இது ஒரு முக்கியமான விஷயம். அவனுக்கு யோசிக்க போதிய கால அவகாசம் வேண்டியிருக்கிறது.

'நீங்கள் யோசிப்பதற்கு எவ்வளவு நாட்கள் வேண்டுமானாலும் எடுத்துக் கொள்ளுங்கள், ஆனால் அதனால் எந்தப் பலனும் ஏற்படுமென்று எனக்குத் தோன்றவில்லை' என்றாள் அவன் மாமியார்.

அவள் சொல்வது ஒருவேளை சரியாகவே இருக்கலாம் என்று கோமுரா தனக்குள் சொல்லிக்கொண்டான். எவ்வளவு காலத்திற்கு யோசித்தாலும், காத்திருந்தாலும், விஷயங்கள் பழையபடி ஆகப்போவதில்லை. அவனுக்கு நிச்சயமாகத் தெரிந்தது.

∎

அந்தப் படிவங்களில் கையொப்பமிட்டு அவர்களுக்கு அனுப்பிவைத்ததும் கோமுரா அலுவலகத்தில் ஒரு வார காலத்திற்கு ஈட்டிய விடுப்பு கோரினான். அவனுடைய முதலாளிக்கு நடப்பவை குறித்து உத்தேசமாகத் தெரிந்திருந்தது. வியாபாரத்தைப் பொறுத்தவரை பிப்ரவரி மந்தமான மாதம். எனவே கேட்டவுடனேயே விடுப்பு அனுமதித்தார். கோமுராவிடம் எதையோ சொல்வதற்கு வாயெடுத்து, பின் எதுவும் சொல்லாமல் அடக்கிக் கொண்டார்.

உணவு இடைவேளையின்போது அலுவலக சகாவான சகாகி அவனிடம் வந்தான். 'விடுப்பு எடுத்திருப்பதாகக் கேள்விப்பட்டேன். ஏதாவது செய்வதற்குத் திட்டம் வைத்திருக்கிறாயா?' என்றான்.

'எனக்கே தெரியவில்லை. நான் என்ன செய்ய வேண்டும்?' என்றான் கோமுரா.

சகாகி மணமாகாதவன். கோமுராவைவிட மூன்று வருடங்கள் இளையவன். ஒல்லியான உடல்வாகு. முடியை ஒட்ட வெட்டி, வட்டமான தங்க பிரேமிட்ட கண்ணாடி அணிந்திருந்தான். அவன் அளவுக்கதிகமாகப் பேசுபவனென்றும், திமிர் பிடித்தவனென்றும் நிறைய பேர் நினைத்தார்கள். ஆனால் கோமுராவிடம் அவன் நல்லவிதமாகவே பழகி வந்திருக்கிறான்.

'இவ்வளவு நீண்ட விடுப்பு எடுப்பதாக இருந்தால், சந்தோஷமாக எங்காவது போய் வரலாமே?' என்றான்.

'அதுவும் நல்ல யோசனைதான்' என்றான் கோமுரா.

சகாகி கண்ணாடியைக் கழற்றிக் கைக்குட்டையால் துடைத்துக்கொண்டே கோமுராவின் முகத்தில் எதையோ தேடுவதைப்போல உற்றுப் பார்த்தான்.

'நீ எப்போதாவது ஹொக்கைடோவிற்குப் போயிருக்கிறாயா?' அவன் கேட்டான்.

'இல்லை'

'போக விருப்பமா?'

'ஏன் கேட்கிறாய்?'

சகாகி கண்களைச் சுருக்கி, தொண்டையை கனைத்துக் கொண்டான். 'உண்மையைச் சொல்ல வேண்டுமானால், குஷிரோவுக்கு அனுப்புவதற்காக ஒரு சின்ன பொட்டலம் வைத்திருக்கிறேன். அதை எனக்காக நீ கொண்டுபோய்ச் சேர்த்தால் எனக்கு நீ பெரிய உதவி செய்ததாக இருக்கும். போகவர டிக்கெட் எடுத்துக் கொடுத்து விடுகிறேன். ஓட்டலில் தங்குகிற செலவும் என்னுடையது'

'சின்ன பொட்டலமா?'

'ஒரு சின்ன பெட்டி போல. இந்தளவுக்குத்தான்-' என்று ஒரு நான்கு அங்குல மானசீக கனசதுரத்தைக் காற்றில் வரைந்து காட்டினான். 'கனமாக இருக்காது'

'வேலை சம்பந்தப்பட்டதா?'

'அப்படியெல்லாம் எதுவுமில்லை' என்று சகாகி தலையை ஆட்டினான். 'மிகவும் அந்தரங்கமானது. தபாலில் அனுப்பினால் கவனமாகக் கையாள மாட்டார்கள். அதனால்தான் கையோடு

எடுத்துப்போக வேண்டுமென்று உன்னிடம் தருகிறேன். நேரில் பார்த்துக் கொடுத்துவிட வேண்டும். இதை நானேதான் செய்திருக்க வேண்டும். ஆனால் ஹொக்கைடோவரை போய் வருவதற்கு எனக்கு நேரம் இல்லை. விடுப்பும் கிடையாது'

'இது ஏதாவது முக்கியமானதா?'

சகாகி, இறுக மூடிய உதடுகள் சற்றே நெளிய தலையை ஆட்டினான், 'இதுவொன்றும் உடையக்கூடிய பொருளோ, அபாயகரமான வஸ்துவோ அல்ல. கவலைப்படவேண்டிய அவசியமில்லை. விமான நிலையத்தில் எக்ஸ்ரே பரிசோதனையில் நீ ஒன்றும் சிக்கிக்கொள்ளமாட்டாய். உன்னைச் சிக்கலில் மாட்டிவிடமாட்டேன், நம்பு. கனமாகவே இருக்காது. கையில் பெட்டியை எடுத்துப் போவதைப்போல எடுத்துக்கொண்டு போய்விடலாம். இதைத் தபாலில் அனுப்ப விருப்பம் இல்லாததால்தான் கையில் கொடுத்து அனுப்புகிறேன்'

ஹொக்கைடோ பிப்ரவரியில் உறைநிலையில் இருக்குமென்று கோமுராவுக்குத் தெரியும். வெப்பமோ குளிரோ இப்போதைய மனநிலையில் அவனுக்கு எல்லாம் ஒன்றுதான்.

'பொட்டலத்தை யாரிடம் கொடுக்க வேண்டும்?'

'என் தங்கையிடம். அவள் அங்கே வசிக்கிறாள்'

சகாகியின் திட்டத்தை ஒப்புக்கொள்ள கோமுரா தீர்மானித்தான். ஒரு வார விடுப்பை எப்படிச் செலவழிப்பது என்று அவன் முடிவெடுத்திருக்கவில்லை. இப்போது திட்டமிடுவதும் சிரமமாகவே இருக்கும். தவிர, ஹொக்கைடோவுக்குப் போகாதிருக்கவும் அவனுக்கு எந்தக் காரணமும் இல்லை. சகாகி விமான நிலையத்தை அப்போதே அழைத்து குஷிரோவுக்குப் பயணச்சீட்டை முன்பதிவு செய்தான். விமானம் இரண்டு நாள் கழித்து பிற்பகல் கிளம்பும்.

அடுத்த நாள் அலுவலகத்தில் சகாகி கோமுராவிடம் ஒரு பெட்டியைக் கொடுத்தான். அஸ்திச் சட்டியைப்போல, ஆனால் அதைவிடச் சிறியதாக, மணிலா பேப்பரில் கட்டப்பட்டிருந்தது. தூக்கிப்பார்க்கும்போது மரத்தால் செய்யப்பட்டதைப்போலிருந்தது. சகாகி சொன்னதைப்போல கனமே இல்லை. அகலமான செல்லோ டேப்புகள் அந்தப் பொட்டலம் முழுக்கச் சுற்றிச்சுற்றி ஒட்டியிருந்தது. கோமுரா அதைக் கையில் வைத்துச் சில விநாடிகள் கவனித்தான். லேசாகக்குலுக்கிப் பார்த்தான். எதுவும் உள்ளே அசைவதைப்போல உணரவோ கேட்கவோ இல்லை.

'என் தங்கை விமான நிலையத்திற்கு வந்து உன்னை அழைத்துச் செல்வாள். தங்குவதற்கு அவளே அறை ஏற்பாடு செய்துவிடுவாள். நீ செய்ய வேண்டியதெல்லாம் இந்தப் பார்சலைக் கையில் வைத்துக் கொண்டு வாசலுக்கு வெளியே பார்வையில் படும்படி நிற்க வேண்டும். கவலைப்படாதே, விமான நிலையம் ஒன்றும் பெரிதாக இருக்காது'

அந்தப் பெட்டியைப் பனியனில் சுற்றி சூட்கேஸில் வைத்துக்கொண்டு கோமுரா வீட்டைவிட்டுப் புறப்பட்டான். அவன் எதிர்பார்த்ததைவிட விமானத்தில் கூட்டம் அதிகமாக இருந்தது. இந்தக் குளிர்கால உச்சத்தில் எதற்காக இவர்கள் எல்லோரும் டோக்கியோவிலிருந்து குஷிரோ போய்க் கொண்டிருக்கிறார்கள் என்று வியந்தான்.

காலை நாளேடுகள் பூகம்பச் செய்திகளால் நிரம்பியிருந்தன. அவற்றை முதலில் இருந்து கடைசிவரை விமானத்தில் படித்து முடித்தான். இறந்தவர்களின் எண்ணிக்கை உயர்ந்து கொண்டிருந்தது. பல பகுதிகளுக்கு இன்னமும் தண்ணீரோ மின்சாரமோ கிடைக்கவில்லை. எண்ணற்றவர்கள் வீடுகளை இழந்திருந்தார்கள். ஒவ்வொரு செய்தியும் ஏதோ ஒரு புதிய சோகக் கதையைச் சொன்னது. ஆனால் விநோதமாக இந்த விபரங்கள் எல்லாமே வேரற்றவையாக

கோமுராவுக்குத் தோன்றியது. கேட்கும் ஒலிகள் தொலைதூரத்திலிருந்து வருபவற்றைப்போல, தொனி ஏற்றத்தாழ்வற்ற எதிரொலிகள் போல இருந்தன. விமானம் டோக்கியோவை விட்டு மேலும் மேலும் தூர விலகிச் சென்றுகொண்டிருக்க, அவனால் கவனத்தைக் குவிக்க முடிந்த ஒரே எண்ணம் அவன் மனைவியைப் பற்றியதாக மட்டுமே இருந்தது.

அவ்வப்போது பூகம்பச் செய்திகளின்மீது இயந்திரத்தனமாகப் பார்வையை ஓட்டினான். கவனம் கலைந்து மனைவியைப் பற்றி யோசித்தான். பின் மீண்டும் நாளேட்டுக்குத் திரும்பினான். இது அயர்ச்சியூட்டியதும் கண்களை மூடிப் பின்னால் சாய்ந்து, சற்று நேரத்தில் தூங்கிப்போனான். விழித்தபோது மீண்டும் மனைவியின் நினைவுகள் குறுக்கிட்டன. எதற்காகச் சாப்பிடவோ தூங்கவோ செய்யாமல் காலையிலிருந்து இரவுவரை தொலைக்காட்சியில் நிலநடுக்கச் செய்திகளை அவ்வளவு தீர்க்கமாகப் பார்த்துக் கொண்டிருந்தாள்? அவற்றில் அவள் என்ன பார்த்திருப்பாள்?

ஒரே மாதிரியாக ஒரே நிறத்தில் ஓவர் கோட்டுகள் அணிந்திருந்த இரண்டு பெண்கள் விமான நிலையத்தில் கோமுராவை அணுகினார்கள். ஒருத்தி வெளுப்பான சருமத்தில் ஏறக்குறைய ஐந்தரை அடி உயரத்தில், குட்டையான சிகையோடு இருந்தாள். அவள் மூக்கிற்கும், முழுமையான மேலுதட்டிற்கும் இடையிலிருந்த தாராளமான இடைவெளி, குட்டை முடி கொண்ட குளம்புள்ள விலங்கை கோமுராவுக்கு ஞாபகப்படுத்தியது. அவளைவிடக் குள்ளமாக ஐந்தடி ஒரு அங்குலத்தில் இருந்த மற்றவளுக்கு மூக்கு மட்டும் இவ்வளவு சின்னதாக இருந்திருக்காவிட்டால் மிகவும் அழகாகக்கூட இருந்திருப்பாள். அவளது நீளமான கேசம் தோள்களில் புரண்டுகொண்டிருந்தது. முடி விலகி வெளியே துருத்திக் கொண்டிருந்த செவிகளில் மாட்டியிருந்த வளையங்களால் வலது செவி மடலில் பிரதானமாக இருந்த இரண்டு மச்சங்கள் எடுப்பாகத் தெரிந்தன.

இரண்டு பெண்களும் இருபதுகளின் மத்தியில் இருக்கக்கூடும். அவர்கள் கோமுராவை விமான நிலையத்திலிருந்த உணவகத்திற்கு அழைத்துச் சென்றார்கள்.

உயரமான பெண் 'நான் கெய்கோ சகாகி' என்று அறிமுகப்படுத்திக் கொண்டாள். 'நீங்கள் என் அண்ணனுக்கு எவ்வளவு உதவியாக இருந்திருக்கிறீர்களென்று சொல்லியிருக்கிறான். இது என் சிநேகிதி ஷிமாவோ'

'உங்களைச் சந்திப்பதில் மகிழ்ச்சி' என்றான் கோமுரா.

'ஹாய்' என்றாள் ஷிமாவோ.

'உங்கள் மனைவி சமீபத்தில் காலமாகிவிட்டதாக அண்ணா சொன்னான்' கெய்கோ சகாகி மரியாதையான பாவத்தோடு சொன்னாள்.

கோமுரா பதில் அளிப்பதற்கு முன் ஒரு கணம் தயங்கினான். 'இல்லை, அவள் இறந்துபோகவில்லை'

'அப்படியா? நேற்று முன்தினம் என் அண்ணனோடு பேசியபோது நீங்கள் மனைவியை இழந்துவிட்டதாகத்தான் சொன்னான். தெளிவாக நினைவிருக்கிறதே!'

'ஆம், இழந்துதான் விட்டேன். அவள் மணவிலக்கு செய்துவிட்டாள். ஆனால் நான் அறிந்தவரை அவள் உயிரோடு நன்றாகவே இருக்கிறாள்'

'விநோதம். இவ்வளவு முக்கியமான ஒரு விஷயம் எப்படி என் காதில் தப்பாக விழுந்திருக்கும்!' அவள் அவனைத் துயரத்துடன் பார்த்தாள். கோமுரா கொஞ்சமாக சர்க்கரை எடுத்து காபியில் விட்டுக்கொண்டு மெதுவாகக் கலக்கிவிட்டு அருந்தினான். அந்தத் திரவம் நீர்த்துப்போய், எந்தச் சுவையும் இல்லாதிருந்தது. அவன் மனம் திடீரென அதிர்ந்தது: கடவுளே! நான் இங்கே என்ன செய்து கொண்டிருக்கிறேன்?

கெய்கோ சகாகி சமாதானப்படுத்துபவளாக, 'என் காதில் சரியாக விழவில்லை என்று நினைக்கிறேன். இந்தத் தவறை எப்படி விளக்குவது எனப் புரியவில்லை' என்றாள். மூச்சை ஆழமாக இழுத்துக்கொண்டு கீழுதட்டைக் கடித்தாள். 'தயவு செய்து என்னை மன்னியுங்கள் நயமின்றி நடந்துகொண்டேன்'

'கவலைப்படாதீர்கள். எப்படிப் பார்த்தாலும் அவள் இல்லைதானே?'

கோமுராவும் கெய்கோவும் பேசும்போது ஷிமாவோ எதுவும் பேசாமல் புன்னகையோடு கோமுராவையே பார்த்துக் கொண்டிருந்தாள். அவளுக்கு அவனைப் பிடித்துவிட்டதுபோல. அவள் முகபாவத்திலிருந்தும் உடல் மொழியிலிருந்தும் அவனால் அதைக் கணிக்கமுடிந்தது. அந்த மூவரிடமும் சற்று நேரத்திற்கு மௌனம் கவிந்தது.

'சரி, நான் எடுத்துவந்த அந்த முக்கியமான சரக்கைக் கொடுத்துவிடுகிறேன்' என்று சூட்கேஸின் ஜிப்பைத் திறந்து, கனமான பனிச்சறுக்கு பனியனில் சுற்றிவைத்திருந்த பெட்டியை வெளியே எடுத்தான். திடீரென ஓர் எண்ணம் வெட்டியது: விமானத்திலிருந்து இறங்கி இந்தப் பெட்டியை கையில் வைத்துக் கொண்டுதானே வாசலில் நிற்கச் சொல்லியிருந்தான்? அப்போதுதான் என்னை இவர்கள் அடையாளம் கண்டுகொண்டிருக்க முடியும். அப்படியில்லாமல் என்னை எப்படி இவர்களுக்குத் தெரிந்தது?

கெய்கோ சகாகி உணர்ச்சியற்ற கண்களை அந்தப் பார்சலின் மீதிருந்து விலகாமல் மேஜைக்குமேல் கையை நீட்டி வாங்கிக் கொண்டாள். அதன் கனத்தைச் சரிபார்த்துக்கொண்டு கோமுரா செய்ததைப்போலவே காதருகே வைத்து ஆட்டிப் பார்த்துக் கொண்டாள். எல்லாம் சரியாக இருப்பதாகப் புன்னகைத்துவிட்டு, பெரிதாக இருந்த அவளது தோள்பைக்குள் வைத்துக் கொண்டாள்.

'நான் தொலைபேசியை உபயோகிக்கவேண்டும், சற்று நேரம் சென்றுவரவா?' என்றாள்.

'தாராளமாக'

கெய்கோ அந்தப் பையை தோளில் மாட்டிக்கொண்டு தூரத்திலிருந்த தொலைபேசிக் கூண்டை நோக்கி நடந்தாள். அவள் நடந்து செல்லும் விதத்தைக் கோமுரா கவனித்தான். உடம்பின் மேற்பாதியை அசைக்காமல் இடுப்புக்குக் கீழே சத்தமின்றி இழைவாக இயங்கும் இயந்திரம் போலச் சீரான அசைவுகள். திடீரென்று அவனுக்குக் கடந்த காலத்தைச் சேர்ந்த ஏதோ ஒரு கணம் இப்போது மீண்டும் நிகழ்த்திக் காட்டுவதைப்போல விசித்திரமான ஓர் உணர்ச்சி தாக்கியது.

'ஹொக்கைடோவிற்கு இதற்கு முன் வந்திருக்கிறீர்களா?' ஷிமாவோவின் குரலில் கலைந்து, இல்லையென்று தலையை அசைத்தான்.

'நினைத்தேன். டோக்கியோவிலிருந்து வெகுதூரமல்லவா?'

கோமுரா ஆமோதிப்பதாகத் தலையை ஆட்டிவிட்டுச் சுற்றும் முற்றும் பார்வையை ஓட்டினான். 'இங்கே இப்படி உட்கார்ந்திருப்பதை நினைத்தால் வேடிக்கையாக இருக்கிறது' என்றான். 'நெடுந்தொலைவிலிருந்து வந்து சேர்ந்திருப்பதைப் போலவே தெரியவில்லை'

'அதற்குக் காரணம் நீங்கள் விமானத்தில் வந்தது. இந்த விமானங்கள் படுவேகத்தில் பறக்கின்றன. உங்கள் உடம்போடு உங்கள் மனதால் போட்டி போட முடிவதில்லை'

'இருக்கலாம்'

'இவ்வளவு நீண்ட பயணத்தை மனமொப்பித்தான் மேற்கொண்டீர்களா?'

'அப்படித்தான் தோன்றுகிறது'

'உங்கள் மனைவி போய்விட்டதாலா?'

அவன் தலையை அசைத்தான்.

'எவ்வளவு தூரம் நீங்கள் பயணம் சென்றாலும், உங்களிடமிருந்து ஒருபோதும் உங்களால் விடுபட்டுக் கொள்ள முடிவதில்லை' என்றாள் ஷிமாவோ.

மேசையிலிருந்த சர்க்கரை கோப்பையை வெறித்துக் கொண்டிருந்த கோமுரா பார்வையை அவளுக்கு உயர்த்தினான்.

'உண்மைதான்' என்றான். 'எவ்வளவு தூரம் பயணம் செய்தாலும் உன்னைவிட்டு ஒருபோதும் உன்னால் விடுபடமுடியாது. அது உன் நிழலைப்போல. உன்னை எல்லா இடங்களுக்கும் பின்தொடர்ந்து வருகிறது'

ஷிமாவோ கோமுராவை உற்றுநோக்கினாள். 'நீங்கள் அவளை வெகுவாக நேசித்திருக்க வேண்டும், இல்லையா?'

அந்தக் கேள்வியைக் கோமுரா தவிர்த்து, 'நீ கெய்கோ சகாகியின் சிநேகிதி, இல்லையா?' என்றான்.

'ஆம். நாங்கள் ஒன்றாகக் காரியமாற்றுகிறோம்'

'என்ன மாதிரியான காரியங்கள்?'

அதற்கு பதிலளிக்காமல், உங்களுக்குப் பசிக்கிறதா?' என்று கேட்டாள்.

'பசி எடுப்பதைப்போலவும் இருக்கிறது, இல்லாததைப் போலவும் இருக்கிறது'

'வாருங்கள் நாம் மூவரும் ஏதாவது சாப்பிடுவோம். உங்களுக்கும் தணிவாக இருக்கும்'

ஷிமாவோ ஒரு சிறிய சுபாரு காரை ஓட்டிவந்தாள். பார்க்கும்போது இதுவரை ஒரு லட்சம் மைல்கள் ஓடியிருக்கும் போலத் தோன்றியது. பின்பக்க பம்ப்பரில் பெரிதாக ஒரு சொட்டை இருந்தது. கெய்கோ சகாகி ஷிமாவோவின் பக்கத்தில் உட்கார்ந்து கொண்டதால் கோமுராவுக்கு அந்த இடுக்கமான பின்சீட்டில் தன்னை செருகிக்கொள்ள வேண்டியிருந்தது. ஷிமாவோ வண்டியை சரியாகத்தான் ஓட்டினாள். ஆனால் காரின் பின்னாலிருந்து கிளம்பும் சத்தம் பயங்கரமாக இருந்தது. சஸ்பென்ஷன் என்ற ஒன்றே இருப்பதாகத் தெரியவில்லை. டவுன்ஷிஃப்ட் ஆகும்போது ஆட்டோமாட்டிக் ட்ரான்ஸ்மிஷன், கியரில் இடித்தது. காருக்குள்ளிருந்த ஹீட்டர் சூடாகவும் சில்லென்றும் மாறி மாறிக் காற்றடித்தது. கண்களை மூடிக்கொண்டு உட்கார்ந்திருந்த கோமுரா வாஷிங் மெஷின் ஒன்றிற்குள் அடைத்து வைக்கப்பட்டிருப்பதைப்போல உணர்ந்தான்.

குஷிரோ நகரின் சாலைகளில் பனி திரள்வதற்கு அனுமதிக்காமல் உடனுக்குடன் அப்புறப்படுத்திவிடுகிறார்கள் என்பது தெரிந்தது. ஆனால் சாலையோரத்தில் ஆங்காங்கே அழுக்கான உறைபனிக் குவியல்கள் சேர்த்து வைக்கப்பட்டிருந்தன. அடர்த்தியான மேகங்கள் தாழ்வாக மிதந்து கொண்டிருக்க, இன்னும் அஸ்தமன நேரம் நெருங்காவிட்டாலும் நடமாட்டம் குறைந்து இருளத் தொடங்கியிருந்தது. காற்று விட்டுவிட்டுச் சீறியது. பாதசாரிகள் கண்ணில் படவில்லை போக்குவரத்து விளக்குகள் கூட உறைந்திருந்தன.

‘ஹொக்கைடோவின் இந்தப் பகுதியில் பனிப்பொழிவுகள் அதிகம் இருப்பதில்லை.’ கோமுராவைத் திரும்பிப் பார்த்தபடி உரத்த குரலில் கெய்கோ சகாகி விளக்கினாள். ‘கடலோரத்தில் இருப்பதால் காற்று பலமாக வீசுவதில் பனித்துகள்கள் குவிந்தாலும்கூட காற்றில் அடித்துக்கொண்டு போய்விடுகிறது. ஆனால் குளிர் உறைய வைத்துவிடும். சில நேரங்களில் காதுகளையே அறுத்துக்கொண்டு போய்விடும்போல இருக்கும்’

‘குடிபோதையில் தெருவோரம் விழுந்து கிடப்பவர்கள் குளிரில் செத்துப்போய்விடுவார்கள் என்று சொல்வார்கள்’ என்றாள் ஷிமாவோ.

‘இங்கே கரடிகள் நடமாட்டம் உண்டா?’ என்று கேட்டான் கோமுரா.

கெய்கோ குபீரென்று சிரித்து ஷிமோவாவைத் திரும்பிப் பார்த்தாள். ‘கரடிகளாம். இவர் என்ன கேட்கிறார் பார்த்தாயா?’

ஷிமாவோ ஒரு மாதிரியாகச் சிரித்தாள்.

கோமுரா தான் கேட்டதற்கு விளக்கமளிப்பதைப்போல, ‘ஹொக்கைடோவைப் பற்றி எனக்கு அதிகம் தெரியாது’ என்றான்.

‘கரடிகளைப் பற்றி ஒரு நல்ல கதை எனக்குத் தெரியும்’ என்றாள் கெய்கோ. ‘என்ன ஷிமாவோ?’

‘ஆமாம். மிகப் பிரமாதமான கதை!’ என்றாள் ஷிமாவோ.

ஆனால் அவர்கள் உரையாடல் இந்த இடத்தில் சட்டென்று அறுந்தது. அந்தக் கரடிக் கதையை அவர்களில் யாரும் சொல்ல முன்வரவில்லை. கோமுராவும் வற்புறுத்தவில்லை. கொஞ்ச நேரத்தில் அவர்கள் நெடுஞ்சாலையிலிருந்த ஒரு பெரிய நூடுல்ஸ் உணவகத்தின் முன் காரை நிறுத்திவிட்டு உள்ளே சென்றார்கள். கோமுரா ஒரு பீரும் சூடாக ஒரு கப் ரேமன் நூடுல்ஸூம் சாப்பிட்டான். அழுக்கான இடம். நாற்காலிகளும் மேஜைகளும் நொண்டின. இருந்தாலும் நூடுல்ஸ் அபாரமாக இருந்தது. சாப்பிட்டு முடிந்ததும் கோமுராவுக்குச் சற்று இறுக்கம் விலகித் தளர்வதாக உணர்ந்தாள்.

‘சொல்லுங்கள் திரு. கோமுரா, உங்களுக்கு ஹொக்கைடோவில் ஏதாவது வேலை இருக்கிறதா? நீங்கள் இங்கே ஒருவாரம் தங்கியிருப்பீர்கள் என்று அண்ணா சொன்னான்’

கோமுரா சற்று யோசித்தான். என்ன வேலை இருப்பதாகச் சொல்வதென்று விளங்கவில்லை.

‘நீராவிக் குளியல் பரவாயில்லையா? தொட்டியில் இளஞ்சூட்டு நீரில் வெகுநேரம் மூழ்கிக்கிடந்தால் மனதுக்கும் உடம்புக்கும் பெரிய இளைப்பாறுதல் கிடைக்கும். இங்கிருந்து கொஞ்ச தூரத்திலேயே ஒரு சிறிய பண்ணை விடுதி இருக்கிறது, அது ஒரு நல்ல புத்துணர்ச்சிக்கூடம்’

‘அதுவும் நல்ல யோசனைதான்’ என்றான் கோமுரா

‘நிச்சயமாக உங்களுக்குப் பிடிக்கும். உண்மையிலேயே அழகான இடம். கரடிகளோ வேறு மிருகங்களோ வராது’

இரண்டு பெண்களும் ஒருவரையொருவர் பார்த்துக் கொண்டு மீண்டும் சிரித்தார்கள்.

‘உங்களுக்கு ஆட்சேபணை இல்லாவிட்டால் உங்கள் மனைவியைப் பற்றிக் கேட்கலாமா?’ கெய்கோ கேட்டாள்.

‘பரவாயில்லை, கேளுங்கள்’

‘அவர் எப்போது உங்களைவிட்டுப் போனார்?’

‘ம்ம்ம்... பூகம்பத்திற்கு ஐந்து நாட்கள் கழித்து. இரண்டு வாரங்கள் ஆகிவிட்டன’

‘விட்டுச் சென்றதற்குப் பூகம்பம் ஒரு காரணமாக இருக்குமோ?’

கோமுரா தலையை ஆட்டினான். ‘அப்படியிருக்க வாய்ப்பில்லை, எனக்கு அப்படித் தோன்றவில்லை’

‘இருந்தாலும் இப்படிப்பட்ட விஷயங்கள் ஏதோவொரு விதத்தில் தொடர்புகொண்டிருக்குமென்றுதான் நினைக்கிறேன்’ தலையைச் சற்றுச் சாய்த்துக்கொண்டு ஷிமாவோ தீவிரமான பாவத்தோடு பேசினாள்.

‘இருக்கலாம்’ என்றாள் கெய்கோ. ‘ஆனால் அது எப்படி என்றுதான் நம் கண்களுக்குத் தெரிவதில்லை’

‘ஆம். இதுபோன்ற விஷயங்கள் எப்போதுமே நடந்து கொண்டுதான் இருக்கின்றன’

‘எதைப் போன்ற விஷயங்கள்?’ என்று கேட்டான் கோமுரா.

‘எனக்குத் தெரிந்த ஒருவருக்கு இப்படித்தான் நடந்தது’ என்று கெய்கோ ஆரம்பித்தாள்.

‘திரு சேக்கியைப் பற்றிச் சொல்கிறாயா?’ என்று குறுக்கிட்டாள் ஷிமாவோ.

‘ஆம். அவரேதான்’ என்றாள் கெய்கோ. ‘இந்த சேக்கி என்பவர் எங்களுக்குத் தெரிந்தவர். குஷிரோவில் இருக்கிறார். நாற்பது வயதிருக்கும். அவர் ஒரு முடிதிருத்துநர். போன வருடம் இலையுதிர் காலத்தில் ஒருநாள் அவர் மனைவி பறக்கும் தட்டு ஒன்றைப் பார்த்திருக்கிறாள். நகருக்கு வெளியே நள்ளிரவில் வண்டி ஓட்டிக் கொண்டுபோகும்போது பிரமாண்டமான பறக்கும் தட்டு ஒன்று சாலையை ஒட்டியிருந்த வயலில் இறங்கியதாம். ஊ...ஷ்! *க்ளோஸ் என்கௌன்டர்ஸ்* படத்தில் வருவதைப்போலவே. ஒரு வாரம் கழித்து அவள் வீட்டை விட்டுக் காணாமற்போய்விட்டாள். அவர்கள் வீட்டில் குடும்பப் பூசலோ, வேறு எந்தப் பிரச்சனையோ இல்லை. சட்டென்று காணாமற்போய்விட்டாள். திரும்பி வரவேயில்லை’

‘மாயமாகக் காற்றில் கரைந்து விட்டாள்’ என்றாள் ஷிமாவோ.

‘இதற்கு அந்த பறக்கும் தட்டுதான் காரணமா?’ என்று கேட்டான் கோமுரா.

‘எதனாலென்று தெரியவில்லை, அவளாகப் போய்விட்டாள். எதுவும் குறிப்பு எழுதி வைக்கவில்லை. அவளுக்குத் தொடக்கப் பள்ளியில் படிக்கும் இரண்டு குழந்தைகள் கூட உண்டு. அவள் காணாமற்போவதற்குமுன் ஒரு வாரத்திற்கு எல்லோரிடமும் அந்த பறக்கும் தட்டைப் பற்றி மட்டுமே பேசிக் கொண்டிருந்திருக்கிறாள்.

வாயை மூடவே இல்லையாம். அந்த பறக்கும் தட்டு அவ்வளவு பெரிசாக இருந்தது, அவ்வளவு அழகாக இருந்தது என்று வாய் ஓயாமல் பேசிக்கொண்டே இருந்திருக்கிறாள்'

கதை சுவாரஸ்யத்திற்காக அவள் சற்று இடை நிறுத்தினாள்.

'என் மனைவி கடிதம் ஒன்றை விட்டுச் சென்றிருந்தாள்; மேலும் எங்கள் விஷயத்தில் குழந்தைகள் இல்லை' என்றான் கோமுரா.

'எனவே உங்கள் நிலைமை சேக்கியைவிட மேலானதுதான்' கெய்கோ சொன்னாள்.

ஷிமாவோ தலையை மிகையாக ஆட்டி ஆமோதித்தாள்; 'ஆமாம். குழந்தைகள் இருந்தால் இன்னும் பரிதாபம்தான்'

'ஷிமாவோவின் அப்பா இவளுக்கு ஏழு வயதாக இருக்கும்போது ஓடிப்போய் விட்டார்' என்றாள் கெய்கோ. அவள் முகம் கோபத்தில் இறுகியது. 'கொழுந்தியாளோடு ஓடிவிட்டார்'

ஷிமாவோ புன்னகைத்தாள். 'ஆம். திடீரென்று ஒருநாள் ஆளைக்காணோம்!'

ஒரு கனத்த மௌனம் கவிந்தது.

கோமுரா சூழ்நிலையை இலகுவாக்குவதற்காக 'திருசேக்கியின் மனைவி ஓடிப்போய்விட்டாள் என்று எப்படிச் சொல்லமுடியும்? ஒருவேளை வெளி கிரக வாசிகள் கடத்திக்கொண்டு போயிருக்கலாம்' என்றான்.

ஷிமாவோ ஒரு மையமான முகபாவத்தை வரவழைத்துக் கொண்டு, 'சாத்தியம்தான்' என்றாள். 'இதைப்போன்ற கதைகளைத்தான் எப்போதுமே கேள்விப்பட்டிருக்கிறோமே'

'அதாவது நீ தெருவில் நடந்து போய்க்கொண்டிருக்கும்போது திடீரென்று கரடி முன்னால் குதித்து உன்னைச் சாப்பிட்டுவிடுகிறது

என்பது மாதிரியான கதைகளா?' என்றான் கோமுரா. இரண்டு பெண்களும் மீண்டும் ஒன்றாகச் சிரித்தார்கள்.

மூவரும் நூடுல்ஸ் உணவகத்தை விட்டு வெளியே வந்தனர். அங்கிருந்து அவர்கள் சென்ற புத்துணர்ச்சிக் கூடம் பக்கத்தில்தான் இருந்தது. நகருக்கு வெளியே அந்தச் சாலையில் புத்துணர்ச்சி விடுதிகளும் கல்லறை தலைக்கற்கள் செதுக்கும் கடைகளும் அடுத்தடுத்து இருந்தன. ஷிமாவோ தேர்ந்தெடுத்த விடுதி ஐரோப்பிய கோட்டை ஒன்றினைப்போல வடிவமைக்கப்பட்டிருந்தது. அதன் உயரமான கோபுரத்தில் முக்கோண வடிவில் சிவப்புக் கொடி பறந்தது.

முகப்பறையில் கெய்கோ சாவியை வாங்கிக் கொண்டாள். மூவரும் லிஃப்டில் ஏறி அறைக்குச் சென்றார்கள். அறையின் படுக்கைதான் அபத்தமாக அநியாயத்திற்குப் பெரியதாக இருந்ததே தவிர, சன்னல்கள் சின்னதாக இருந்தன. கோமுரா அவன் கோட்டைக் கழற்றி ஹாங்கரில் மாட்டிவிட்டு, கழிவறைக்குச் சென்றான். அவன் உள்ளே கழித்த சில நிமிட நேரத்தில் இரண்டு பெண்களும் குளியல் தொட்டியை நிரப்பி, விளக்கைக் குறைத்து, அறை வெப்பத்தைச் சோதித்து, தொலைக்காட்சிப் பெட்டியை இயக்கி, அறைக்கே வந்து பரிமாறும் உணவகங்களின் உணவுப் பட்டியலை ஆராய்ந்து, கட்டிலின் தலைமாட்டு விளக்கு ஸ்விட்சுகளைப் பரிசோதித்து, அறையின் மினி பாரிலிருந்த பானங்களைச் சரிபார்த்து விட்டனர்.

'இந்த விடுதியின் உரிமையாளர்கள் என் நண்பர்கள்' என்றாள் கெய்கோ. 'இருப்பதிலேயே பெரிய அறையாகத் தரும்படி கேட்டிருந்தேன். இது ஏறக்குறைய ஒரு உல்லாச விடுதிதான். அதற்காக நீங்கள் சங்கடப்படவேண்டாம். சங்கடம் இல்லைதானே?'

'அப்படியொன்றும் இல்லை'

'ஏதோ ஒரு மலிவான விடுதியின் இடுக்கமான அறையில் உங்களைத் தங்க வைப்பதற்கு பதிலாக இது நன்றாக இருக்குமே என்று நினைத்தேன்'

'வாஸ்தவம்தான்'

'குளித்துவிட்டு வாங்களேன். தொட்டியை நிரப்பி வைத்திருக்கிறேன்'

கோமுரா அவள் சொன்னபடியே செய்தான். குளியல் தொட்டி பெரியதாக இருந்தது. தனி ஆளாகக் குளிப்பது அசௌகரியமாக இருந்தது. இந்த ஓட்டலுக்கு வரும் ஜோடிகள் ஒன்றாகக் குளிப்பார்கள் போல.

குளியலறையிலிருந்து வெளியே வந்ததும் கெய்கோ சாகாகி போய்விட்டிருப்பதை அறிந்து ஆச்சரியப்பட்டான். ஷிமாவோ மட்டும் பீர் அருந்தியபடி டிவி பார்த்துக் கொண்டிருந்தாள்.

'கெய்கோ வீட்டுக்குப்போய்விட்டாள். சொல்லாமல் கிளம்பியதற்காக உங்களை மன்னிக்கச் சொன்னாள். நாளை காலை வருகிறாளாம். நான் இங்கு சற்றுநேரம் இருந்து பீர் அருந்திவிட்டு போகட்டுமா?'

'சரி'

'உங்களுக்கு ஒன்றும் பிரச்சனை இல்லையே? ஒருவேளை நீங்கள் தனியாக இருக்க விரும்பலாம். கூட யாராவது இருந்தால் ஓய்வெடுக்க முடியாமல் இருக்கலாம். அதுபோல ஏதாவது...?'

அப்படி எதுவுமில்லை என்றான் கோமுரா. பீர் அருந்தியபடியே தலையை டவலால் துடைத்துக்கொண்டு ஷிமாவோவுடன் அமர்ந்து தொலைக்காட்சி பார்த்தான். அது கோபே பூகம்பத்தைப் பற்றிய சிறப்புச் செய்திமலர். வழக்கமான படங்கள் திரும்பித் திரும்பி வந்தன; சாய்ந்த கட்டிடங்கள், பெயர்த்தெடுக்கப்பட்டிருந்த சாலைகள், கிழவிகளின் அழுகை, குழப்பம், எங்கும் விரவியிருந்த இலக்கற்ற கோபம். விளம்பரம் ஒன்று இடையில் வந்தபோது ஷிமாவோ ரிமோட்டை எடுத்து டிவியை அணைத்தாள்.

'நாம் பேசுவோம்' என்றாள். 'நாம் இங்கே ஒன்றாக இருக்கும் நேரம் வரை'

'சரி'

'ம்ம்ம்... எதைப்பற்றிப் பேசலாம்?'

'காரில் வரும்போது நீயும் கெய்கோவும் ஏதோ கரடியைப் பற்றிச் சொன்னீர்கள், ஞாபகம் இருக்கிறதா? நீ கூட அது ஒரு பிரமாதமான கதை என்றாய்'

'ஓ, அதுவா? கரடி கதை'

'அதைச் சொல்கிறாயா?'

'ம். சரி'

ஷிமாவோ மினி பாரிலிருந்து ஒரு புதிய பீரை எடுத்து வந்து இருவருக்கும் நிரப்பினாள்.

'இது கொஞ்சம் உசுப்பி விடுகிறமாதிரி இருக்கும். பரவாயில்லையா?'

கோமுரா தலையை ஆட்டினான்.

'ஏன் கேட்கிறேனென்றால் ஒரு சில ஆண்களுக்குச் சில வகையான கதைகளைப் பெண்கள் சொல்வது பிடிக்காது'

'நான் அப்படியல்ல'

'இது உண்மையில் எனக்கு நடந்த கதை. அதனால் கொஞ்சம் கூச்சமாக இருக்கிறது'

'உனக்குச் சொல்வதில் சங்கடமில்லையென்றால் எனக்கும் சங்கடமில்லை'

'உங்களுக்கு ஓ.கே. என்றால் எனக்கும் ஓ.கே'

'எனக்கு ஓ.கே.' என்றான் கோமுரா.

'மூன்று வருடங்களுக்கு முன், ஜூனியர் கல்லூரியில் சேர்ந்த புதிதில், இந்தப் பையனோடு டேட்டிங் சென்று கொண்டிருந்தேன். என்னைவிட ஒருவருடம் பெரியவன். கல்லூரி மாணவன். நான் உறவுகொண்ட முதல் ஆண் அவன்தான். ஒருநாள் நாங்கள் இருவரும் வடக்கே மலைப்பகுதிக்குச் சென்று மலையேறிக் கொண்டிருந்தோம்'

அவள் ஒரு மிடறு பீர் அருந்திக்கொண்டாள்.

'இலையுதிர் பருவம் அது. மலை முழுக்க கரடிகள். அந்தப் பருவத்தில்தான் கரடிகள் குளிர்காலத் தூக்கத்திற்குத் தயாராகின்றன என்பதால் உணவைத் தேடி அலைந்து கொண்டிருக்கும். அந்த நேரத்தில் அவை உண்மையிலேயே அபாயகரமானவை. சில நேரங்களில் அவை மனிதர்களைத் தாக்கும். நாங்கள் செல்வதற்கு மூன்று நாட்கள் முந்திதான் மலையேறுபவன் ஒருவனை அவை சின்னாபின்னமாக்கிவிட்டன. அதனால் எங்களிடம் யாரோ ஒரு மணியைக் கொடுத்து அதை கையில் வைத்துக் கொண்டிருக்கச் சொன்னார்கள். வாசலில் மாட்டுவோமே, அந்த அளவில் ஒரு மணி. நடக்கும்போது அதை ஆட்டிச் சத்தமெழுப்பிக் கொண்டே சென்றால் மனிதர்கள் நடமாட்டம் இருக்கிறதென்று தெரிந்து கரடிகள் வெளியே வராது என்றார்கள். கரடிகள் மனிதர்களை உணவுக்காகத் தாக்குவதில்லை. மனிதர்களைத் தாக்க வேண்டிய அவசியம் அவற்றுக்கில்லை. என்ன நடக்கிறதென்றால், திடீரென்று அவற்றின் வசிப்பிடங்களில் மனிதர்கள் குறுக்கிட்டிருப்பதைப் பார்த்தால் கோபத்தில் தாக்கத் தொடங்கிவிடுகின்றன. எனவே மணியை ஆட்டிக்கொண்டே நடந்தால் அவை குறுக்கே வராது. புரிகிறதா?'

'புரிகிறது'

'அதனால் அப்படியே செய்தோம். மணியை ஆட்டிச் சத்தமெழுப்பிக்கொண்டே நடந்தோம். அப்படியே போகும்போது

ஒரிடத்தில் யாருமே இல்லை. தனியான இடம். அழகான இடமாக இருந்தது. அவனுக்கு திடீரென்று ஆசை வந்து... செய்யலாமா என்றான். எனக்கும் பிடித்திருந்தது என்பதால் ஒப்புக் கொண்டேன். பாதையிலிருந்துவிலகி, புதர் அடர்ந்திருந்த இடத்திற்கு - யார் கண்ணிலும் படக்கூடாது என்பதற்காக - சென்று ஒரு பிளாஸ்டிக் விரிப்பை தரையில் விரித்துக் கொண்டோம். ஆனால் எனக்குக் கரடிகளைப் பற்றிப் பயமாக இருந்தது. புணர்ந்து கொண்டிருக்கும் நேரத்தில் பின்னாலிருந்து கரடி ஒன்று பாய்ந்து உங்களை அடித்துக் கொன்றுவிடுகிறதென்றால் நன்றாகவா இருக்கும்! எனக்கு அந்த மாதிரி செத்துப்போக விருப்பம் இல்லை. உங்களுக்கு எப்படி?'

கோமுரா தனக்கும் அந்த விதத்தில் செத்துப்போக விருப்பமில்லை என்றான்.

'எனவே ஒரு கையால் மணியைப் பிடித்து ஆட்டிக்கொண்டே காதல் புரிந்தோம். ஆரம்பத்திலிருந்து கடைசிவரை மணியை ஆட்டிக் கொண்டே, டிங் - டாங்! டிங் - டாங்!'

'உங்களில் யார் மணியை ஆட்டிக் கொண்டிருந்தது?'

'மாறி மாறி ஆட்டிக்கொண்டிருந்தோம். கை வலித்தால் மாற்றிக் கொள்வோம். மிகவும் விநோதமாக இருந்தது, எந்நேரமும் மணியை ஆட்டிக் கொண்டே எல்லா வேலையையும் செய்து முடித்தோம்! இப்போதுகூட செக்ஸில் ஈடுபடும்போது அது ஞாபகத்தில் வந்தால் சிரிக்கத் தொடங்கிவிடுகிறேன்'

கோமுராவும் கொஞ்சம் சிரித்தான்.

ஷிமாவோ கைத்தட்டினாள். 'ஓ, அற்புதம்! நீங்கள் ஒரு வழியாக சிரித்து விட்டீர்கள்! உங்களால் சிரிக்கக்கூட முடிகிறதே!'

'அஃப்கோர்ஸ், என்னாலும் சிரிக்கமுடியும்' என்றான் கோமுரா. ஆனால் யோசித்துப் பார்த்தால், வெகுநாட்கள் கழித்து சிரித்திருக்கிறான். கடைசியாக எப்போது சிரித்தது?

‘நானும் குளித்துவிட்டு வரட்டுமா?’ ஷிமாவோ கேட்டாள்.

‘சரி’ என்றான்.

அவள் குளிக்கும்போது கோமுரா தொலைக்காட்சியில் ஒரு பல்சுவை நிகழ்ச்சியைப் பார்த்தான். உரத்த குரலில் ஒரு நகைச்சுவை நடிகன் சொன்னது எதுவும் கொஞ்சம்கூடச் சிரிப்பு மூட்டுவதாக இல்லை. தவறு நிகழ்ச்சியிலா, அல்லது தன்னிடமா என்று அவனால் சொல்ல முடியவில்லை. பீர் ஒன்றை அருந்திவிட்டு, மினி பாரில் இருந்த கடலைக்கொட்டை பொட்டலத்தைப் பிரித்தான். ஷிமாவோ வெகுநேரம் குளித்தாள். கடைசியில் வெளியேவந்தபோது எதுவும் அணியாமல், டவல் ஒன்றை மட்டும் சுற்றிக் கொண்டு வந்து கட்டிலின் விளிம்பில் உட்கார்ந்தாள். பின், டவலை உதிர்த்துவிட்டுக் கட்டிலில் ஏறி, விரித்திருந்த போர்வைக்கடியில் பூனையைப்போல நழுவிப் புகுந்து கொண்டு கோமுராவைக் கண்கொட்டாமல் பார்த்தாள்.

‘உங்கள் மனைவியோடு கடைசியாக எப்போது செய்தீர்கள்?’ என்று கேட்டாள்.

‘டிசம்பர் கடைசியில் என்று நினைக்கிறேன்’

‘அதற்குப் பிறகு ஒருமுறைகூட இல்லையா?’

‘இல்லை’

‘வேறு யாரோடும்கூட?’

கோமுரா கண்களை மூடித் தலை ஆட்டினான்.

‘நான் என்ன நினைக்கிறேன் என்று சொல்லட்டுமா?’ என்றாள் ஷிமாவோ. ‘நீங்கள் உங்களை லேசாக்கிக் கொண்டு வாழ்க்கையை இன்னும் கொஞ்சம் சந்தோஷமாக அனுபவிக்கக் கற்றுக் கொள்ளலாம். யோசித்துப் பாருங்கள் ; நாளையே ஒரு பூகம்பம் நிகழலாம். வெளி கிரக வாசிகளால் நீங்கள் கடத்தப்படலாம், கரடி உங்களைப் சாப்பிட்டுவிடலாம். என்ன நடக்கப்போகிறது என்று யாருக்கும் தெரியாது’

'என்ன நடக்கப்போகிறது என்று யாருக்கும் தெரியாது' கோமுரா எதிரொலித்தான்.

■

ஷிமாவோவைப் புணரும் முயற்சியில் பலமுறை முயன்று தோல்வியுற்றபின், கோமுரா முயற்சியைக் கைவிட்டான். இதற்கு முன் இதுபோல அவனுக்கு ஏற்பட்டதேயில்லை.

'நீங்கள் உங்கள் மனைவியையே நினைத்துக்கொண்டிருக்கிறீர்கள் போல' என்றாள் ஷிமாவோ.

'ஆம்' என்றான் கோமுரா. ஆனால் உண்மையில் அவன் நினைத்துக் கொண்டிருந்தது பூகம்பத்தைப் பற்றி. அதைப் பற்றிய பிம்பங்கள் ஒன்றன்பின் ஒன்றாக, ஸ்லைடு ஷோ போல மனத்திரையில் ஒளிர்ந்து மறைந்து கொண்டிருந்தன. நெடுஞ்சாலைகள், தீப்பிழம்புகள், புகை, இடிபாடுகளின் குவியல், சாலைகளில் விரிசல்கள், அந்த மௌன பிம்பங்களின் வரிசையை அவனால் நிறுத்த முடியவில்லை.

ஷிமாவோ அவன் திறந்த மார்பில் தன் செவியைப் பதித்து அழுத்தினாள்.

'இதுபோல நடப்பதுண்டு' என்றாள்.

'ம் - ம்'

'இது உங்களைக் கவலைப்படுத்த அனுமதிக்கக்கூடாது'

'முயல்கிறேன்' என்றான் கோமுரா

'ஆண்கள் எப்போதுமே இதற்காகக் கவலைப்படுவார்கள்'

கோமுரா எதுவுமே சொல்லவில்லை.

ஷிமாவோ அவன் மார்புக் காம்புகளோடு விளையாடினாள்

‘உங்கள் மனைவி குறிப்பு ஒன்றை விட்டுச் சென்றிருந்தாள் என்று சொன்னீர்கள் இல்லையா?’

‘ஆம்’

‘அதில் என்ன எழுதியிருந்தது?’

‘என்னோடு சேர்ந்து வாழ்ந்ததென்பது ஒரு காற்றடைத்த பையோடு வாழ்ந்ததைப் போலிருந்ததாம்’

‘காற்றடைத்த பையா?’ ஷிமாவோ தலையைப் பின்னுக்குச் சாய்த்து கோமுராவின் முகத்தை ஏறிட்டாள். ‘அப்படியென்றால்?’

‘அப்படியென்றால் எனக்குள்ளே எதுவும் இல்லை, போலிருக்கிறது’

‘அது உண்மையா?’

‘இருக்கலாம்‘ என்றான் கோமுரா. ‘நிச்சயமாகத் தெரியவில்லை. எனக்குள்ளே எதுவும் இல்லாமல் இருக்கலாம், ஆனால் இல்லாமல் இருக்கும் அந்த ஏதோவொன்று என்பது எதுவாக இருக்கும்?’

‘ஆம், யோசித்துப்பார்த்தால் அந்த ஏதோவொன்று என்பது எதுவாக இருக்கமுடியும்? என் அம்மாவுக்கு ஸால்மன் மீனின் தோல் என்றால் மிகவும் இஷ்டம். ஸால்மன் மீனுக்கு உடம்பில் வேறு எந்த பாகமும் இல்லாமல் வெறும் தோலாக மட்டும் இருக்கக்கூடாதா என்பார். ஆகவே சில விஷயங்களைப் பொறுத்தவரை எதுவுமே உள்ளே இல்லாமல் இருப்பது நல்லதுதான். என்ன நினைக்கிறீர்கள்?’

தோலைத் தவிர வேறு எந்த பாகமும் இல்லாத ஸால்மன் எப்படியிருக்கும் என்று கோமுரா கற்பனை செய்து பார்த்தான். அப்படியே இருந்தாலும் தோல்தானே உள்ளே இருக்கும் ஏதோவொன்றாக இருக்கும்? கோமுரா ஆழமாக மூச்செறிய, அவன் மார்பின் மீதிருந்த ஷிமாவோவின் தலை உயர்ந்து தாழ்ந்தது.

'ஆனால் இதை மட்டும் சொல்லிக் கொள்கிறேன். உங்களுக்குள்ளே எதுவும் இல்லையோ, அல்லது ஏதோவொன்று இருக்கிறதோ, அது எனக்குத் தெரியாது. ஆனால் நீங்கள் அற்புதமான மனிதர். உங்களைப் புரிந்துகொண்டு உங்களைக் காதலிக்க ஏராளமான பெண்கள் இந்த உலகத்தில் இருக்கிறார்கள்'

'இதுகூட எழுதப்பட்டிருந்தது'

'என்ன உங்கள் மனைவியின் குறிப்பிலா?'

'ஆமாம்'

'விளையாடாதீர்கள்' என்றாள் ஷிமாவோ. கோமுராவின் மார்பில் மீண்டும் தலையைப் புதைத்தபடி. அவள் காதணியை ஒரு ரகசியப் பொருளைப் போல அவன் சருமத்தில் உணர்ந்தான்.

'சரி, நான் கொண்டுவந்த அந்தப் பெட்டிக்குள் இருந்த ஏதோவொன்று - அது என்ன?'

'ஏன், அது உங்களைத் தொந்தரவு படுத்துகிறதா?'

'இதற்குமுன் தொந்தரவு படுத்தவில்லை, ஆனால் இப்போது - எனக்குத் தெரியவில்லை - இப்போது தொல்லைப்படுத்தத் தொடங்கியிருக்கிறது'

'எப்போதிலிருந்து?'

'இப்போதிலிருந்துதான்'

'திடீரென்றா?'

'ஆம். திடீரென அதைப்பற்றி யோசனை வந்துவிட்டது'

'அது எதற்காக இப்போது திடீரென்று உங்களைத் தொல்லைப்படுத்த வேண்டும்?'

கோமுரா விட்டத்தைப் பார்த்தபடி யோசிக்க முயன்றான். 'தெரியவில்லை'

காற்றின் புலம்பலைக் கேட்டபடி இருவரும் படுத்திருந்தார்கள். காற்று : அது கோமுராவுக்குப் பரிச்சயமில்லாத ஏதோவோர் இடத்திலிருந்து கிளம்பி, அவனுக்குப் பரிச்சயமில்லாத வேறு ஏதோ ஓரிடத்திற்கு அடித்துச்செல்கிறது.

'அது ஏனென்று நான் சொல்கிறேன்' ஷிமாவோ தாழ்ந்த குரலில் பேசினாள். அதற்குக் காரணம் அந்தப் பெட்டியில் இருந்தது உங்களுக்குள் இருந்த ஏதோ ஒன்று. அது உங்களுக்குத் தெரியாமல், நீங்களே அதை எடுத்துக் கொண்டுவந்து கெய்கோவிடம் உங்கள் கையாலேயே கொடுத்துவிட்டீர்கள். இனி அதை உங்களால் ஒருபோதும் மீட்டுக் கொள்ள முடியாது'

கோமுரா படுக்கையிலிருந்து வெடுக்கென்று எழுந்தான். அந்தப் பெண்ணை நிதானமாகப் பார்த்தான். சிறிய மூக்கு, செவிமடல்களில் மச்சங்கள். அறையின் ஆழ்ந்த மௌனத்தில் அவன் இதயம் வறட்டுத்தனமான ஒலியில் பலமாக அதிர்ந்தது. முன்னால் குனிந்தபோது அவன் எலும்புகள் நெட்டி முறிந்தன. அடக்க முடியாத ஒரு வன்செயலைப் புரியப்போகும் தருவாயில் இருப்பதாக ஒரு கணம் கோமுராவுக்குத் தோன்றியது.

அவன் முகபாவத்தைப் பார்த்ததும், 'சும்மா விளையாட்டுக்குச் சொன்னேன்' என்றாள். 'என் மனதில் சட்டென்று தோன்றியதைச் சொல்லிவிட்டேன். அபத்தமான ஜோக்தான். என்னை மன்னியுங்கள். நான் சொன்னதை மனதில் எடுத்துக் கொள்ளாதீர்கள். உங்களைப் புண்படுத்துவதற்காகச் சொல்லவில்லை'

தன்னைத் தணிவித்துக் கொள்வதற்கு கோமுரா பிரயத்தனப் பட்டான். அறையை ஒருமுறை சுற்றிப்பார்த்துவிட்டு மீண்டும் படுக்கையில் சரிந்து தலையணைக்குள் முகம் புதைத்துக்கொண்டான். கண்களை மூடி ஆழமாக மூச்சிழுத்துக் கொண்டான். அந்த விஸ்தாரமான கட்டில் இரவு நேர கடலைப்போல அவனைச் சுற்றி

விரிந்திருந்தது. உறைபனிக்காற்றின் ஊளைச்சத்தம் அவனுள் நிரம்பியது. திடும்திடுமென இதயம் அவன் மார்புக்கூட்டை இடித்துக் கொண்டிருந்தது.

'வெகுதூரம் கடந்து வந்திருப்பதைப்போல உங்களுக்குக் கொஞ்சம் தோன்றுகிறதா?' ஷிமாவோ கேட்டாள்.

'ம்ம்ம். தொலைதூரத்திலிருந்து வந்திருப்பதாகத்தான் இப்போது தோன்றுகிறது' கோமுரா நேர்மையாகப் பதிலளித்தான்.

வசிய மந்திரம் செய்வதைப்போல அவன் மார்பில் சிக்கலான கோல வடிவங்களை நகத்தால் வரைந்துகொண்டே, 'உண்மையில் நீங்கள் இப்போது ஆரம்பப் புள்ளியில்தான் இருக்கிறீர்கள்' என்றாள்.

உயிர் எழுத்து